CW00672065

அள்ள அள்ளப் பணம் 1

பங்குச்சந்தை: அடிப்படைகள்

சோம. வள்ளியப்பன்

பங்குச்சந்தை வர்த்தகம், சுயமுன்னேற்றம், நிர்வாக வியல், மனித வள மேம்பாடு உள்ளிட்ட துறைகளில் பல புகழ்பெற்ற நூல்களை எழுதியவர் சோம. வள்ளியப்பன். துறை சார்ந்த செழிப்பான அனுபவமும் நிபுணத்துவமும் கொண்டிருக்கும் இவர் தொலைக்காட்சி மற்றும் பத்திரிகைத்துறை ஊடகங்களில் தொடர்ந்து இயங்கி வருகிறார்.

பங்குச்சந்தை பற்றிய இவருடைய அள்ள அள்ளப் பணம் நூல்கள்(வரிசை 1-5),வெளிவந்த காலம் தொட்டு இன்று வரை தொடர்ந்து விற்பனையில் சாதனை படைத்து வருகின்றன.

ஆசிரியரின் பிற நூல்கள்

பங்குச்சந்தை

1. அள்ள அள்ளப் பணம் 1 - *பங்குச்சந்தை: அடிப்படைகள்*
2. அள்ள அள்ளப் பணம் 2 - *பங்குச்சந்தை: அனாலிசிஸ்*
3. அள்ள அள்ளப் பணம் 3 - *பங்குச்சந்தை: ஃபியூச்சர்ஸ் அண்ட் ஆப்ஷன்ஸ்*
4. அள்ள அள்ளப் பணம் 4 - *பங்குச்சந்தை: போர்ட்ஃபோலியோ முதலீடுகள்*
5. அள்ள அள்ளப் பணம் 5 - *பங்குச்சந்தை: டிரேடிங்*

வியாபாரம்

1. *நம்பர் 1 சேல்ஸ்மேன்* (சிறந்த விற்பனையாளர் ஆவது எப்படி?)
2. *பணமே ஓடி வா!*
3. *பணம் - சந்தேகங்கள், விளக்கங்கள்* (FAQs)

நிர்வாகம்

1. *ஆளப்பிறந்தவர் நீங்கள்* (தலைமைப் பண்புகள்)
2. *காலம் உங்கள் காலடியில்* (நேர நிர்வாகம்)
3. *யார் நீ?* (பர்சனாலிட்டி)
4. *உலகம் உன் வசம்* (கம்யூனிகேஷன்)
5. *உறுதி மட்டுமே வேண்டும்* (கமிட்மெண்ட்)
6. *உறவுகள் மேம்பட* (Secrets of Managing People)
7. *சிறந்த நிர்வாகி ஆவது எப்படி?*
8. *தங்கத் துகள்கள்* (காலம் உங்கள் காலடியில் - 2)

சுயமுன்னேற்றம்

1. *இட்லியாக இருங்கள்* (எமோஷனல் இண்டலிஜென்ஸ்)
2. *டீன் தரிகிட* (பதின் பருவத்தினருக்கு)
3. *அதிகாரம் அல்ல, அன்பு* (சுயமுன்னேற்றக் கட்டுரைகள்)
4. *மன அழுத்தம் விரட்டலாமா* (மாணவர்களுக்கு -யுனெஸ்கோவுக்காக)
5. *உஷார் உள்ளே பார்* (மனமும் சக்தியும்)
6. *ஆல் தி பெஸ்ட் !* (நேர்முகங்களில் வெற்றி பெறுவது எப்படி?)
7. *தள்ளு* (மோட்டிவேஷன்)
8. *சின்னத் தூண்டில் பெரிய மீன்*
9. *சிறு துளி பெரும் பணம்*
10. *சொல்லாததையும் செய்!*

உறவுகள்

1. *காதலில் இருந்து திருமணம் வரை*
2. *அப்பா மகன் - நெருக்கமும் நெருடல்களும்*

அள்ள அள்ளப் பணம் 1

பங்குச்சந்தை: அடிப்படைகள்

சோம. வள்ளியப்பன்

கிழக்கு

அள்ள அள்ளப் பணம் 1 - *பங்குச்சந்தை: அடிப்படைகள்*
Alla Alla Panam 1 - Panguchanthai: Adippadaigal
by Soma. Valliappan ©

Third Edition: December 2014
Second Edition: December 2005
First Edition: December 2004
248 Pages
Printed in India.

ISBN: 978-81-8368-005-9
Title No: Kizhakku 38

Kizhakku Pathippagam
177/103, First Floor,
Ambal's Building, Lloyds Road,
Royapettah, Chennai 600 014.
Ph: +91-44-4200-9603

Email : support@nhm.in
Website : www.nhm.in

Author's Email: baluvalliappan1@yahoo.co.in
               baluvalliappan5@gmail.com

Author's Website : www.writersomavalliappan.com

Kizhakku Pathippagam is an imprint of New Horizon Media Private Limited

ஒன்றாக இருக்க வேண்டிய
பொன்னான நேரங்களை
எழுதுவதற்கு விட்டுக் கொடுத்த

மனைவி வி. செல்வலட்சுமி
மகன்கள் வி. சோமையா மற்றும்
வி. கார்த்திகேயனுக்கு

ஓர் அவசியமான முன்குறிப்பு

இந்தப் புத்தகம் பங்குச்சந்தையைப் பற்றி அறிந்து கொள்ளவும், பங்குச்சந்தை எப்படி வேலை செய்கிறது என்பதைப் புரிந்து கொள்ளவும் உதவும் வகையில் மட்டுமே எழுதப்பட்டுள்ளது. எந்தெந்தப் பங்குகளில் முதலீடு செய்ய வேண்டும் என்ற எந்த அறிவுரையும் இந்தப் புத்தகத்தில் கொடுக்கப்படவில்லை. பங்குச் சந்தையில் முதலீடு செய்வதா, வேண்டாமா, எந்தெந்தப் பங்குகளை வாங்குவது, விற்பது ஆகியவை முழுவதுமாக உங்கள் முடிவாகும்.

பங்குச்சந்தை வர்த்தகத்தில் ஈடுபடுவதாலோ அல்லது வேறெந்த முதலீடுகளில் ஈடுபடுவதாலோ உங்களுக்கு ஏற்படும் நஷ்டங்களுக்கோ, இழப்புகளுக்கோ பதிப்பாளரோ, ஆசிரியரோ எந்த விதத்திலும் பொறுப்பேற்க மாட்டார்கள்.

DISCLAIMER

This book is only meant to help you learn about the stock market and how it works. Specifically nothing in this book should be construed as investment advice of any kind. You are solely responsible for your decision to invest in the stock market or buy or sell any specific shares.

The Publisher and the Author accept no liability for any losses or damages of any kind that may result from your investments in the stock market or elsewhere.

முன்னுரை

கல்லூரி மாணவனாக இருந்தபோது, பங்குச்சந்தை பற்றி தொலைக்காட்சி களிலும் செய்தித்தாள்களிலும் கேள்விப்பட்டிருக்கிறேன். பின்னர் அமெரிக் காவில் ஆறு வருடங்கள் இருந்தபோதும் கேள்வி ஞானத்தோடு விட்டது தான். அதன்பின் சில நண்பர்களுடன் cricinfo.com நிறுவனத்தைத் தொடங்கிய சில வருடங்களில் எங்கள் நிறுவனத்தில் முதலீடு செய்ய சில நிறுவனங்கள் முன்வந்தபோது, (1999-2000) பங்குச்சந்தை பற்றி நிறைய தெரிந்து கொள்ள வேண்டியிருந்தது.

அப்பொழுது அமெரிக்கப் பங்குச்சந்தைகளும், உலகில் மற்ற நாடுகளின் பங்குச்சந்தைகளும் உச்சத்தில் இருந்த நேரம். ஒன்றும் இல்லாத நிறுவனங் களைக்கூட பங்குச்சந்தையில் லிஸ்ட் செய்வார்கள். அடுத்த 48 மணி நேரத்தில் அந்த நிறுவனத்தின் மதிப்பு, 4 பில்லியன் அமெரிக்க டாலர்கள் என்றாகும்.

அந்தச் சமயங்களில் நானும் பில்லியன்கள் பற்றித்தான் கனவுகள் கண்டு கொண்டிருந்தேன். மில்லியன்கள்? சீச்சீ, அதெல்லாம் மிகச்சிறிய தொகை.

2001-ல் குமிழ் உடைந்தது. அதன்பிறகுதான் நான் பங்குச்சந்தை பற்றி தீவிரமாகப் படிக்க ஆரம்பித்தேன். பங்குச்சந்தையில் பணத்தை முதலீடு செய்வது என்பது, குதிரை ரேஸில் பணம் கட்டுவதைப் போலவோ, லாட்டரிச் சீட்டு வாங்குவது போலவோ இல்லை என்று அறிந்து கொண் டேன். பங்குச்சந்தை மொழி, முதலில் பயமுறுத்தியது. முட்டி, மோதிக் கற்றுக்கொள்ள வேண்டியிருந்தது. ஆங்கிலத்தில் கூட சரியான புத்தகம் இல்லை. பிரிட்டன் பங்குச்சந்தைக்கு ஏற்ற வகையில், எளிதான மொழியில் ஒரு புத்தகம் இருக்கிறது என்று பின்னர் அறிந்து கொண்டேன். ஆனால் இந்தியப் பங்குச்சந்தைக்கு ஏற்ற வகையில் இன்றுவரையில் எந்தப் புத்தகமும் இல்லை, சோம. வள்ளியப்பனின் இந்தப் புத்தகம் தமிழில் வரும் வரையில்!

தமிழில் மட்டுமல்ல, இந்தியாவில் எந்த மொழியிலும்- ஆங்கிலமும் சேர்த்து - இந்தியப் பங்குச்சந்தை பற்றி எழுதப்பட்ட, விரிவான அதேசமயம் பங்குச்சந்தை பற்றி ஒன்றுமே தெரியாதவர்கள்கூடப் படித்துப் புரிந்து கொள்ளக்கூடிய வகையில் எழுதப்பட்ட முதல் புத்தகம் இதுதான்.

கிட்டத்தட்ட இருபது வருடப் பங்குச்சந்தை அனுபவம் (நிறைய தப்புகளும் அதில் சேர்த்தி. மனிதர் ஏகப்பட்ட பணம் நஷ்டப்பட்டிருக்கிறார்), அபார

உழைப்பு, கூர்ந்த பார்வை, பலரிடம் சென்று கற்றுக்கொண்ட பங்குச்சந்தை நுணுக்கங்கள் என அனைத்தையும் பிழிந்து சாறை மட்டும் எடுத்து, புத்தகமாகக் கொடுத்திருக்கிறார் வள்ளியப்பன்.

உலகமயமான இந்நாளில், உலகில் ஏதோவொரு கோடியில் ஏதோவொன்று நடந்தாலும் பங்குச்சந்தை பாதிக்கப்படும். கரும்பு விளைச்சல் குறைந்தால், சர்க்கரை ஆலைகளின் பங்குகள் விலை ஏறும். உலக வர்த்தகக் கூட்டமைப்பு கோட்டா முறையைக் கைவிட்டால், நூற்பாலைகளின் பங்குகள் விலை ஏறும். ஈராக்கில் போர், கச்சா எண்ணெய் விலை ஏற்றம் என்றால், கிட்டத் தட்ட எல்லா நிறுவனங்களின் பங்குகள் விலையும் கீழே இறங்கும். ஆட்சி மாறினால், பங்குச்சந்தை முழுவதுமாகவே சீர்குலைந்து போகும். பிறகு, நம்பிக்கையானவர்கள் ஒன்றிரண்டு சரியான வார்த்தைகள் சொன்னால் மீண்டும் பழைய நிலைக்கு வரும். இப்படி எத்தனை எத்தனையோ சின்னச் சின்ன விஷயங்கள். அது பற்றிய அருமையான, எளிமையான விளக்கங் களைக் கொடுத்திருக்கிறார் வள்ளியப்பன்.

பங்குச்சந்தையின் மொழி ஆங்கிலம். உலகளாவிய சந்தை மொழியில் பல சிறப்புச் சொற்களும் சொற்றொடர்களும் உண்டு. இவற்றுக்கு என்ன பொருள் என்று அறிந்து கொள்வது மிகமிக முக்கியம். அந்த வகையில் தேவையான அத்தனைச் சொற்களுக்குமான முழு விளக்கங்களுடன், எல்லோரும் எளிதாகப் புரிந்துகொள்ளும்படி இந்தப் புத்தகம் தயாரிக்கப் பட்டுள்ளது. பங்குச்சந்தை குறித்து எழும் அனைத்துவிதமான சந்தேகங் களையும் இப்புத்தகம் உடனுக்குடன் தீர்க்கும் என்பதால், பங்குச்சந்தையில் தினமும் புழங்குபவர்களுக்கும்கூட, ஓர் அத்தியாவசியமான கையேடாகவும் இருக்கும்.

புத்தகம் படித்தே பங்குச்சந்தையில் பணத்தை அள்ளிக் குவித்து விடலாம் என்று ஒருவர் நினைத்தால், அதைப்போன்ற தவறு ஏதும் இருக்க முடியாது. ஆனால், இந்தப் புத்தகத்தைப் படித்தால் பங்குச்சந்தையில் பணம் இழப் பதை எப்படித் தவிர்க்கலாம் என்று தெரிந்து கொள்ளலாம். மேலும் பங்குச் சந்தை வர்த்தகத்தில் ஈடுபட சரியான வழி எது என்று இந்தப் புத்தகம் கோடி காட்டுகிறது. அதைப் பின்பற்றி அனைவரும் பயன்பெற முடியும் என்பதே என் நம்பிக்கை.

- பத்ரி சேஷாத்ரி

வாசிக்கும் முன்

2004 சென்னை புத்தகக் கண்காட்சி. புழுதி அதிகமில்லை, ஆனால் வாசிப்பாளர்கள் மொய்த்த காயிதே மில்லத் கல்லூரித் திடல். அலுவலகம் முடிந்ததும், அவசரம் அவசரமாக கிழக்கு பதிப்பகத்தின் ஸ்டாலுக்கு ஓடுவேன். வருவார்கள், பார்ப்பார்கள், புரட்டுவார்கள், வாங்குவார்கள். நாள்கள் செல்லச் செல்ல... 'அள்ள அள்ளப் பணம்' என்ற இந்தப் புத்தகத்தை வாசகர்கள் அள்ளிச் செல்வதையே ஒதுங்கி நின்று ஆர்வமுடன் பார்த்துக் கொண்டிருப்பேன்.

நூலில் என்னுடைய மின்னஞ்சல் முகவரியும் கொடுத்திருந்ததால், கடிதங்கள் தவிர மின்னஞ்சல்களும் வந்தன. 'பங்குச்சந்தை பற்றிய புத்தகமா? அதுவும் தமிழிலா?' என்பது போன்ற சந்தோஷமான ஆச்சரியங்கள், 'எனக்கு ஷேர் மார்க்கெட் பற்றி எதுவுமே தெரியாது. ஆனால் எல்லாம் இப்பொழுது புரிகிறது' என்ற வகையில் பாராட்டுகள், அடுத்து டெக்னிக்கல் அனாலிசிஸ், F&O பற்றியெல்லாம் எழுதுங்கள் என்ற ஆலோசனைகள்.

பல்கலைக் கழகங்களில் பிஹெச்.டி. படிக்கும் மாணவர்கள், சி.ஏ. படிக்கும் மாணவர்கள் ஆகியோர் இந்தப் புத்தகத்தைப் படித்து பங்குச்சந்தை வர்த்தகத்தைத் தெளிவாகப் புரிந்து கொண்டோம் என்று எழுதி இருந்தது, எனக்குக் கூடுதல் மனநிறைவைத் தந்தது. மகனிடம் இருந்து சண்டை போட்டு வாங்கிப் படித்ததாக, திருச்சி தாசில்தார் ஒருவர்; நோயாளிகளைப் பார்த்து விட்டு, ஊடே விடாமல் படித்து முடித்தேன் என்று மந்தைவெளியிலிருந்து ஒரு டயபட்டாலஜிஸ்ட்; சுவாரசியமாக இருக்கிறது, இரண்டு முறை படித்து விட்டேன், பாதுகாக்கிறேன், தெரிந்தவர்களுக்கெல்லாம் சொல்கிறேன் என்று பலரும் எழுதியிருந்தார்கள். இதில் இன்ஃபோசிஸ், விப்ரோ போன்ற நிறுவனங்களில் வேலை பார்ப்பவர்களும் அடக்கம்.

ஒருசிலர், தோற்ற கதையாக எழுதியிருக்கிறீர்களே என்று கேட்டார்கள். உண்மை அதுதான். அது தந்த பாடம்தான், இந்தப் புத்தகம். நன்றாகப் பணம் சம்பாதிக்கலாம். முடியும். செய்யுங்கள். கூடவே, எங்கோ சம்பாதித்ததை இங்கே இழந்து விடாமல் இருங்கள். இதுதான் இந்தப் புத்தகம் சொல்லும் செய்தி. பாராட்டிய அனைத்து நல்ல உள்ளங்களுக்கும் நன்றி. படித்துவிட்டு, பணம் பார்க்கிறேன் என்று கூறியவர்களுக்கு வாழ்த்துகள்.

அன்புடன்,

சோம. வள்ளியப்பன்

31.12.2005

பொருளடக்கம்

○ *காளைகளும் கரடிகளும்* (Bulls & Bears)

○ *'பூம்'* (boom) *மார்க்கெட்*

○ *நானும் செ' ரி நாடு சிமெண்ட் ஷேரும்*

○ *இன்னொரு ஜிண்டால் ஸ்டீல்*

3. ஷேர்களில் முதலீடு செய்யும்பொழுது கவனிக்க வேண்டியவை

○ *ஷேர் மார்க்கெட் நிலவரம் எப்படி உள்ளது?*

○ *டிப்ரஷன்* (Depression)

○ *கல்ஃப் வார்* (Gulf War)

○ *புதியவர்கள் / பணம் இழக்க விரும்பாதவர்கள்*

○ *புதியவர்கள் பின்பற்றவேண்டிய அறிவுரை*

○ *எந்தெந்த வியாபாரத்துறைகள் எப்படியுள்ளன?* (Sectors)

○ *எந்த நிறுவனத்தின் ஷேரை வாங்குவது?*

○ *முறையாகச் செயல்படும் நிறுவனங்கள்* (Management)

○ *விலை என்ன?*

○ *வாங்கும் ஷேர்களின் அடிப்படைகள்* (Fundamentals)

○ *டெக்னிகல் பொசிஷன்* (Technical Position) *எப்படியுள்ளது?*

○ *கையில் எவ்வளவு பணம் உள்ளது?*

○ *இந்த முதலீட்டை நாம் எவ்வளவு நாள்கள் விட்டு வைக்க முடியும்?*

○ *நாம் எதிர்பார்க்கும் வருமானம் என்ன?*

○ *பங்குச்சந்தை விவரங்களை பத்திரிகைகளில் தெரிந்துகொள்வது*

- சந்தை மனப்பான்மையைச் சாதகமாக்கிக் கொள்வது
- எதிர்நீச்சல் போடுவது
- அளவால் அடித்தல் (Quantity செய்தல்)
- செய்தியை முன்கூட்டியே கணிப்பது- வாங்கிக் காத்திருப்பது
- 'கவர்ச்சி' குறையும்பொழுது வாங்குவது
- பிள்ளை பிறந்ததும், வாங்குவது
- குறிப்பிட்ட தொகையை 'மெயின்டெய்ன்' பண்ணுவது
- இறங்க இறங்க வாங்குக, ஏற ஏற விற்க
- குறிப்பிட்ட கால அளவுகளில் வாங்குவது, விற்பது
- ஷேர்கள் வாங்க, விற்க வழிமுறைகள்
- வீட்டிலிருந்தே நேரடி ஷேர் வியாபாரம் (இணையம் வழியாக)

- இரவும் வரும் பகலும் வரும்
- Securities and Exchange Board of India - SEBI
- கமாடிட்டி எக்ஸ்சேன்ஜ் (Commodity Exchange)
- பங்குகள் பரிவர்த்தனைகள் பற்றிய மேலும் கூடுதல் விவரங்களுக்கு இணையத்தளங்கள்
- இன்னும் ஒரு சில வார்த்தைகள்...

1

பங்குகள் – ஒரு பார்வை

○ பணத்தைச் சேமிப்பது

எல்லோரும் சம்பாதிக்கிறோம். வேலைக்குப் போவது, விவசாயம், சுயதொழில் அல்லது வியாபாரம் என்ற வகையில், சம்பாதிப்பதற்கு ஏதாவது ஒரு வழியை வைத்திருக்கிறோம்.

வருமானம் வருகிறது. அந்த வருமானம் நம்மையும், நம் குடும்பத் தையும் பராமரிப்பதற்குப் போதுமானதாக இருக்கிறது. இது பெரும் பாலானவர்களுக்குப் பொருந்தும். சிலருக்குப் பற்றாக்குறை உள்ளது. வேறு சிலருக்குச் செலவு போக மீதம் உபரியாக உள்ளது.

பற்றாக்குறை உள்ளவர்களைப் பற்றி நாம் பேசப் போவதில்லை. அவர்கள் ஷேர் பற்றி இப்போதைக்குத் தெரிந்துகொள்ள வேண்டாம் அல்லது நினைக்காமலிருப்பதேகூட நல்லது! ஏன் என்றால், ஷேர் மார்க் கெட்டில் எப்பொழுதும் 'பகடை பன்னிரண்டு' என்பதில்லை. மாத வருமானம், செலவுகளைவிட அதிகமாக இருக்கிறதா? அதுதான் சேமிக்க வேண்டிய தொகை.

இப்படி உபரியாக இருப்பதைச் சேமிக்க வேண்டும் என்பது அடிப் படை. ஏன் என்றால், வருங்காலத்தில் நம் தேவைகள், நம் குடும்பத்தின் தேவைகள் அதிகரிக்கும். அந்தச் சமயம் அப்போதைய தேவைகளுக்கு நாம் சம்பாதிக்கும் தொகை மட்டுமே போதாது. தேவை இருக்கும் அளவு நம் சம்பாத்தியம் வளராது போகலாம்.

ஆக, இன்றைய வருமானத்தை அப்படியே செலவு செய்வது என்பது எவ்வகையில் பார்த்தாலும் சரியானது அல்ல. கண்டிப்பாக வருமானத் தின் ஒரு பகுதியைச் சேமித்தே ஆக வேண்டும்.

இது பெரும்பாலானவர்கள் செய்வதுதான். சில நிறுவனங்களில் பணி புரிவோருக்கு, ஒரு குறிப்பிட்ட அளவு சேமிப்பு கட்டாயமாக்கப்

15

பட்டுள்ளது. பி.எஃப். என்றழைக்கப்படும் சேமநலநிதிக்கு, ஒவ்வோர் ஊழியரும் தனது அடிப்படைச் சம்பளம் மற்றும் பஞ்சப்படியில் (Basic + DA) 12% சேமிக்க வேண்டும். அவரைக் கேட்பதுகூட இல்லை. இதனைப் பிடித்துக் கொண்டுதான் சம்பளமே தருவார்கள். மேலும், நிறுவனமும் தன் பங்காக, அதே அளவு (12%) தொகையினைக் கொடுக்கும். ஆக, மொத்த ஊதியத்தில் நான்கில் ஒரு பங்கு (24%) சேமிப்பாகி விடுகிறது.

இதுபோக வேறு பலவகைகளிலும் மாதச் சேமிப்பு நடைபெறுகிறது. ரெக்கரிங் டெப்பாசிட் (RD), வாலண்டரி PF, LIC என்று பல விதங்களில். இன்னும் சில பெரிய நிறுவனங்களில், ஓய்வூதிய நிதி (Superannuation funds) என்ற சேமிப்பும் உண்டு.

இவையெல்லாம் மாதச் சம்பளம் வாங்குபவர்களுக்கு. சுயதொழில் செய்பவர்கள், வியாபாரம் செய்பவர்கள், நிலம் வைத்துக்கொண்டு விவசாயம் பார்ப்பவர்கள், முறைப்படுத்தப்படாத தொழிலாளர்கள் (Unorganized Labour)-இவர்களுக்கெல்லாம் எப்படி?

இவர்களுக்கெல்லாம் முறைப்படியான, தொடர்ந்து நடக்கும் கட்டாயச் சேமிப்பு என்பது கிடையாது. இவர்களாகப் பார்த்து ஏதாவது சேமித்துக்கொள்ள வேண்டியதுதான். சிலர் செய்கிறார்கள். சிலர் செய்வதில்லை.

○ சேமித்தால் மட்டும் போதுமா?

சேமிப்பது நல்லது. ஆனால் அதுமட்டுமே செய்துவிட்டால் போதுமா? நம் சேமிப்பு எப்படி வளர்கிறது என்பதும் முக்கியம். ஒருவர், தன்னிடம் பணம் கிடைக்கும்பொழுதெல்லாம் அதை ரொக்கமாகப் பத்திரப்படுத்தி விடுவார். வீட்டில் எந்த அலமாரியிலும், எந்தத் தட்டின் அடியில் பார்த்தாலும் கொஞ்சம் ரூபாய் நோட்டுகள் வைத்திருப்பார். இவை எல்லாம் சேமிப்புதான். அவசரத்துக்கு உதவும். எனக்குத் தெரிந்த ஒருவர், ஒருமுறை அவசரத் தேவையென்று சில இடங்களில் இருந்து மட்டும் எடுத்துத் திரட்டியது, ஏழாயிரம் ரூபாய். அத்துடன் போதுமென்று விட்டு விட்டார்! அவர் எடுக்காத ரொக்கப்பணம் அதைவிட அதிகமிருக்க வேண்டும்.

அவருக்கு இந்தப் பழக்கம், பல்லாண்டு காலமாக உண்டு. அல மாரிகளின் அடியில் சொருகிவைத்த அந்தப்பணம், ஆண்டுக்கணக்கில் ரொக்கமாகவே இருந்திருக்கிறது. இதில் என்ன தப்பு என்று கேட்கக் கூடாது! அந்தப் பணம் - ஏதும் சம்பாதிக்காமல் 'தண்டச்சோறு' போல வீட்டில் உட்கார்ந்திருக்கிறது. அந்தப் பணம், அடுத்த சில ஆண்டுகளில் மேலும் பணத்தைச் சம்பாதித்து இருக்க வேண்டும். ஆனால்,

செய்யவில்லை. இது தவறுதானே! பணத்தின் தவறு அல்ல. அதைப் பயன்படுத்தாதவரின் தவறு.

சேமிக்க வேண்டும். சேமித்ததைச் சரியாக முதலீடும் (Invest) செய்ய வேண்டும். நாம் நம் வேலையைப் பார்க்க, நம் சேமிப்பு நமக்காகச் சம்பாதிக்க வேண்டும். இரண்டும் வேண்டும்.

PF-ல் போடும் பணத்துக்கு, முன்பெல்லாம் 12% வட்டி கொடுத்தார்கள். பின்பு வெளி மார்க்கெட்டில் வட்டி விகிதம் குறையக் குறைய, PF-க்கான வட்டியையும் குறைத்து விட்டார்கள். 2007-ல் 8% தான் கொடுத்தார்கள். இப்பொழுது 2011-ல் 9.5% தான் கொடுக்கப் போவதாக அறிவித்துள்ளார்கள். PF தவிர ஏனைய சுய சேமிப்புகளை வங்கிகளிலும், தபால் நிலைய வைப்பு நிதியாகவும் (Fixed Deposit) போட்டு வைக்கலாம். இவற்றுக்கெல்லாம் வருடாந்திர வட்டி என்பது, 8.5% முதல் 9.5% வரைதான் என்றாகிவிட்டது.

அரசு சம்பந்தப்பட்ட, முதலுக்கு ஆபத்து வராத (பாதுகாப்பான) எல்லாத் திட்டங்களுமே (NSC, கிஸான் விகாஸ் பத்திரம், PORD, அரசுடைமையாக்கப்பட்ட வங்கிகளின் FD) இந்த அளவு வட்டிதான் கொடுக்கின்றன.

❍ **இந்த வளர்ச்சி போதுமா?**

பணத்தைச் சேமித்தவர்கள், அந்தப் பணம் பாதுகாப்பாக இருக்க வேண்டும் என்று நினைப்பார்கள். அப்படித்தான் நினைக்க வேண்டும். இதற்கு Security என்று பெயர். கஷ்டப்பட்டுச் சம்பாதித்த நம் பணம் பத்திரமாக இருக்க வேண்டும்.

முன்பெல்லாம் பணத்தை வீட்டிலேயே இரும்புப் பெட்டியில் வைத்துப் பூட்டுவார்கள். இப்போது கவலையில்லை. வங்கிகளில் நாம் வாடகைக்கு எடுக்கும் லாக்கரில் ரொக்கமாகவே வைக்கலாம். மிகவும் பாதுகாப்பானது. ஆனால் அந்தப் பணம் பத்திரமாக 'அப்படியே' இருக்கும். வளராது.

பணம் பத்திரமாகவும் இருக்க வேண்டும். அதேசமயம் அது நியாய மான வளர்ச்சியும் அடைய வேண்டும்.

2004-ல், சென்னையில் குடியிருக்க ஒரு 'ஃபிளாட்' வாங்குவதற்காக முயற்சி செய்தேன். அப்பொழுது சில மூலப் பத்திரங்களைப் பார்க்கும் வாய்ப்புக் கிடைத்தது. சென்னை அபிராமபுரத்தில் ஓர் இடம். கிட்டத்தட்ட 1.5 கிரவுண்டினை (3000 சதுர அடி) 1958-ல் சுமார் ரூ.10,000-க்கு வாங்கியிருக்கிறார்கள். பின்பு அதையே 1968-ல் வேறு ஒருவர் ரூ.60,000-க்கு வாங்கியிருக்கிறார். பின்பு 2004-ல் அதனை ஒரு

'பில்டர்' (Builder) ரூ. 35 லட்சத்துக்கு விலைக்கு வாங்கத் தயாராக இருந்தார். அதில் வீடுகள் கட்டி விற்பதற்காக. 2011-ல் 1.5 கோடிக்கும் மேல்!

சொல்ல வருவது உங்களுக்குப் புரிந்திருக்கும். 1958-ல் பத்தாயிரம் ரூபாய் ரொக்கத்தைப் பத்திரமாகப் பெட்டியில் வைத்துப் பூட்டியிருந்தால், 'பத்திரமாக' பத்தாயிரம் ரூபாயாகவே இன்றும் இருக்கும். என்ன, ரூபாய் நோட்டுகள் பெரிது பெரிதாக, வித்தியாசமான அச்சில், 'செல்லுமா, செல்லாதா?' என்று கொஞ்சம் பயமுறுத்தும்.

'பூமி'யில் போட்ட அதே அளவு பணம், சுமார் 53 வருடத்தில் 1500 மடங் காகப் பெருகிவிட்டது. இதுபோல, 'பூமி'யில் போட்டது எல்லாம், எல்லா இடத்திலும் பெருகி இருக்குமா? சொல்ல முடியாது. சாத்தியமும் இல்லை. சில, இதைவிட அதிகமாகி இருக்கலாம். பல குறைவாகவும் இருக்கலாம்.

ஆனால் பணம் பெருகியிருக்கும். பணம் முதலீடு செய்யப்பட்டது. பெருகியது. சிலர் ரொக்கமாக வைத்திருப்பதற்குப் பதில், தங்கம் வாங்கிச் சேமிப்பார்கள். இது, ரொக்கத்தைவிட எவ்வளவோ பரவாயில்லை.

1958-ல் தங்கம் விலை சவரனுக்கு (கிட்டத்தட்ட) நூறு ரூபாய். பத்தாயிரம் ரூபாய்க்குத் தங்கம் வாங்கியிருந்தால் 100\சவரன் (அதாவது 800 கிராம்) வாங்கியிருக்கலாம். அதே அளவு தங்கத்தின் தற்போதைய மதிப்பு (அக்டோபர் 2011) சுமார் 16 லட்சம். அதாவது, 1958-ல் தங்கத்தில் முதலீடு செய்த ரூ.10,000 ஐம்பத்து மூன்று வருடங்களில் 160 மடங்காகப் பெருகி உள்ளது.

அப்பொழுதிலிருந்து இப்பொழுது வரை, வங்கி வட்டி விகிதங்கள் மாறிக் கொண்டே வந்துள்ளன. சில ஆண்டுகளுக்கு முன்பு அதிகபட்ச மாக, 13% இருந்திருக்கிறது. தற்பொழுது 9.5%. சராசரியாக ஆண்டுக்கு 12% என்று எடுத்துக் கொண்டால்கூட, 1958-ம் வருடத்தில் ஏதாவது ஒரு தேசியமயமாக்கப்பட்ட வங்கியில் வைப்பு நிதியாக (Fixed Deposit) ரூ.10,000 போட்டிருந்தால், 55 வருடம் கழித்து இப்பொழுது அந்தத் தொகை நாற்பது லட்சமாக வளர்ந்திருக்கும். அதாவது 400 மடங்கு.

நிலம், தங்கம், வங்கிகளில் வைப்பு தவிர, வட்டிக்குக் கொடுத்து வாங்கு தல், வியாபாரத்தில் போடுதல் என்று பலவிதமான முதலீடு செய்யும் வாய்ப்புகள் (Investment Opportunities) உள்ளன. இந்தவிதமான வாய்ப்புகள் தவிர வேறு என்ன உள்ளன என்று பார்க்கும்பொழுது, சரியாகச் செய்தால், நல்ல வளர்ச்சி கொடுக்கக்கூடியவை ஷேர்கள் (பங்குகள்) என்று சொல்லலாம்.

○ ஷேர் வியாபாரம் என்றால் என்ன?

கம்பெனிகள் எனப்படும் வரையறுக்கப்பட்ட நிறுவனங்கள், பொது மக்களிடமிருந்து பணத்தை முதலீடாகப் பெற, பங்குகள் எனப்படும் ஷேர்களை 'விற்பார்கள்'. ஒரு ஷேருக்கு இவ்வளவு பணம் என்று குறிப்பிட்டிருப்பார்கள். இந்த கம்பெனிகளில் பிரைவேட் லிமிடெட் கம்பெனி, பப்ளிக் லிமிடெட் கம்பெனி என்று இரண்டுவகை உண்டு.

இந்த பப்ளிக் லிமிடெட் வகையில் வரும் கம்பெனிகள் சிலவற்றை, பங்குச்சந்தைகள் எனப்படும் ஷேர் மார்க்கெட்டில் லிஸ்ட் செய்திருப் பார்கள். இந்தச் சந்தைகளில் பட்டியலிடப்பட்ட கம்பெனிகளின் ஷேர்களை எவரும் வாங்கலாம், விற்கலாம்.

உதாரணத்துக்கு இந்தியாவின் பங்குச்சந்தைகளான மும்பை பங்குச் சந்தை, தேசியப் பங்குச்சந்தை ஆகிய இடங்களில் கோல்கேட் (Colgate), இந்துஸ்தான் லீவர்(HLL), இன்ஃபோசிஸ்(Infosys), ரிலையன்ஸ்(Reliance) என்ற சில நிறுவனங்களின் ஷேர்கள் கிடைக்கும். இவற்றின் ஆரம்ப விலைகள், தற்போதைய விலைகள் எல்லாம் கேட்டால், தலையைச் சுற்றும். அவ்வளவு லாபம்.

சேஷ கோவா(Sesa Goa) என்ற நிறுவனத்தின் ஒரு பங்கின் விலை, டிசம்பர் 2003-ல் ரூ.180. யார் வேண்டுமானாலும் வாங்கி இருக்கலாம். விஷயம் தெரிந்த பலரும் வாங்கினார்கள். ஜனவரி 2007-ல் அந்தப் பங்கின் விலை ரூ.1,690 (இத்தனைக்கும் நடுவில் ஒன்றுக்கு ஒன்று இலவசப் பங்கு கொடுத்தபிறகு இந்த விலை! இலவசப் பங்குகளின் மதிப்பையும் சேர்த்தால் ரூ. 3,380).

டிசம்பர் 2003-ல் சேஷ கோவாவின் 55 பங்குகளை பத்தாயிரம் ரூபாய்க்கு வாங்கியிருக்கலாம். அதே 55 பங்குகளை, ஜனவரி 2007-ல் விற்றிருந்தால், ரூ. 1,75,900 கிடைத்திருக்கும். போட்ட 10,000 ரூபாய், 37 மாதத்தில் கிட்டத்தட்ட 18 மடங்கு ஆகிவிட்டது. இதுதான் ஷேர் மார்க்கெட்டின் பலம். இன்றைக்கு ஏன் இந்த ஷேரைத் தொடர்ந்து வைத்திருக்க வேண்டும்? நாம் 180 ரூபாய்க்கு வாங்கினோம். Ex-bonus விலை 1,690 ஆகிவிட்டதே! விற்று விடலாமா? மார்க்கெட்டில் விசாரிப்பார்கள். சிலர் சொல்வார்கள். 'இதைப் போய் விற்கிறீர்களா? செய்யாதீர்கள். இரும்புத் தொழிலில் இருக்கும் நிறுவனம் அது. கொழுத்த லாபம் (வார்த்தையைக் கவனியுங்கள்) சம்பாதிக்கிறது. இந்த ஷேர் விலை கட்டாயம் 2,000 ரூபாய்க்குப் போகும். இப்போது விற்காதீர்கள்.'

இதைக் கேள்விப்பட்ட பிறகு, அந்த ஷேரை விற்க முடியுமா? சிலரால் முடியாது. சிலரால் முடியும். அதுதான் ஷேர் செய்ய கொஞ்சம் ஞானம், கொஞ்சம் பணம் மற்றும் முக்கியமாக நிறைய 'நிதானம்' வேண்டும்

என்பது. இதே சேஷ கோவா ஷேர் ரூ. 2,000-ஐத் தொடலாம். அதையும் தாண்டலாம். அல்லது இந்த 1,690-ஐ விடவும் கீழே இறங்கலாம். அதன் விலை நடுவில் இறங்கியது. மே 2004-ல் ரூ. 380-க்கு வந்தது (பாராளு மன்றத் தேர்தல் முடிவுகள்!). ஏன், வாங்கிய விலையான ரூ.180-க்கும் குறை வாகக்கூட வரலாம். எவராலும் இதனை அறுதியிட்டுக் கூற முடியாது. அதுதான் ஷேர் மார்க்கெட். அதனால்தான் அது பலருக்கும் அவ்வளவு சுவாரசியமாக இருக்கிறது!

இவ்வளவு சுவாரசியமான ஷேர் வியாபாரம், புரிந்துகொள்ள முடியாததும் அல்ல. Everything is difficult until it becomes easy என்பார்கள். எதுவும் முதலில் கொஞ்சம் புரியாதுதான். சைக்கிள் விடுவது, சமையல் செய்வது, மேடையில் பேசுவது, கோபத்தை அடக்குவதுபோல, இதுவும் கொஞ்சம் பழகினால் வந்துவிடும். ஷேர்களும் இதற்கு விதிவிலக்கல்ல. ஷேர்கள் ஆங்கிலம் சம்பந்தப்பட்டதும் அல்ல. ஆங்கில அறிவு இல்லாதது அதற்கு ஒரு தடையாக இருக்க முடியாது. ஷேர்களைப் புரிந்துகொள்வதும் சுலபம். செய்வதும் சுலபம்தான்.

○ ஷேர் வியாபாரம் ஒப்பீடு

பங்கு எனப்படும் 'ஷேர்' என்பது, ஒரு பொருள் வியாபாரம் போன்றது தான். அதனை வாங்கலாம், வைத்திருக்கலாம், விற்கலாம், மீண்டும் வாங்கலாம்.

சில வியாபாரிகளைப் பார்த்திருக்கிறோம். ஒரு நேரத்தில் புளியை (அதேதான். சமைக்கும் புளி) கிலோ கணக்கில் வாங்குவார்கள், வியா பாரத்துக்காக. ஆயிரம் கிலோ என்று வைத்துக் கொள்வோம். கிலோ 60 ரூபாய் விலையில், ஆயிரம் கிலோ புளி வாங்குகிறார். தன் வீட்டின் பின் புறம் ஓர் அறையில் பாதுகாப்பாக வைத்திருக்கிறார். காத்திருக்கிறார். பல காரணங்களுக்காக, புளி விலை ஏறுகிறது. மெல்ல மெல்ல ஏறி, ஒரு நேரத்தில் கிலோ 84 ரூபாய் ஆகிவிடுகிறது.

தன்னிடம் உள்ள 1,000 கிலோவையும் விற்று விடுகிறார். விற்றது, கிலோ ரூ.84க்கு. வாங்கியது, கிலோ ரூ.60-க்கு. கிலோவுக்கு லாபம் ரூபாய் 24. அதாவது சுமார் 24,000 ரூபாய். வைத்திருந்ததோ ஒரு வருடத்துக்கும் குறைவு.

அறுபது ரூபாய்க்கு 24 ரூபாய் வட்டி போலச் சேமிப்பு வளர்ந்திருக் கிறது. என்ன சதவிகிதம்? 40% அல்லவா! முதல், ரூபாய் 60,000, வருமானம் ரூபாய் 24,000! இதுபோலப் பலரும் அரிசி, பருப்பு, வெல்லம், மஞ்சள் எனப் பலவற்றையும் சுலபமாக வாங்கி விற்கிறார்கள். காசு பார்க்கிறார்கள். இதில் லாபம் மட்டும்தான் வருமா? எதில்தான் அப்படிச் சொல்ல, அல்லது எதிர்பார்க்க முடியும்?

வாங்குகிற புளியின் விலை, நாம் வாங்கிய பிறகு, அந்த வருடம் கூடுதல் விளைச்சலினால் வீழ்ச்சியடையலாம். அறுபதிலிருந்து ரூ.56-க்கு வரலாம். இன்னும் 48-க்கே வரும் என்று பேச்சு அடிபடலாம். என்ன செய்வோம்?

'அய்யா சாமி 4 ரூபாய் நஷ்டத்தோட ஆளைவிடு' என்று மொத்தத்தையும் விற்றுவிட்டு வெளியில் ஓடிவந்துவிட மாட்டோமா? செய்வோம்.

நாம் விற்ற பிறகு, 15 நாளில் மீண்டும் அதன் விலை ஏறலாம். அடச்சே! என்ன இது விட்டுவிட்டோமே என்று எண்ணும்போது, விலை இன்னும் ஏகத்துக்கும் ஏறும் என்று கேள்விப்பட்டால் என்னாகும்? விட்டதைப் பிடித்துவிடலாம் என்று தோன்றுமல்லவா? சிலர் மீண்டும் அதே புளியை வாங்குவார்கள். வேறு சில வியாபாரிகளோ, 'சீச்சீ இந்தப் பழம் புளிக்கும்' என்று விட்டுவிடலாம். வேறு சமயங்களில் நாம் வாங்கி வைத்த புளி தரம் கெட்டுவிடலாம் அல்லது நாம் வாங்கியதே சரியில்லாத காய்ச்சல் போறாத புளியாக இருந்தால், அப்பொழுது நம்மால் வாங்கிய விலைக்கு விற்க முடியாது போகலாம். அதனால் நஷ்டம் ஏற்படலாம். வியாபாரத்தில் எல்லாம் சாத்தியம்தான். ஆனால் சிலர் திறமையாக, நிதானமாக, அகலக்கால் வைக்காமல் வியாபாரம் செய்து, பெரும்பாலான நேரங்களில் லாபம் பார்க்கிறார்கள்.

இந்த மளிகைச் சாமான்கள் போல பஞ்சு, பேப்பர், தங்கம் என்று எது வேண்டுமானாலும் நல்ல பொருளாகப் பார்த்து விலை குறைவாய் இருக்கும்பொழுது நம்மால் தாங்கக்கூடிய அளவு, வாங்கிப் பத்திரமாக வைத்துவிடுவது. பின்பு, சரியான நேரத்தில் நல்ல விலை வரும் பொழுது கொஞ்சமாகவோ, மொத்தமாகவோ விற்றுவிடுவது. மீண்டும் அந்தப் பணத்தை வேறு ஏதாவது ஒரு பொருள் வாங்கு வதிலோ அல்லது அதே பொருளை வாங்குவதற்கோ பயன்படுத்துவது.

இதுதானே வியாபாரம் - Trading!

இது புரிந்தால் ஷேர் ஒன்றும் கம்பசூத்திரமில்லை. இதே செயல்பாடுகள், இதே வழிமுறைகள்தான். அதே அளவு லாப நஷ்ட வாய்ப்பு, ஆபத்துகள் தான். கீழே உள்ள அட்டவணையைப் பாருங்கள்.

○ *பணத்தை முதலீடு செய்ய உள்ள பல்வேறு வாய்ப்புகள்*

இந்தப் புத்தகம் முழுவதும் ஷேர் பற்றித்தான் என்றாலும், ஷேர் வியாபாரம் செய்வதற்கு முன், வேறு என்ன என்ன வாய்ப்புகள் (Alternatives) உள்ளன என்று தெரிந்துகொள்ள வேண்டியதும் அவசியம் அல்லவா.

மளிகை வியாபாரத்தில்	ஷேர் வியாபாரத்தில்
புளி	ஷேர்
விற்பவர் ஒருவர்	விற்பவர் ஒருவர்
நாம் வாங்குகிறோம்	நாம் வாங்குகிறோம்
வாங்கித் தருபவர் புளி மண்டிக் காரர்	வாங்கித் தருபவர் ஷேர் புரோக்கர் (Trading Member, TM)
கொடுக்கப்படும் அளவு கிலோக்களில்	கொடுக்கப்படும் அளவு 'மார்க் கெட் லாட்டு'களில், (ஒன்று அல்லது இரண்டு அல்லது ஐந்து அல்லது 100) நிறுவனத்துக்கு நிறுவனம் மாறுபடலாம்.
விலையினை யார் நிர்ணயிக்கி றார்கள்? சந்தைதான். வாங்கு பவர்களும் விற்பவர்களும்.	இங்கும் விலையை வாங்குபவர் களும் விற்பவர்களும்தான் நிர்ண யிக்கிறார்கள். (டாடா மோடார்ஸ் நிறுவனப் பங்கை 820 ரூபாய்க்கு விற்க ஆளில்லாவிட்டால், அதன் விலை, தன் போக்கில் 860, 900 என்று விலை ஏறுகிறது).
வாங்கித் தருபவருக்கு என்ன கொடுப்பது? கமிஷன்தான்.	இங்கும் புரோக்கருக்கு கமிஷன் தரவேண்டும். (Brokerage)
கமிஷன் எவ்வளவு? தெரியாது.	கமிஷன் நூறு ரூபாய்க்கு ஐந்து பைசாவிலிருந்து ஐம்பது காசு வரை. - புரோக்கருக்கு புரோக்கர் வேறுபடலாம்.
வாங்கியதை என்ன செய்யலாம்? தன்னிடத்தில் பத்திரப்படுத்தி நல்ல விலை வரும்பொழுது விற்கலாம். நல்ல விலை வருவதற்கு முன்பே கூட, குறைந்த லாபத்துக்கும் உடனேயே கூட விற்கலாம். நாள் சென்றோ, உடனேயோ நஷ்டத்துக் கும் விற்கலாம். அவரவர் இஷ்டம்! அதிர்ஷ்டம்!	அதே அதே. வாங்கிய ஷேரை தன் பெயருக்கு மாற்றிக் கொள்ளலாம். மாற்றிக்கொண்டு, பின்னால் விற்க நினைக்கும்பொழுது விற்றுக் கொள்ளலாம் அல்லது பெயரே மாற்றாமல் அப்படியே (கைமாற்றி) விற்று விடலாம். ☞

மளிகை வியாபாரத்தில்	ஷேர் வியாபாரத்தில்
புளி விற்றதில் லாபம் வந்தால், அது வருமானமாகக் கருதப் பட்டு, அதற்கு வரி உண்டு. இது வியாபாரம். விளைச்சலுக்குத் தான் வரி கிடையாது. (Agricultural income அல்ல இது).	ஷேர் விற்று லாபம் வந்தால் அது வருமானம் அல்லது Capital gains ஆகக் கருதப்பட்டு, உரிய வருமான வரி கட்ட வேண்டும். இதற்குச் சில விதிவிலக்குகள் உண்டு. (பிறகு பார்க்கலாம்).
ஒருவர் எவ்வளவு புளி வாங்க லாம்? எவ்வளவு கிடைக்கிறதோ அவ்வளவு. எவ்வளவு வாங்க முடியுமோ அவ்வளவு.	ஷேரும் எவ்வளவு கிடைக்கிறதோ, அவ்வளவு. அதேபோல, தான் வாங்க நினைக்கிற அளவு (Quantity) வாங்கலாம்.
புளி மட்டும்தான் வாங்க வேண்டுமா? யார் சொன்னது! பருப்பு, சர்க்கரை, மிளகு என்று எதில் லாபம் கிடைக்கும் என்று நினைக்கிறோமோ அது எல்லாம் வாங்கலாம்.	டி.வி.எஸ். கம்பெனி பங்குகள் வாங்குபவர்கள், எம்.ஆர்.எஃப். கம்பெனி பங்குகளையும் வாங்க லாம். எத்தனை கம்பெனி ஷேர் களை வேண்டுமானாலும் வாங்க லாம். தடை ஏதுமில்லை.
புளி வாங்க என்னென்ன வேண்டும்? முதலில் பணம் அடுத்து, வைத்துக்கொள்ள இடம்!	ஷேர் வாங்கவும் பணம். இங்கு புரோக்கர் கடனெல்லாம் ஒப்புக் கொள்ள மாட்டார். வாங்கிய இரண்டு நாட்களுக்குள் பணம் கொடுத்தாக வேண்டும். ஷேரை தன் பெயரில் மாற்றிக் கொள்ள Demat அக்கவுண்ட் ஒன்று (வங்கிக் கணக்கு போல) திறந்துகொள்ள வேண்டும். வங்கிக் கணக்கும் வருமானவரிக் கணக்கும் அவசியம்.
புளி கெட்டுப் போகக் கூடுமா? ஓ... கெட்டு விடுமே சமயங்களில். அதனால் அதனைத் தொடர்ந்து கவனிக்க வேண்டும்.	வாங்கிய ஷேர்களும் கெட்டு விடலாம். நம்மிடம் இருப்பது அதன் உரிமைதான். உண்மையில் நாம் ஷேர் வாங்கியுள்ள நிறுவனம் கெட்டுவிட்டால், ஷேர் கெட்டு விட்டது போலத்தான். நாம் ஷேர் வாங்கிய நிறுவனம் பற்றிய தகவல் களைத் தொடர்ந்து கவனிக்க வேண்டும். ☞

மளிகை வியாபாரத்தில்	ஷேர் வியாபாரத்தில்
புளி கெடத் தொடங்கினால் விற்று விடலாம் அல்லது சரி செய்து விற் போம் என காத்து இருக்கலாம்.	ஷேர்களையும் விற்று விடலாம் அல்லது நிறுவனம் சரியாகிவிடும் என்ற நம்பிக்கையில் காத்திருக்க லாம்.
புளியின் விலை ஏற்ற இறக்கங்கள் எவற்றைப் பொறுத்தது?	ஒரு நிறுவனத்தின் ஷேர் விலை ஏன் ஏறுகிறது, இறங்குகிறது?
புளியின் தன்மை, அந்த வருட விளைச்சல், வாங்குபவர்- விற்பவர் எண்ணிக்கை, வரி விகிதத்தில் மாறு பாடுகள், அரசாங்கத்தின் கொள் கைகள் (சலுகை, தடை, கட்டுப் பாடுகள்), நாட்டின் சூழ்நிலை (வறட்சி, போர் அபாயம், பொருளா தார நிலவரம்) புளிக்கு மாற்றுப் பொருள் (வினிகர், எலுமிச்சை) உள்ளிட்ட பல்வேறு காரணங் களைப் பொறுத்தது.	அந்த நிறுவனத்தின் செயல்பாடு, அதன் எதிர்காலம் பற்றிய எதிர் பார்ப்பு, அதன் பொருட்களின் மீது வரி ஏற்றுதல் அல்லது நீக்குதல், புதிய வியாபார வாய்ப்புகள் அல் லது இழப்புகள், தொடர்ந்து நன்கு செயல்படக்கூடிய வாய்ப்புகள் / வாய்ப்பு பறிபோதல், வியாபாரச் சூழ்நிலை பருவ மழை, மக்களின் வாங்கும் சக்தி, போட்டியாளர் களின் செயல்பாடு, தேசத்தின் பொருளாதார நிலை என இதுவும் பல்வேறு காரணங்களைப் பொறுத்தது.

புளி வியாபாரமும், ஷேர் வியாபாரமும் ஒன்று போலவே இருக்கிறதே! வேற்றுமைகளே இல்லையா என்று கேட்கிறீர்களா? ஓ... இருக்கிறதே!

வேற்றுமைகள்	
புளி, குட்டி போடுமா? இதென்ன காட்டுப் புலியா! அதெல்லாம் முடியாது.	ஷேர் அஃறிணைதான், ஆனால் குட்டி போடும். எல்லா ஷேர்களும் என்று சொல்லிவிட முடியாது. நல்ல ஷேர்கள் குட்டி போடும். சில 'தாயே' கூட போடும். ஆமாங்க.. தாய் சிறியதாக ஈன்றால்தானே அதற்குப் பெயர் 'குட்டி?' சில ஷேர்கள், தங்கள் அளவுக்கே இலவச மாய் போனஸ் ஷேர்கள் தரும்.

வேற்றுமைகள்	
	யூனிடெக் என்ற நிறுவனம், 2006 ஆண்டு, ஒரு ஷேருக்கு பதினொரு ஷேர் இனாமாகக் கொடுத்தது. 2006-ல் இன்ஃபோசிஸ் நிறுவனம், ஒன்றுக்கு ஒன்று என போனஸ் ஷேர் கொடுத்தது.
புளி பால் கொடுக்குமா? அதனால் வருமானம் வருமா? என்ன விளையாடுகிறீர்களா? இது என்ன கேள்வி? இது புளி சார். ஆங்கிலத்தில் 'டாமரிண்ட்' (Tamarind). அதெல்லாம் செய்யாது.	கறவை மாடு, பால் கொடுப்பதுபோல ஷேர், டிவிடெண்ட் என்ற பங்காதாயத்தினை கொடுக்கும். தாய்ப் பசு கன்று ஈன்றது போதாதென்று, தினம் தினம் பால் வேறு நமக்குக் கொடுக்கும். விற்று காசு பார்க்கலாம். பஜாஜ் ஆட்டோ, ஹீரோ ஹோண்டா, இன்ஃபோசிஸ் போன்ற நிறுவனங்கள், முதலைவிட (capital) அதிகமாக ஆண்டுக்கு ஆண்டு டிவிடெண்ட் கொடுக்கின்றன. பத்து ரூபாய் ஷேருக்கு, 15 ரூபாய் ஆண்டு டிவிடெண்ட்!

நம் எதிர்பார்ப்புகள் என்ன?

ஒருவர், தன்னுடைய பணத்தை எதில் முதலீடு செய்தாலும் மூன்று விஷயங்களைக் கவனிக்க வேண்டும்.

1. முதலுக்கு மோசமில்லையா? அதாவது Safety first.
2. போட்ட முதலுக்கு எவ்வளவு வருமானம் வரும்? Returns.
3. ஓர் அவசரத்துக்கு வேண்டுமென்றால், போட்ட முதலைத் திரும்ப எடுக்க முடியுமா? அதாவது liquidity எப்படி?

சேர்த்துவைத்த பணத்தில் ஒரு நல்ல வீடாகப் பார்த்து விலைக்கு வாங்கிப் போட்டாயிற்று. மிகவும் பாதுகாப்பான முதலீடு. ஆனால், அதிலிருந்து என்ன வருமானம் வருகிறது? வாடகை. இது ஒரு வருமானம். மேலும், இது தவிர, வீட்டின் விலை கூடிக்கொண்டே

போகிறதா? அதுவும் வருமானம்தான். முதல் இரண்டு தேவைகளும் நிறைவாகிறது. சரி. அதேபோல நினைத்த நேரம் உடனடியாக வீட்டை விற்க முடியுமா? அதுதான் liquidity எனப்படும் மூன்றாவது தேவை.

என் தந்தை கடலூர் பக்கம் நிறைய ஏக்கர் முந்திரித் தோப்பு வாங்கி வைத்திருந்தார். எனக்குத் தெரிந்து அதனைச் சரியான விலையில் விற்க, அவர் ஏறத்தாழ 10 வருடங்களுக்கும் மேலாகச் சிரமப்பட்டார். இந்த 'முந்திரித் தோட்டம்' என்ற அசையாச் சொத்தில் 1) ஊருக்கு வெளியே, 2) முந்திரித் தோட்டம், 3) அதன் அளவுகாரணமான பெரிய விலை என்ற மூன்று காரணங்களால் அதை வாங்கக் கூடியவர்களை அவரால் சுலபமாகக் கண்டுபிடிக்க முடியவில்லை. தோட்டம் வாங்கியதில், முதல் தேவையான பாதுகாப்பு அதிகமிருந்தது. வருமானமும் பரவாயில்லை. ஆனால், அது liquidity இல்லாமல் illiquid ஆக சிரமப்படுத்தியது.

முன்பு பல ஃபைனான்ஸ் கம்பெனிகள் வந்தன. 36 சதவிகிதம், 48 சதவிகிதம் என வட்டி தந்தன. தொடர்ந்து தருவோம் என்றன. மக்கள் விழுந்தடித்துக்கொண்டு அவற்றில் முதலீடு செய்தார்கள். பின்பு அந்த நிறுவனங்களே காணாமல் போயின. கூடவே மக்கள் போட்ட தொகைகளும். நிறைய வருமானம் (Return) வரும் என எதிர்பார்த்து முதல் தேவையான Safetyயில் கோட்டை விட்டார்கள்.

இதுபோல, Safety-யும் Liquidity-யும் இருக்கும். ஆனால், வருமானம் சரியாக இல்லாத முதலீடுகளும் உண்டு. இதற்கு உதாரணமாக தேசியமயமாக்கப்பட்ட வங்கிகளில் உள்ள சேமிப்புக் கணக்கில் போடும் தொகைகளைச் சொல்லலாம். மிகவும் பாதுகாப்பானது எப்போது வேண்டுமானாலும், முழுவதையும்கூட எடுத்துக் கொள்ளலாம். ஆனால், வட்டி 4.5% தான். ஆம். நூறு ரூபாய்க்கு வருடத்துக்கு 4.5 ரூபாய்!

இப்படி எல்லா முதலீடுகளுக்கும் மூன்றில் ஏதாவது ஒன்று அல்லது இரண்டு குறைந்தால் எதில்தான் முதலீடு செய்வதாம்? நியாயமான கேள்வி.

மாறுபடும் தேவைகள்

ஒரு வயதான குடும்பத் தலைவர், அவருடைய வேலைக்குப்போகும் 40 வயது மகன், வேலையில் இப்பொழுதுதான் சேர்ந்திருக்கும் மகன் என்ற இவர்கள் மூவரின் பணத்தேவைகளும் எப்படியிருக்கும் ஒன்றுபோல இருக்கமுடியுமா? இருக்கவே முடியாது.

அதேபோல, வேலைக்குப் போகும் நபர்களின் தேவைகளும் மாறுபடும். நிரந்தரமில்லாத வேலை, நிரந்தரமான வேலை; சீரான வருமானம்

குறைந்தும் அதிகரித்தும் மாறி மாறி வரும் வருமானம்; சாதாரண ஊதியம், அதிக ஊதியம் என்று. அப்படிப்பட்ட மாத வருமானங்களிலும், பலவிதங்கள் உள்ளன. ஆகையால் இவர்களாலும் தங்கள் பணத்தை ஒன்று போலவே சேமிக்க முடியாது.

சிலருடைய குடும்பம், மிகச் சிறியதாக இருக்கும். வேறு சிலருக்குப் பெண் குழந்தைகள் அதிகமிருக்கலாம். அவர்களுக்கெல்லாம் நிறைய செலவு செய்து திருமணம் செய்யவேண்டியிருக்கலாம். வேறு சிலருடைய பிள்ளைகள், பெரிய படிப்பு படிப்பார்கள். அதற்காக ஆண்டுதோறும் மொத்தமாக ஒரு தொகை கட்டவேண்டி வரும் (சுயநிதிக் கல்லூரி). வேறு சிலர் குடும்பத்தில், திடீர் திடீரென்று மருத்துவச் செலவுகள் பெரிதாக வரலாம்.

ஆக, நபருக்கு நபர் -

- சம்பாதிக்கும் திறன் வேறுபடுகிறது.
- சம்பாதிக்கும் அளவு வேறுபடுகிறது.
- சம்பாதிக்கும் நேரம் (தொடர்ந்தோ, விட்டுவிட்டோ) வேறுபடுகிறது.

அதேபோல, நபருக்கு நபர் -

- செலவுக்கான தேவைகள் மாறுபடுகின்றன.
- செலவுக்கான அவசரங்கள் மாறுபடுகின்றன.
- செலவுத்தொகைகளும் மாறுபடுகின்றன.

ஆகவே, அனைவராலும் நிச்சயம் ஒன்றுபோலவே சேமிக்க முடியாது. அதேபோல, ஒன்றுபோலவே முதலீடும் செய்ய முடியாது. இந்த வேற்றுமைகளை மனத்தில் கொண்டுதான், ஒவ்வொருவரும் தங்கள் நிதித்திட்டத்தை (Financial planning) தங்களுக்கு ஏற்றவாறு மாற்றிச் செய்துகொள்ளவேண்டும்.

அவர் செய்கிறார், இவர் செய்கிறார் என்றோ, அதில் போட்டிருக் கிறார்கள், இதில் போடச் சொன்னார்கள் என்றோ சூடுபோட்டுக் கொள்ள வேண்டாம்.

ஒரு மன நிம்மதியைத் தீர்மானிக்கிற, நம் வாழ்க்கை வசதிகளைத் தீர்மானிக்கிற இந்தப் பண விஷயத்தில், கவனமாக முடிவு எடுப்பது தான் நல்லது.

சரி, அவரவர் நிலைமையைப் பொருத்துத்தான் எல்லாம் என்பதை ஒப்புக்கொண்டாயிற்று. அவ்வளவுதானே என்கிறீர்களா? கொஞ்சம் பொறுங்கள். இன்னும் ஒரு விஷயம் இருக்கிறது.

மனோபாவம்

ஒரே மாதிரி வேலை, ஊதியம். குடும்ப அமைப்புகூட ஒரேபோல. அவர்கள் ஒன்றுபோல முதலீடு செய்யமுடியுமா? சொல்லமுடியாது. அவர்கள் இவற்றிலெல்லாம் ஒன்றுபோல இருந்தாலும் அவர்கள் ஒரே மாதிரி சிந்திப்பதில்லை. காரணம், அவர்களின் குணாதிசயங்கள், மனோபாவங்கள் வேறுமாதிரி இருக்கும்.

'போடுடா, பாத்துக்கலாம். என்ன தலையா முழுகிடப்போகுது?' என்று சிலர் இருக்கிறார்கள். எதையும் முயற்சி செய்வார்கள். பயம் கிடையாது. இதற்கு 'non-risk averse' என்பார்கள்.

வேறு சிலர் இருக்கிறார்கள். எதற்கும் சுலபமாகப் பயந்து விடுவார்கள். சூரியன் லேசாக மறைந்தாலே, மழை கொட்டப் போகிறது என்று வீட்டுக்கு ஓடி குடையை எடுத்துக்கொண்டுதான் மீண்டும் தெருவில் இறங்குவார்கள்.

இதுபோன்ற மனோபாவம் உள்ளவர்களின் முதலீடு பற்றிய, பணம் பற்றிய அணுகுமுறைகளும் இப்படியேதான் இருக்கும்.

நாம் எப்படி? தைரியம், துணிச்சல், பொறுமை, பொறுத்துப் பார்த்தல், கணித்தல், சரியாக முடிவெடுத்தல் போன்றவற்றில் நம் நிலைமை என்ன என்பதையும் முதலீடு செய்யும் முன்பு பார்த்துக்கொள்ள வேண்டும். இவற்றையெல்லாம் பொருத்துத்தான், எதில் முதலீடு செய்வது என்பதை முடிவு செய்யவேண்டும்.

ரஜினி, கமல் மாதிரி பெரிய ஸ்டார்களை வைத்துத்தான் சிலர் படம் எடுப்பார்கள். வேறு சிலர், புதுமுகங்களை வைத்துத்தான்; குறைந்த பட் ஜெட்டில்தான். எது சரி? சொல்லவே முடியாது. அவரவர் நிலைமை, ஆசை, அணுகுமுறை, தாங்கும் சக்திகளைப் பொருத்து அல்லவா? இங்கும் அதே அதே...

பல்வேறு வாய்ப்புகள்

அசையாச் சொத்துகள் (ரியல் எஸ்டேட் உள்பட) போன்றவற்றை விட்டு விடலாம். இடத்துக்கு இடம் மாறுபடும் விலைகள் அவை. அதேபோல தங்கம், வெள்ளியையும் விட்டுவிடலாம்.

மீதி இருப்பவை, பணம் போட்டுப் பணம் பெறுபவைதான். 'ஷேர்' பற்றிப் பேசும்பொழுது அவற்றோடு ஒப்பிடுவதுதான் சரியாக இருக்கும் என்று நினைக்கிறேன்.

முதலில் அதன் பட்டியலைப் பார்த்து விடுவோம்.

1. வைப்புகள் (Deposits)

- போஸ்ட் ஆபீஸ் ரெக்கரிங் டெப்பாசிட்
- வங்கிகளில் ஃபிக்ஸட் டெப்பாசிட்
- நிறுவனங்களில் ஃபிக்ஸட் டெப்பாசிட்

2. அரசு திட்டங்கள்

- தேசிய சிறுசேமிப்புத் திட்டம்
  (நேஷனல் சேவிங்ஸ் சர்டிபிகேட் - NSC)
- பப்ளிக் பிராவிடண்ட் ஃபண்டு (PPF)
- கிசான் விகாஸ் பத்திரம் (KVP)

3. கடன் பத்திரங்கள்
(டெட் இன்ஸ்ட்ருமெண்ட்ஸ் - Debt Instruments)

- பப்ளிக் செக்டார் பாண்டுகள்
- கவர்ன்மெண்ட் செக்யூரிட்டிகள்
- டிரஷரி பில்ஸ்
- மாநில அரசின் பாண்டுகள்
- நிறுவனங்கள் வழங்கும் டிபென்ச்சர்கள்
- நிதி நிறுவனங்களின் பாண்டுகள்
- கமெர்ஷியல் பேப்பர்கள்

4. பரஸ்பர நிதிகள் (Mutual Funds)

- பாதுகாப்புக்கு முக்கியத்துவம் கொடுப்பவை
- வளர்ச்சிக்கு முக்கியத்துவம் கொடுப்பவை
- இரண்டுக்கும் முக்கியத்துவம் கொடுப்பவை

5. டெரிவேடிவ் புராடக்ட்ஸ் (Derivative Products)

- ஃபியூச்சர்ஸ் (Futures)
- ஆப்ஷன்ஸ் (Options)
- ஃபார்வர்ட்ஸ் (Forwards)
- வாரண்ட்ஸ் (Warrants)
- ஸ்வாப்ஸ் (Swaps)

6. பங்குகள் (Shares)

- ஈக்விட்டி ஷேர்ஸ் (Equity Shares)
- பிரிஃபரன்ஸ் ஷேர்ஸ் (Preference Shares)

இவ்வளவு வாய்ப்புகள் இருக்கின்றன. இவற்றில் எதில் வேண்டு மானாலும் முதலீடு செய்து, பணம் சம்பாதிக்கலாம். இவை ஒவ் வொன்றுக்கும் என்று தனிப்பட்ட குணாதிசயங்கள் உண்டு. அதனால் தான் இத்தனை வகைகளும் தொடர்ந்து சந்தையில் நிலையாக இருக்கின்றன. எதற்கு எது?

நம்முடைய பொருளாதார நிலை, நிரந்தர வருமானம், நம் மனப்பாங்கு இவற்றைப் பொறுத்து நாம் தேர்வு செய்யும் முதலீட்டுக்கான 'இடம்' அமைய வேண்டும் என்று பார்த்தோம். மேலே சொன்ன ஆறு வாய்ப்பு களின் பொதுவான குணாதிசயங்களை இப்பொழுது பார்ப்போம்.

மாறாத வருமானம் (Fixed Returns)

ஆண்டுக்கு இவ்வளவு என்று முன்கூட்டியே தீர்மானம் செய்து, கட்டாயம் அதனைத் தருகின்றவற்றுக்கு 'ஃபிக்ஸட் ரிடர்ன்ஸ்' என்று பெயர்.

வங்கிகள், கம்பெனிகள், நிதி நிறுவனங்கள், அஞ்சலகம் என எங்கே FD (Fixed Deposit) செய்தாலும், அதில் வரும் வருமானம் மாறாது.

அதேபோல டிபென்ச்சர்கள், பாண்டுகள். இதனைச் சுலபமாகச் சொல்வதென்றால் பகுதி 1, 2, 3-ல் உள்ளவை அனைத்தும் இந்த வகையைச் சேர்ந்தவை.

மாறும் வருமானம் (Variable Returns)

பகுதி 4, 5, 6-ல் உள்ளவை இந்த வகையைச் சார்ந்தவை. ஒரு பங்குக்கு ஆண்டுக்கு இவ்வளவு டிவிடெண்ட் (Dividend) என்று முன்கூட்டிச் சொல்ல முடியாது, சொல்லவும் மாட்டார்கள். கடந்த ஆண்டைவிட அதிகரிக்கலாம் அல்லது குறையலாம். ஏன்... இல்லாமலேயே கூடப் போகலாம். அதுபோன்ற மாறும் வருமானம் தருபவை இந்த முதலீடுகள். அதேபோலத்தான், அவற்றின் சந்தைவிலை ஏற்ற இறக்கங்களினால் கிடைக்கக் கூடிய லாபநஷ்டங்களும்.

வரிவிலக்கு உள்ளவை

அரசு நடத்தும் அஞ்சலக சேமிப்புகள், வைப்புகள், NSC, KVP, பாண்டுகள் முதலியவற்றிலிருந்து வரும் வருமானத்துக்கு, குறிப்பிட்ட செக்ஷன்கள் கீழ் வரிவிலக்கு உண்டு. அதேபோல சில மியூச்சுவல் ஃபண்டுகள் நடத்தும் 'ஸ்கீம்'களுக்கும் உண்டு. இவற்றை அந்தந்தத் திட்டங்களில் பார்த்துத் தெரிந்துகொள்ள வேண்டும்.

கடந்த சில ஆண்டுகளாக ஷேர்களில் இருந்து வரும் ஈவுத்தொகை மொத்தத்துக்குமே வரி கிடையாது. ஆம் அது எவ்வளவு பெரிய தொகையாக இருந்தாலும்!

கால அளவுள்ளவை

சில திட்டங்கள், அவர்கள் அறிவித்துள்ள கால அளவு உள்ளவை. அந்த அளவு காலத்துக்குப் பிறகுதான் முதல் திரும்பத் தரப்படும். உதாரணத் துக்கு NSC, KVP முதலியன. அதே போலத்தான் அரசு வெளியிடும் பாண்டுகளும், நிறுவனங்கள் வெளியிடும் டிபென்ச்சர்களும் கூட.

NSC, KVP தவிர மற்றவற்றை இடையே வெளி மார்க்கெட்டிலும் விற்கலாம்; வாங்கலாம். விலைகள் நாம் வாங்கியதைக் காட்டிலும் மார்க்கெட் நிலவரத்தைப் பொருத்து கூடுதலாகவோ குறைவாகவோ இருக்கும்.

NSC, KVP களின் மீது கடன் கிடைக்கும். அவசரத்துக்கு அடகு வைத் தால், வருமானத்தைவிட அதிக அளவு வட்டி கொடுக்க வேண்டி வரும்.

கால அளவில்லாதவை

பரஸ்பர நிதி, ஷேர்கள் மற்றும் டெரிவேட்டிவ்ஸுக்கு *(4, 5, 6-ம் பகுதி)* கால அளவு கிடையாது. இன்று வாங்கி இன்றே விற்கலாம். வாழ்க்கை (நம் மற்றும் நிறுவன வாழ்க்கை) முழுக்கக்கூட வைத்திருக்கலாம்.

கவனிக்க வேண்டியவை

வங்கி, நிறுவன வைப்புகள், NSC, KVP பாண்டுகள் முதலியவற்றில் பணத்தைப் போட்ட பிறகு, நாம் தினம் தினம் கவனித்துக் கொண் டிருக்க வேண்டுமென்பதில்லை. கவனித்தாலும் நம்மால் அதிலிருந்து வரும் வருமானத்தை அதிகரித்துவிட முடியாது. தருவதுதான் தருவார்கள். ஏதாவது பெரிதாகக் கெட்டுப் போய்விட்டதா என்பதை மட்டும் தள்ளியிருந்து பார்த்தால் போதும். ஆனால் மாறுபடும் வருமானம் தரும் *(4, 5, 6-ம் பகுதி)* விஷயங்களை 'கண்ணில் விளக் கெண்ணெய் விட்டுக்கொண்டு' கவனிக்க வேண்டும். வேகமாக முடிவுகள் எடுக்க வேண்டும். சரியாகச் செய்தால்தான், நஷ்டங்களைத் தடுக்க முடியும். அதேபோல, பெரிய லாபங்களையும் பெறமுடியும். அதனால் தான் ரிஸ்க் இருந்தாலும் அதன் மீது பலருக்கும் அவ்வளவு ஆர்வம்.

முதலீட்டாளர்கள் நலன் கருதி, செபி (SEBI) வெளியிட்டிருந்த கையேடு ஒன்றில் கண்ட அட்டவணையைப் பார்க்கலாம்.

மொத்தப்பார்வை (Overview)

PPF - பப்ளிக் பிராவிடண்ட் ஃபண்ட்: இது 15 ஆண்டுகளுக்கான திட்டம். ஒவ்வொரு வருடமும் தவறாமல் குறைந்தபட்சம் ரூ. 500 தொடர் முதலீடு

செய்யவேண்டும். இதற்குத் தற்சமயம் 8% ஓர் ஆண்டில் அதிகபட்சமாக ரூ. 70,000/- வரை மட்டுமே முதலீடு செய்யலாம். குறைந்த பட்சம் 6,500/- வட்டி வழங்கப்படுகிறது. இதில் முதலீடு செய்யப்படும் வருமானத்துக்கு, அதிகபட்சமாக ரூ. 1,00,000 வரை வருமான வரிச்சட்டம் செக்ஷன் 88-ன் கீழ் விலக்கு அளிக்கப்படுகிறது. இதில் முதலீடு செய்த பணத்தில் ஒரு பகுதியை ஏழு ஆண்டுகளுக்குப் பிறகு எடுக்கலாம். அதே போல மூன்றாவது ஆண்டிலிருந்து கடனும் பெறலாம். இந்த 15 ஆண்டுத் திட்டத்தை நாம் விருப்பப்பட்டால் ஐந்து ஆண்டுகளின் மடங்குகளாகவும் நீட்டித்துக் கொள்ளலாம்.

NSC - நேஷனல் சேவிங்ஸ் சர்டிபிகேட்: இது ஆறு ஆண்டுகளுக்கான திட்டம். குறைந்தபட்ச முதலீடு ரூ.100, அதிகபட்ச முதலீடு ரூ.1,00,000 (செக்ஷன் 88-ன் கீழ், முதலீடு செய்யும் முதலுக்கு வரிச்சலுகை பெறலாம்). இதிலிருந்து கிடைக்கும் (வட்டி) வருமானத்துக்குப் செக்ஷன் 80-ன் கீழ் வரி கிடையாது. (வருட வருமானம் குறிப்பிட்ட தொகைக்கு மேலிருப்பவர்களுக்கு இந்தச் சலுகைகள் எதுவும் கிடையாது என்று சமீபத்திய மாறுதல். கவனம் தேவை). கொடுக்கப் படும் வட்டி விகிதம் 8. ஆறு ஆண்டுகளுக்கு முன்பாக, முதலீட்டு பணத்தை திரும்ப வாங்க முடியாது.

போஸ்ட் ஆபீஸ் டைம் டெபாசிட் அக்கவுண்ட்: ஒன்று முதல் நான்கு ஆண்டுகள் வரையிலான திட்டம் 6.25 முதல் 7.50% வரை வட்டி. குறைந்த பட்ச முதலீடு ரூ.1,000. அதிகபட்ச முதலீடு தனி நபருக்கு ரூ.3 லட்சம் கூட்டு முதலீட்டுக்கு ரூ.6 லட்சம். மாதாந்திர வருமானம் செக்ஷன் 80-ன் கீழ் சலுகை பெறும்.

KVP - கிசான் விகாஸ் பத்திரம்: முதலீடு செய்யும் பணம் - குறிப்பிட்ட ஆண்டுகளில் இரண்டு மடங்காகத் திரும்பத் தரப்படும். நடப்பு வட்டிவிகிதத்தைப் பொறுத்து 'முதிர்ச்சிக் காலம்' (Maturity Period) முடிவு செய்யப்படும். எந்த வரிச்சலுகையும் கிடையாது. 2.5 ஆண்டுகள் முடிந்ததும் முதலீட்டைத் திரும்பப் பெறலாம்.

நிறுவனங்களின் FD (Fixed Deposit): வட்டிவிகிதங்கள் அடிக்கடி மாறும். வைப்புக் கால அளவைப் பொறுத்து அதிகரிக்கும். கிடைக்கும் வட்டிக்கு வருமானவரிச் சலுகை இல்லை. ஓர் ஆண்டில் ஒரு குறிப்பிட்ட தொகைக்கு மேலாகக் கிடைக்கும் வட்டிக்கு வரியைப் பிடித்தம் செய்துகொண்டு (TDS) மீதத்தைத் தருவார்கள்!

அரசாங்கத்தின் பாண்டுகள்: ஓர் ஆண்டு முதல் 30 ஆண்டுகள் வரை என்று பலவிதங்கள் உண்டு. இதில் முதலீடு செய்ய, ஒரு டிமேட் கணக்கு தேவை (இதைப்பற்றி பின்னால் தெரிந்துகொள்ளப் போகிறீர்கள்).

முதலீட்டுக்கான வாய்ப்பு	முதலைத் திரும்ப எடுத்துக்கொள்ளக் கூடிய வாய்ப்பு (Liquidity)	முதலுக்குப் பாதுகாப்பு	முழு கவனம் தேவையா	வரிச் சலுகைகள்	தேவைப்படும் பண அளவு
ஷேர்கள் (Equity Shares)	மிதம் முதல் அதிகம்	குறைவு	பொதுவாக ஆம்	பங்காதாயத் துக்கு (Divi dend) வரி கிடையாது. முதல் பெருக்கத் துக்கு (Capi tal gains) உண்டு.	ஓரளவு
நிறுவனங்களின் கடன் பத்திரங்கள்	குறைவு	மிதம்	பொதுவாக இல்லை	வரி உண்டு	ஓரளவு
பொதுத்துறை மற்றும் நிதி நிறுவனங்களின் பாண்டுகள்	ஓரளவு	அதிகம்	இல்லை	மிதம்	குறைவு
ரிசர்வ் வங்கியின் வரியில்லா பாண்டுகள்	ஓரளவு	அதிகம்	இல்லை	நிறைய	குறைவு
கடன் பத்திரங்களில் முதலீடு செய்யும் மியூச்சுவல் ஃபண்டுகள்	அதிகம்	மிதம்	இல்லை		குறைவு
ஈக்விட்டி ஷேர் களில் முதலீடு செய் யும் மியூச்சுவல் ஃபண்டுகள்	அதிகம்	குறைவு	இல்லை	மிதம்	குறைவு

இதிலிருந்து கிடைக்கும் வருமானத்துக்குக் கூடுதலாக செக்ஷன் 80-ன் கீழ் ரூ. 3,000 வரை ஒவ்வொரு நிதியாண்டுக்கும் வரிச்சலுகை உண்டு.

வரிச்சலுகைகள்: சில குறிப்பிட்ட முதலீடுகளுக்கு மத்திய அரசு வருமான வரியிலிருந்து விலக்கு அளிக்கிறது. இது ஆண்டுக்கு ஆண்டு அரசு பட்ஜெட் தாக்கல் செய்யும்பொழுது மாறுபடலாம்.

வருமான வரிச் சட்டம் செக்ஷன் 88-ல் குறிப்பிட்டுள்ள முதலீடுகளில் பணத்தை ஒருவர், அந்தக் கணக்காண்டில் முதலீடு செய்யும் பட்சத்தில், அவருக்கு அவருடைய கணக்கிடப்பட்ட மொத்த வருமான வரியிலிருந்து குறிப்பிட்ட தொகை குறைக்கப்படும். ஆண்டுக்காண்டு மாறும் இந்த விஷயங்களை விவரம் தெரிந்தவர்களிடம் கேட்டுத் தெரிந்து கொள்வது நல்லது.

செக்ஷன் 80-ன் படி, NSC போன்ற குறிப்பிட்ட முதலீடுகளில் இருந்து வருகின்ற ஒரு குறிப்பிட்ட அளவிலான ஆண்டு வருமானத்துக்கும் (தற்போது ரூ. 12 ஆயிரம் வரை) விலக்கு அளிக்கப்படுகிறது.

செக்ஷன் 80 CCC-ன் படி, LIC, HDFC போன்ற நிறுவனங்கள் வழங்குகின்ற சில காப்பீட்டுத் திட்டங்களில் முதலீடு செய்தால், ஒரு குறிப்பிட்ட தொகையை வரிக்கு முந்தைய ஆண்டு வருமானத்திலிருந்து குறைத்துக் கணக்கிடலாம்.

இனி ஷேர்களைப் பற்றி விரிவாகப் பார்ப்போம்.

2

ஷேர்களில் பணம் சம்பாதிக்க வழிகள்

ஷேர்களில் பணம் சம்பாதிக்க நிறைய வழிகள் உள்ளன. நல்ல பணம் சம்பாதித்தவர்கள் இருக்கிறார்கள். அதேசமயம், பணத்தை இழக்கவும் நிறைய ஆபத்துக்கள் உள்ளன. அத்தகைய ஆபத்துகளே இல்லாத, மிகப் பாதுகாப்பான தொழில்கள் ஏதும் இருக்கிறதா என்ன?

இந்த ஆபத்துகள் பற்றிச் சரியாகத் தெரிந்து கொள்ள வேண்டியது மிக மிக அவசியம். ஏன் என்றால், இந்த ஷேர் மார்க்கெட்டில் பணம் பண்ணுவது, இழப்பது இரண்டுமே சுலபம். பெரும்பான்மையான சமயங்களில் லாபமோ, நஷ்டமோ ஓரிரண்டு நாள்களில், ஓரிரு மணி நேரங்களில், ஏன் ஓரிரு நிமிடங்களிலேயேகூட நடந்து விடும்.

'என்ன இது ரேஸ் ஆடுற மாதிரி இருக்கே!' என்று சிலர் கேட்கலாம். சில சமயங்களில் ஆமாம். இந்தத் தொழிலையும் சிலர் ரேஸ் ஆடுவது போலத்தான் செய்கிறார்கள். அதுதான் காரணம்.

வேறு சிலர் இதனை ஒரு 'கணக்கு' போல யோசித்து, யோசித்துக் கவன மாகச் செய்கிறார்கள். அவர்களைப் பொறுத்தவரை பெரிய நஷ்டங்கள் வராது.

○ பங்குகள் (Shares)

எல்லாம் சரி. ஷேர் என்றால் என்ன?

'ஷேர் ஆட்டோ' இப்பொழுது பிரபலமாகிவிட்ட ஒரு வார்த்தை. முன்பின் தெரியாத யார் யாரோ ஒரு பேருந்தில் போகிறோம். ஆனால் ஆட்டோவில் நாம் தனியாகவோ அல்லது நம் நண்பர்கள், குடும்பத் தாருடனோ மட்டும்தான் போய்க் கொண்டிருந்தோம்.

வந்தது 'ஷேர் ஆட்டோ.' யார் வேண்டுமானாலும் வேறு யாரோ ஒருவருடன் போகத் தொடங்கிவிட்டோம். 'ஆட்டோ ரிக்ஷாவை' ஷேர்

செய்து (பங்கு போட்டு) கொள்கிறோம். அதேபோல, ஷேர் டாக்ஸியையும்.

தனியொருவர் முதல் போட்டு வியாபாரம் செய்தால், அது sole proprietorship, தனியார் வியாபாரம். சிலர் கூட்டுச் சேர்ந்து செய்தால் அது பார்ட்னர்ஷிப். அந்த முகம் தெரிந்த, நம்பகமான சிலரையும் தாண்டி, வேறு பலரையும் சேர்த்துக் கொண்டு வியாபாரம் செய்வதற்காக, ஒரு நிறுவனத்தை உருவாக்கினால் அதற்குப் பெயர்தான் 'கம்பெனி'.

இந்த கம்பெனியை ரெஜிஸ்டிரார் ஆஃப் கம்பெனீஸ் என்னும் இடத்தில் பதிவு செய்து கொள்ளவேண்டும். இந்த கம்பெனிக்கு லிமிடெட் லயபிலிட்டி கம்பெனி என்று பொருள். அதாவது, கம்பெனியின் கடன்களுக்கு கம்பெனியின் பங்குதாரர்கள் பொறுப்பல்ல. அந்த கம்பெனிதான் பொறுப்பு.

உதாரணத்துக்கு, தனியார் வியாபாரத்தில் வியாபாரத்தை நடத்துபவர், வெளியாரிடமிருந்து ஒரு லட்ச ரூபாய் கடன் வாங்கினார் என்று வைத்துக்கொள்வோம். அந்த வியாபாரம் நஷ்டத்தில் மூழ்கினால் அந்த வியாபாரத்தை நடத்துபவர், எப்படியாவது அந்தக் கடனை அடைத்தாக வேண்டும். ஆனால் லிமிடெட் லயபிலிட்டி கம்பெனியில், பங்கு தாரர்கள் அந்த கம்பெனி வாங்கும் கடனைப் பற்றிக் கவலைப்பட வேண்டியதில்லை. ஆனால், அந்த கம்பெனியின் டைரக்டர்களுக்கு என்று சில கடமைகள் உள்ளன.

இப்படிப்பட்ட கம்பெனிகள், முதல் சேர்க்க ஷேர்கள் எனப்படும் பங்குகளை வெளியிடுவார்கள். ஒவ்வொரு ஷேருக்கும் ஒரு குறிப் பிட்ட முகப்பு விலை இருக்கும். ஆனால் அந்த ஷேரை விற்கும் பொழுது அதற்கு முகப்பு விலையைவிட, அதிக விலை இருக்கலாம்.

இப்படிப்பட்ட நிறுவனங்களின் ஷேர்களை வாங்கி விற்றால், அதுதான் ஷேர் வியாபாரம்.

இன்றைக்குப் பிரபலமாயிருக்கும் மிகப் பெரும்பான்மையான நிறுவனங்கள், இந்த முறையில்தான் நடத்தப்படுகின்றன.

BHEL, ONGC, HPCL போன்ற பொதுத்துறை நிறுவனங்கள், டாடா மோட்டார்ஸ், டாடா ஸ்டீல், டி.வி.எஸ். மோட்டார்ஸ், ஹீரோ ஹோண்டா, சுந்தரம் ஃபைனான்ஸ், ரிலையன்ஸ், ஸ்பிக், EID பாரி, கோல்கேட், இந்துஸ்தான் லீவர், இன்ஃபோசிஸ், டாடா கன்சல்டன் சீஸ், விப்ரோ போன்ற நிறுவனங்கள் எல்லாமே பங்குகள் அடிப் படையில் முதல் போட்டு நடைபெறும் நிறுவனங்கள்தாம். உதா ரணத்துக்கு ஒரு நிறுவனத்தை மட்டும் எடுத்துச் சற்று விரிவாகப் பார்ப்போம்.

நிறுவனத்தின் பெயர் அமிர்தான்ஜன் லிட். அது முக்கியமல்ல. ஆனால் கீழே தரப்படும் விவரங்கள் எல்லாம் அந்தக் குறிப்பிட்ட நிறுவனத்தின் உண்மையான தகவல்கள். 31 மார்ச் 2011 கணக்கின்படி, நிறுவனத்தின் மொத்த முதலீடு (Share Capital) ரூ. 303 லட்சம். அந்த 303 லட்ச ரூபாயும் 30.3 லட்சம் பத்து ரூபாய் ஷேர்களால் ஆனது. ஒவ்வொரு ஷேரின் மதிப்பும் பத்து ரூபாய்.

இந்த 30.3 லட்சம் பத்து ரூபாய் மதிப்புள்ள பங்குகளை யார் யார் வைத்திருக்கிறார்கள்? இவற்றின் உரிமையாளர்கள் யார்? அந்தத் தகவலும் தரலாம். இருக்கிறது.

மொத்தம் 15,031 நபர்கள் இந்த நிறுவனத்தின் பங்குகளுக்கு உரிமையாளர்கள். அதாவது, 31 மார்ச் 2011 என்ற குறிப்பிட்ட தேதியில். அதென்ன குறிப்பிட்ட தேதியில் மட்டும் என்ற கேள்விக்கான பதில்... சற்றுத் தள்ளி.

இந்த 15,031 நபர்களும் ஒன்று போலவே முதலீடு செய்தவர்களா? இல்லை.

நானும் என் நண்பனும் மட்டும் சேர்ந்து ஒரு புதிய தொழில் தொடங்கினால், அதற்கு இருவரும் ஆளுக்குச் சரிபாதி முதல் போட்டால், அந்த நிறுவனத்தில் இரண்டே பங்குதாரர்கள். ஆளுக்கு சரி பாதி பங்குகள் உண்டு.

உதாரணத்துக்கு நாங்கள் 20 லட்ச ரூபாயில் தொழில் தொடங்கினால், அவற்றை 10 ரூபாய் பங்குகளாகப் பிரித்தால் ஆளுக்குப் ஒரு லட்சம் பங்குகள், மொத்தம் இரண்டு லட்சம் பங்குகள், இரண்டு முதலீட்டாளர்கள்.

நாம் பார்த்துக் கொண்டிருக்கும் நிறுவனம், பார்ட்னர்ஷிப் நிறுவனமல்ல. அது ஒரு பப்ளிக் லிமிடெட் நிறுவனம். அதாவது, பொதுமக்கள் எவரும் பங்குகள் வாங்கி முதலீடு செய்யக்கூடிய நிறுவனம். அதனால் ஏகப்பட்ட முதலீட்டாளர்கள். அதாவது பங்குதாரர்கள், பங்குகளை வைத்திருப்பவர்கள் இருப்பார்கள். அதனால்தான் 303 லட்சம் முதலுக்கு கிட்டத்தட்ட பதினைந்தாயிரம் நபர்கள் இருக்கிறார்கள்.

இந்த நிறுவனத்தில் ஒரு பங்கு (வெறும் பத்து ரூபாய்) வைத்திருப்பவர்களிலிருந்து ஐந்தாயிரம் பங்குகள் வரை வைத்திருப்பவர்களின் எண்ணிக்கை மட்டும் பதினான்காயிரத்து ஐநூற்று அறுபத்தைந்து (14,565).

ஒரு லட்சம் பங்குகளுக்கு மேல் வைத்திருப்பவர்களின் எண்ணிக்கை எவ்வளவு தெரியுமா? இருபது. இடைப்பட்ட எண்ணிக்கையில்

இன்னும் பலர் உள்ளனர். இதை எதற்கு இவ்வளவு விரிவாகப் பார்க்கிறோம்? காரணம் இருக்கிறது.

இந்தப் பெரிய நிறுவனத்தின் பங்குகளை எவர் வேண்டுமானாலும் பங்குச் சந்தையில் வாங்கலாம். அது ஒரே ஒரு ஷேராகவோ அல்லது அதைவிடக் கூடுதல் எண்ணிக்கையாகவோ இருக்கலாம். என்ன விலைக்கு, எந்த எண்ணிக்கையில், எவர் விற்க முன்வந்தாலும் நாம் வாங்கலாம். வாங்கியதும் நாம் அந்தப் பங்கின் உரிமையாளர். அந்த நிறுவனம் தரும் தகவல்கள், டிவிடெண்ட் (Dividend), போனஸ் எல்லா வற்றுக்கும் நாமும் சொந்தக்காரர். இந்த நிறுவனம் முடிவுற்ற 2010-2011 நிதியாண்டில் (ஏப்ரல் 2010 முதல் மார்ச் 2011 வரை) 10.89 கோடி ரூபாய் நிகர லாபம் ஈட்டியுள்ளது.

இந்த லாபத்திலிருந்து தனது பங்குதாரர்களுக்கு பத்து ரூபாய் பங்கு ஒன்றுக்கு, ரூபாய் பதினைந்து டிவிடெண்ட் வழங்குகிறது. பத்து ரூபாய்க்கு பதினைந்து ரூபாய். அன்றையத் தேதியில் நாம் தகவல்கள் பார்த்துக் கொண்டிருக்கும் அமிருதான்ஜன் நிறுவனத்தின் பத்து ரூபாய் பங்குச்சந்தையில் விலை ஏழுநூற்றிருபது ரூபாய். மே, 2010-ல் 591, அக்டோபர் 2010-ல் 823.

சந்தையின் விலை, அந்தப் பங்கின் முகப்பு விலையை (Face value) விடக் குறைவாகவோ கூடுதலாகவோ இருக்கலாம். அந்த நிறுவனத்தின் பங்குகளுக்கு என்ன மதிப்பு இருக்கிறது என்பதைப் பொறுத்தது அது.

ஒரு காலத்தில்-கொடி கட்டிப் பறந்த ஏசியன் எலெக்டிரானிக்ஸ் (Asian Electronics) என்ற நிறுவனத்தின் பத்து ரூபாய் பங்கின் விலை, அக்டோபர் 2011 விலை ரூ. 7 தான் (5 ரூபாய் முக மதிப்பு). இதுபோல, முகப்பு விலையைக் காட்டிலும் குறைவான விலைக்கு விற்கப்படும் பங்குகள் எவ்வளவோ உள்ளன.

அதேபோல, பாட்டா இண்டியா நிறுவனத்தின் பத்து ரூபாய் பங்கின் மார்க்கெட் விலை அக்டோபர் 2011-ல் 675. ஜூன் 2001-ல் இருந்தது. பின்பு ஏறிவிட்டது. ஷேர் மார்க்கெட்டில் விலை ஏறும், இறங்கும். சில ஆண்டுகளுக்கு முன்பு தினமணியில் ஒரு செய்தி. திருவண்ணா மலையில் ஒரு கிலோ தக்காளி விலை ஒரு ரூபாய்(தான்!). இந்த விலை நிரந்தரமா? இதைவிட ஏறாதா? ஏன் கிலோ ரூ.40-க்கும் போயிருக்கிறதே!

காய்கறிக்கே இந்த நிலை. பங்குகளைப் பற்றிக் கேட்கவா வேண்டும்! பத்து ரூபாய் முகப்பு விலையிருந்த இன்ஃபோசிஸ் என்ற நிறுவனத்தின் பங்குகளின் விலை, சில ஆண்டுகளுக்கு முன்னால் பதினான்காயிரம் ரூபாய்!

இன்றைக்கும் அப்படிப்பட்ட ஷேர்கள் உள்ளன. ஆக, நாம் உதாரண மாகப் பேசிவரும் அமிர்தான்ஜன் நிறுவனத்தின் பத்து ரூபாய் பங்கின் மார்க்கெட் விலை, ரூபாய் 766. ரூபாய் 7,660 இருந்தால் 10 பங்குகளை மார்க்கெட்டில் வாங்க முடியும்.

❍ **ஷேர் செய்பவர்களின் வகைகள்**

ஷேர் செய்பவர்களை மூன்று பெரும் பிரிவுகளாகப் பிரிக்கலாம். முதல் வகையினர் முதலீடு செய்பவர்கள் (Investors). இரண்டாவது வகையினர் வியாபாரம் செய்பவர்கள் (Traders). மூன்றாவது வகையினர் பூவா தலையா பார்ப்பவர்கள் (Speculators).

ஏன் பணத்தினை முதலீடு செய்கிறோம்? பணத்தைப் பெருக்குவதற்கா கத்தான். பணம் என்பது, மேலும் பெருகவேண்டும். மேலும் மேலும் பெருகியே ஆகவேண்டும்.

பணத்தினை வங்கியில் போடலாம் - வட்டி கிடைக்கும்.

பணத்தினை தங்கத்தில் போடலாம் - விலை ஏறும்.

பணத்தினைக்கொண்டு நிலம் வாங்கலாம் - விலை ஏறும்.

பணத்தினைக் கொண்டு வியாபாரம் செய்யலாம் - லாபம் கிடைக்கும்.

அதேபோல, கையில் இருக்கும் பணத்தைக் கொண்டு ஷேர்கள் வாங் கலாம். ஷேர்கள் விலை ஏறும். விலை ஏறி, அதில் போட்ட முதல் பெருகும்; மேலும் ஷேர்கள் வைத்திருக்கும் காலம் அந்த நிறுவனங்கள் அந்த முதலுக்கு வட்டிபோல டிவிடெண்ட்-ஐ கொடுக்கும்.

ஷேர்கள் வாங்குபவர்கள், இரண்டில் ஒரு காரணத்துக்காகவோ, அல்லது இரண்டு காரணங்களுக்காகவும் சேர்த்தோ வாங்கலாம்.

அசோக் லேலண்டு என்று ஒரு நிறுவனம் ஒரு ரூபாய் பங்குக்கு, இரண்டு ரூபாய் டிவிடெண்ட் வழங்குகிறார்கள். அதேபோல, ஜோதி லேபா ரெட்டரீஸ் என்ற நிறுவனம் ஒரு ரூபாயில் பங்குக்கு ரூ. 5.00 டிவிடெண்டாகத் தருகிறது.

பத்து ரூபாய் பங்குக்கு, பத்து ரூபாய்க்கும் அதிகமாக டிவிடெண்ட் தரும் நிறுவனங்களையெல்லாம் விட்டுவிட்டு (இன்ஃபோசிஸ், ஹீரோ ஹோண்டா, விப்ரோ, பஜாஜ்) ஏன் இந்த இரண்டு நிறுவனங் களையும் உதாரணமாகப் பார்க்கிறோம் என்றால்...

வெளிச் சந்தையில் பத்து ரூபாய் பங்கு எவ்வளவு ரூபாய்க்குக் கிடைக்கிறது என்பதைப் பொருத்தது அல்லவா, நம் முடிவு!

காரணம், நிறுவனங்கள் கொடுக்கும் டிவிடெண்ட் என்பது முகப்பு விலையில்தான். மார்க்கெட்டில் போகும் விலையில் அல்ல! அதனால் தான், அசோக் லேண்டு நிறுவனத்தின் இரண்டு ரூபாய் டிவிடெண்ட் பெரிதாகத் தெரிகிறது. அந்த ஷேரின் விலை ரூ. 23 (அக்டோபர் 2011) என்றால், நாம் ஒரு பங்கு வாங்குவதற்கு ரூபாய் 23 முதலீடு செய் கிறோம். அதற்கு ஆண்டு இறுதியில் 2 ரூபாய் தருகிறார்கள். அதாவது, ரூபாய்க்கு 8.69 பைசா போல. (வங்கியிலேயே தற்சமயம் 8.50 பைசாதானே!)

இதுபோல, நல்ல டிவிடெண்ட் தரும் நிறுவனங்கள் நிறைய உள்ளன. தேடிப்பார்த்து வாங்கலாம். இதற்கு Track Record பார்க்க வேண்டும் என்பார்கள். நிறுவனம் தொடங்கியதில் இருந்து எவ்வளவு டிவிடெண்ட் தந்துள்ளார்கள் என்ற தகவல்களைப் பெற முடியும். அப்படிப்பட்ட தகவல்களை எப்படிப் பெறுவது என்ற விவரங்கள் பின்னால் வரும்.

நம் உதாரணமான 'அமிருதான்ஜன்' நிறுவனத்தையே மீண்டும் பார்த் தால், 2002-03-ம் ஆண்டில் 30 சதவிகிதம் கொடுத்துள்ளார்கள். அதாவது பத்து ரூபாய் பங்குக்கு ரூ. 3. அடுத்த வருடம் 33%. பின்பு 2005-ல் 35%, 2006-ல் 40%, 2007-ல் 60%, 2008-ல் 70%, 2009-ல் 570%, 2010-ல் 150%, 2011-லும் 150%.

இந்தத் தகவல் போலப் பல்வேறு நிறுவனங்களின் தகவல்களையும் பெற்று ஒரு முடிவுக்கு வரலாம்.

சில ஆண்டுகளுக்கு முன்பு இருந்ததற்கும் தற்பொழுது இருக்கும் நிலை மைக்கும் உள்ள வித்தியாசம் என்னவென்றால், இந்த டிவிடெண்டுக்கு வருமான வரி கிடையாது.

ஒருவருக்கு அவருடைய வருட வருமானத்தைப் பொறுத்து வரி விகிதம் அமையும். ஒருவருக்கு 20% வரி என்று எடுத்துக் கொண்டால், அவருடைய வருமானங்களுக்கு வரி உண்டு.

பத்தாயிரம் ரூபாய் வருமானம் வந்தால், 2000 ரூபாய் வரி. ஆனால் அதில் ஆயிரம் ரூபாய் டிவிடெண்ட்டாக வந்தால் அதுக்கு வரி ஏதுமில்லை. ஆக, 200 ரூபாய் மிச்சம்.

விப்ரோ என்ற நிறுவனத்தைத் தொடங்கி நடத்தி வரும் அசிம் பிரேம்ஜிக்கு 2010-11-ல் கிடைத்த வரியில்லா வருமானம், அந்த நிறுவனம் அவர் தன்னிடம் வைத்திருக்கும் 194 கோடி பங்குகளுக்காக மட்டும் அவருக்கு வழங்கும் டிவிடெண்ட், ரூ.750 கோடிக்கும் மேல்!

ஆகச் சிலர், தங்களுடைய முதலுக்கு வருமானம் வருவதற்காக, ஷேர்கள் வாங்கலாம். வாங்குகிறார்கள். நல்ல டிவிடெண்ட் தரும்

நிறுவனங்களைப் பார்த்து, அந்த நிறுவனங்களின் மார்க்கெட் விலையைப் பொருத்து, விலை குறைவாக உள்ள நேரத்தில் வாங்குகிறார்கள். அதே அசோக் லேண்டு ஷேர்கள், ஒரு வருடம் முன்பு இந்தியன் ஓவர்சீஸ் வங்கி 60 ரூபாய்க்குக் கிடைத்தது. ஜோதி லேபாரட்டரி ---- ரூபாய்க்குக் கிடைத்தது. அப்போதும் அதே டிவிடெண்ட்தான்.

கடைசியாகச் சொன்னதில் மூன்று முக்கிய விஷயங்களைக் கவனித்திருக்கலாம்.

1. நல்ல டிவிடெண்ட் தரும் நிறுவனங்களைப் பார்த்து

2. நல்ல நிறுவனங்களாகப் பார்த்து

3. விலை குறைவாக உள்ள நேரமாகப் பார்த்து

இந்த மூன்றுமே முக்கியம்.

நிறைய டிவிடெண்ட் தருகிற நிறுவனம், ஆனால் நிர்வாகம் சரி யில்லை. வாங்கக் கூடாது. வரும் ஆண்டுகளிலும் தருவார்கள் என்று என்ன நிச்சயம்? நிறுவனம் தொடர்ந்து நன்கு நடக்குமா? நடத்து வார்களா? நேர்மையான நிர்வாகமா? பார்த்து வாங்க வேண்டும்.

நிறைய நேர்மையான நிறுவனங்கள் உள்ளன. அதே அளவு ஏமாற்றும் நிறுவனங்களும் உள்ளன. நேர்மையென்றால், நிறுவனத்தின் மூலம் சம்பாதிப்பதை, பங்குதாரர்களுக்கு முழுமையாகத் தெரிவிப்பது, பங்குதாரர்களுடன் நியாயமாகப் பங்கிட்டுக் கொள்வது. இரண்டும் சேர்ந்ததுதான் இங்கு நேர்மை.

அதேபோல, எதற்கும் ஒரு நல்ல விலை உண்டு. சென்னையில் தி.நகரில் கிரவுண்டு ஒன்று, இரண்டு கோடி ரூபாய்க்குப் போகிறது என்றார்கள். அங்கு உஸ்மான் ரோட்டில் எந்த வியாபாரம் செய்தாலும் நன்கு நடக்கும் என்பது, பலரின் கணிப்பு. நகைக்கடைகள், துணிக்கடைகளின் வியா பாரம் கொழிக்கிறது.

அதற்காகக் கண்ணை மூடிக்கொண்டு ஒருவர் நான்கு கோடி ரூபாய் கேட்டால் கொடுத்து விடுவதா? இரண்டு கோடி ரூபாயில் இடம் வாங்கினால் கிடைக்கும் அதே லாபம்தான், நான்கு கோடிக்கு இடம் வாங்கினாலும் கிடைக்குமென்றால், யோசிப்போம் அல்லவா? ஷேர் வாங்கும்போதும் அதே லாஜிக்தான். எனக்கு அரவிந்த் மில்ஸ் ஷேர்களை வாங்கலாம் என்று தகவல் வந்தபொழுது அதன் விலை ரூபாய் 50 (டிசம்பர் 2010). ஒரு மாதம் கழித்து அதன் விலை ரூபாய் 71. ஜூன் 2011-ல் ரூ. 85. 2011 அக்டோபரில் ரூ. 98.

இன்றுபோய், நல்ல டிவிடெண்ட் கொடுக்கும் கம்பெனி என்று அதன் ஷேர்களை ஏன் வாங்க வேண்டும். காத்திருக்கலாம். எங்கே போகிறது ஷேர் மார்க்கெட்? என்றைக்கும் ஒரு best buy எனப்படும் நல்ல (குறைந்த) விலைக்குக் கிடைக்கும் நல்ல ஷேர் இருக்கத்தான் செய்யும் என்பது seasoned investor எனப்படும் பண்பட்ட (அடிபட்ட!) முதலீட்டாளர்களின் கருத்து.

நல்ல ஷேர் என்று கேள்விப்பட்டதும் துரத்திப் போய் எந்த விலை யானாலும் பரவாயில்லை என்று வாங்குவது பெரும்பாலான நேரங்களில் தவறான முடிவாகவே அமையும்.

❍ முதல் பெருக்கம் (Capital appreciation)

ஷேர்கள் வாங்குவதில் உள்ள மிகப்பெரிய கவர்ச்சியே அதன் 'விலைப் பெருக்கம்'தான். சில வருடங்கள் முன்பு ONGCயின் பங்குகள் வெளியிடப்பட்டன. மிகப்பெரிய பப்ளிக் இஷ்யூ. பத்து ரூபாய்ப் பங்குகளை 750 ரூபாய்க்கு வேண்டுபவர்கள் வாங்கிக் கொள்ளலாம், விண்ணப்பிக்கவும் என்ற தகவல் வந்தது. நமக்குத் தெரியும் ONGC என்பது இந்திய அரசின் எண்ணெய் (பெட்ரோல்) நிறுவனம்.

அந்த நிறுவனத்தின் பங்குகள் 9,700 கோடி ரூபாய்க்கு வெளியிடப் பட்டன. இவ்வளவு பங்குகளை இந்த விலையில் (பத்து ரூபாய் முகப்பு விலையுள்ள பங்கின் சந்தை விலை 750 ரூபாய்) வாங்கப் பெரும்பாலான வர்கள் முன்வருவார்களா என்ற பயம் அந்த நிறுவனத்துக்கு இருந்தது.

ஆனால் இந்த 'இஷ்யூ' விண்ணப்ப நேரம் தொடங்கிய முதல் அரைமணி நேரத்திலேயே அதற்கான முழுத் தொகையும் பல்வேறு நபர்கள் மற்றும் நிறுவனங்களால் கோரப்பட்டு விட்டன. இந்தத் தகவல் பங்குச் சந்தைக்கு - மார்க்கெட்டில் உள்ளவர்களுக்கு தெரிய வந்தது.

அவ்வளவுதான். அந்த ONGC பங்குகள் ஏற்கெனவே வெளிச் சந்தையிலும் விலைக்குக் கிடைத்தன. அதன் விலை ரூபாய் 760-க்குக் கிடைத்தது. 750 ரூபாய் என்ற விலையில் ரூ. 9,700 ஆயிரம் கோடிக்கு வாங்க ஆள்கள் வந்துவிட்டார்கள் என்று தெரிந்ததும், வெளிச் சந்தையில் அதன் பங்குகளின் விலை கிடுகிடுவென நூறு ரூபாய் வரை ஏறிவிட்டது.

அதாவது அவற்றின் விலை உடனே ரூ.860 ஆகிவிட்டது. முதல் நாள் 750-க்கு வாங்கியவர், அடுத்த நாளே விருப்பப்பட்டால் ரூ.860-க்கு விற்றிருக்கலாம், விற்றிருப்பார்கள். பத்து பங்குகள் வாங்கியிருந் தால்கூட முதலீடு, ரூ.7,600. அதனை ரூ.8,600-க்கு விற்றிருக்கலாம். அதனை விற்பதற்கும் வாங்குவதற்கும் 0.25 + .5% புரோக்கரேஜ் 0.25%

கொடுத்திருந்தாலும்கூட, லாபம் 919 ரூபாய். ஒரே நாளில் ரூ.7,600 முதலீட்டுக்கு ரூ.919 லாபம்.

ஆனால், எப்பொழுதாவதுதான் இப்படி அமையும். அதேபோல, ஒரே நாளில் வாங்கி விற்பவர்கள் முதலீட்டாளர்கள் வகையைச் சேர்ந்தவர்கள் அல்லர்.

டைட்டான் இண்டஸ்டிரீஸ் என்று ஒரு நிறுவனம். கடிகாரம் மற்றும் தங்க நகைகள் தயாரிப்பில் ஈடுபட்டுள்ள நிறுவனம். 24 மாதங்களுக்கு முன்பு ஒரு பங்கின் விலை ரூ. 1000 (பத்து ரூபாய் பங்கின் விலை 1:1 போனஸுக்கு முன்பு) விற்றது. (ஒரு பத்து ரூபாய் பங்கின் விலை).

நல்ல நிறுவனம், நல்ல தொழில், நல்ல நிர்வாகம். சிலர் வாங்கினார்கள். சமீபத்தில் ஒரு பங்குக்கு ஒரு பங்கு போனஸ் (இலவசப் பங்கு) கொடுத்தார்கள். அதன்பிறகு 10 ரூபாய் பங்கை 1 ரூபாய் பங்காக்கி விட்டார்கள் (share splitting). ஆக, முன்பு ஒருவரிடம் இருந்த ஒரு பத்து ரூபாய்ப் பங்கு, தற்சமயம் (1+1 = 2, 2 x 10 = 20) இருபது ஒரு ரூபாய் பங்குகளாகி விட்டது. அக்டோபர் 2011-ல் ஒரு பங்கு ரூ. 220 ஆக விற்கிறது. எனவே, முந்தைய பத்து ரூபாய் பங்கின் இப்பொழுதைய மதிப்பு ரூ.4,400. தவிர, டிவிடெண்ட் வருமானமும்.

இது இன்வெஸ்ட்மெண்ட். இன்வெஸ்ட்மெண்ட் என்பது, இன்று வாங்கி நாளையோ அடுத்த வாரமோ விற்பதில்லை. நல்ல ஷேர்களாகப் பார்த்து வாங்கி வைத்துக் கொள்வது. சரியான, விலையேற்றம் வந்ததும் விற்று லாபம் பார்ப்பது. இப்படி லாபம் பார்ப்பதற்கு capital gains (முதல் பெருக்கம்) என்று பெயர். இதில் long term-க்கு - அதாவது ஒரு வருடத்துக்கு மேல் வைத்திருந்து விற்றால் - வரி கிடையாது. Short term-க்கு - அதாவது ஒரு வருடத்துக்குள்ளாக விற்றால் - வரி உண்டு.

முதலீடுகளில் குறுகிய காலம், மிதமான காலம், நீண்டகாலம் என்ற வகைகள் உள்ளன.

இன்ஃபோசிஸ், ரிலையன்ஸ், இந்துஸ்தான் லீவர், பஜாஜ், கோல்கேட், ஹீரோ ஹோண்டா போன்ற நிறுவனப் பங்குகளை வாங்கிய நாள்களிலிருந்து விற்காமல் (15-20 வருடங்களாக) வைத்திருந்தவர்களுக்கு லாபம் என்பது சக்கை போடுதான். இன்ஃபோசிஸ் நிறுவனப் பங்குகளை, தொடக்கத்திலேயே வாங்கியவர்கள் அந்த ஒரு பங்கில் போட்ட சில ஆயிரம் ரூபாய் முதலீட்டிலேயே கோடீஸ்வரர்கள் ஆகிவிட்டார்கள்.

உண்மை - சத்தியமான உண்மை.

இன்றைக்கு இன்ஃபோசிஸ் என்றால், எல்லோருக்கும் தெரியும். ஆனால் இது 'விளையும் பயிர்' என்று ஆரம்பத்திலேயே சரியாக

அடையாளம் கண்டு கொண்டவர்கள், அதனால் அதன் ஷேர்களை வாங்கியவர்கள், அது உடனுக்குடன் ஏறினாலும் ஆசைப்பட்டு விற்று விடாமல் இது பொன் முட்டையிடும் வாத்து என்று சரியாகக் கண்டு கொண்டு தொடர்ந்து பராமரித்தவர்கள் எத்தனை பேர்? இதில் வேடிக்கை என்னவென்றால், இவ்வளவு லாபம் தந்திருக்கும் இன்ஃ போசிஸ் 1993-ல் கொண்டுவந்த முதல் பப்ளிக் இஷ்யூ ஒரு 'டிவால்வ்டு' இஷ்யூ. அதாவது, முழுவதும் போணி ஆகவில்லை. கேட்டவர்களுக் கெல்லாம் கேட்ட அளவு கிடைத்தது. அதைத் தெரிந்து வைத்திருந் தவர்கள், வாங்கியவர்கள், வைத்திருந்தவர்கள் சம்பாதித்தார்கள். நான் இங்கு உதாரணமாகச் சொல்லாத வேறு பல பங்குகளும் இதேபோல வாரி வழங்கி இருக்கலாம்.

இதுபோலச் சில நிறுவன ஷேர்களில் போட்ட முதல், பன்மடங்கு களாகப் பெருகுவதற்கு முக்கியமான காரணம், அவை தொடர்ந்து குட்டி போடுவதுதான். அதாவது, போனஸ் பங்குகளை வழங்குவ தால்தான்.

ஒன்று வாங்கினால் மற்றொன்று இலவசம் என்று பொருள்கள் விற்பனையில் உள்ளதுபோல, ஒரு பங்கு வைத்திருப்பவர்களுக்கு, ஒரு பங்கு (அல்லது வேறு விகிதங்களில்) இலவசமாகக் கொடுக்கிறார்கள்.

இன்ஃபோசிஸ் 1993-ல் பங்குச்சந்தையில் லிஸ்ட் ஆனபிறகு, இது வரையில் எத்தனை முறை போனஸ் (இலவசப் பங்குகள்) கொடுத் திருக்கிறது தெரியுமா? நான்கு. முதல் மூன்றுமுறைகள் ஒன்றுக்கு ஒன்று. 2004-ல் மீண்டும் போனஸ் பங்குகள் வழங்கியது. என்ன விகிதம் தெரியுமா? ஒன்றுக்கு மூன்று!! மீண்டும் 2006-ல் ஒன்றுக்கு ஒன்று.

1993-ல் ஒருவர் 400 பங்குகள் வைத்திருந்தார் என்றால், 1999-க்குள் அது 3,200 பங்குகளாக ஆகியிருக்கும். அதாவது, 400-க்கு 400. பின்பு 800-க்கு இன்னொரு 800. அதன்பின் 1,600-க்கு 1,600. மொத்தம் 3,200 பங்குகள். மேல் முதலீடு ஏதும் இல்லாமலேயே! 2004-ல் 3,200 பங்குகளுக்கு 9,600 பங்குகள் போனஸ். அதாவது, மொத்தம் 12,800 பங்குகள்! அடுத்து 2006-ல் 12,800-க்கு இன்னொரு 12,800. மொத்தம் 25,600 பங்குகள்!

இன்ஃபோசிஸ் மட்டுமில்லை, இதுபோல நன்கு லாபம் ஈட்டும் நிறுவனங்கள் பல, இலவசப் பங்குகளைக் கொடுக்கின்றன. விப்ரோ 2004-ல் இரண்டுக்கு ஒன்று, 2005-ல் ஒன்றுக்கு ஒன்று மற்றும் 2010-ல் இரண்டுக்கு மூன்று, யூனிடெக் நிறுவனம் 2006-ல் ஒன்றுக்கு 12 (ஆமாம் 12 தான்!) போனஸ் கொடுத்துள்ளார்கள். ஏற்கெனவே 50 வாங்கி வைத்திருப்பவர்களிடம் தற்பொழுது 600 பங்குகள் ஆகிவிடுகிறது. அவர்கள் புதிதாக எந்தக் காசும் செலவழிக்காமலேயே!

நிறைமாத கர்ப்பிணித்தாய் குழந்தை பெற்றதும் அவரது எடை குறைந்து விடுமல்லவா. அதுபோல, போனஸ் கொடுத்ததும் அந்த ஷேரின் விலை மார்க்கெட்டில் குறைந்துவிடும். உதாரணத்துக்கு மீண்டும் இன்ஃபோசிஸ். அதன் விலை போனஸ் தருவதற்கு முன்பு ரூ. 5,600 ஆக இருந்தது. அது ஒன்றுக்கு மூன்று போனஸ் கொடுத்ததும், ஒன்று நான்கு பங்குகள் ஆனதும் அதன் விலையும் ரூ.1,400 ஆனது. அதாவது 4 x 1,400 = 5,600. ஆனால், அதன்பின் அது நல்ல பங்கு என்பதால் விலை தொடர்ந்து ரூ. 1,400-ல் இருந்து ஏறத் தொடங்கியது. டிசம்பர் 2005-ல் ரூ. 2,985. விலைகள் தொடர்ந்தும் ஏறும்... நிறுவனம் நன்கு செயல்படும் வரை.

சென்ற ஆண்டுக்கு 50 பங்குகளுக்கு 500 ரூபாய் டிவிடெண்ட் வந்தது என்றால், இந்த ஆண்டு போனஸ் ஷேர்களுக்கும் சேர்த்து 1500 ரூபாய் கூட டிவிடெண்ட் வரலாம். சில நிறுவனங்கள் குட்டி போட்டு விட்டதால், கொஞ்சம் குறைத்தும் கொடுக்கலாம்.

அதே முதல்தான், ஆனால் டிவிடெண்ட் அதிகமாகிவிட்டது. மார்க் கெட்டில் ஷேர் விலையும் ஏறிவிடும், 'அட இவர்கள் இலவசப் பங்குகள் கொடுக்கிறார்களே' என்று. ஒரே கல்லில் இரண்டு மாங்காய்!

இதுபோல, நல்ல பங்குகளாக இனம் கண்டு வாங்கிப் பேசாமல் வைத்து விடுவதை long term investment - நீண்டகால முதலீடு - என்று சொல்லலாம். வாங்கி வைத்து விடலாம். ஆனாலும் என்ன நடக்கிறது என்பதைக் கவனிக்க வேண்டும். தூங்கி விடக் கூடாது.

உதாரணத்துக்கு கல்யாணி ஸ்டீல் என்று ஒரு கம்பெனி. நல்ல நிறுவனம். 'சீம்லெஸ் பைப்புகள்' செய்தார்கள். நல்ல டிவிடெண்ட், போனஸ் ஷேர்கள் கொடுப்பார்கள்.

உலக இரும்பு மார்க்கெட்டில் சிரமம் ஏற்பட்டது. அது இவர்களையும் பாதித்தது. பங்குகளின் விலை வீழ்ந்தது. பழைய நிலைமை இல்லை. இதில் முதலீடு செய்தவர்கள் வெளியேறி விடுவார்கள். அந்தப் பணத்தை எடுத்து, அடுத்து நன்றாக வரும் என்று அவர்கள் கணிக்கும் நிறுவனத்தில் முதலீடு செய்வார்கள்.

அதேபோல, ராமகிருஷ்ணா ஸ்டீல் (கோவை), ராஜேந்தர் ஸ்டீல், அலாகிரிட்டி அவுசிங் எல்லாம் ஒரு காலத்தில் (1990-கள்) நல்ல நிறுவனங்கள். ஆனால், மொத்த இரும்பு மார்க்கெட் அல்லது அரசாங்கக் கொள்கை அல்லது புதிய வெளிநாட்டுப் போட்டியாளர்கள் என்று ஏதோ ஒன்று அவர்களை அடித்து விட்டது. நம் பணத்தை ஷேர்களில் முதலீடு செய்துவிட்டுத் தூங்க முடியாது, கூடாது. கவனித்துக்கொண்டே இருக்க வேண்டும்

நாகர் ஸ்பின்னிங் என்ற பஞ்சு நூற்பு சம்பந்தப்பட்ட ஏற்றுமதி நிறுவனம் வீழ்ந்தது. அது மீண்டும் எழச் சுமாராகப் பத்து ஆண்டுகள் ஆகியிருக்கிறது. நாம் ஏன் நம் பணத்தை அங்கு விட்டுவைத்திருக்க வேண்டும். சரியான நேரத்தில் வெளியே வந்துவிட்டிருக்க வேண்டும். நிலைமை சரியானபின் நுழையலாம்.

இன்வெஸ்ட்மெண்டில் இது முக்கியம். இல்லையென்றால் அது 'டெட் இன்வெஸ்ட்மெண்ட்' (Dead Investment)தான்.

○ எப்படி நல்ல முதலீடு செய்வது?

ஷேர்கள் செய்வதிலேயே மிகவும் பாதுகாப்பானது, நிச்சய லாபம் தரவல்லது, பெரும்பாலும் நஷ்டம் இல்லாமல் செய்யக்கூடியது இந்த 'முதலீடு' எனப்படும் 'இன்வெஸ்ட்மெண்ட்'தான்.

முக்கியமாக, ஷேர் பற்றி அதிகம் தெரியாதவர்கள், ஷேரை முதன் முதலாகச் செய்யத் தொடங்குபவர்கள், அதே வேலையாக இருந்து ஷேர் விலைகள், அதன் வட்டி போன்ற டிவிடெண்டு விவரங்கள் ஆகிய வற்றைக் கவனித்து முடிவு எடுக்க முடியாதவர்கள் செய்யக் கூடியது, செய்ய வேண்டியது இந்த 'முதலீடு'தான். மற்றபடி 'டிரேடிங்' மற்றும் 'ஸ்பெக்குலேஷன்' பக்கம் அவர்கள் போகாமல் இருப்பது நல்லது.

அவை இரண்டும் கொஞ்சம் ஏமாந்தால் (ஆசைப்பட்டால்), இருப்பதை நொடியில் பிடுங்கிக் கொண்டு அனுப்பி விடும். ஜாக்கிரதை.

○ வெள்ளோட்டம்

சின்ன வயதில் கிரிக்கெட் விளையாடும்பொழுது, நமக்கு யாராவது பவுலிங் போடுவார்கள். தப்பித் தவறி நாம் முதல் பந்திலேயே 'அவுட்' ஆகிவிட்டால் என்ன சொல்லுவோம்? கரெக்ட். நீங்களும் என்னைப் போலத்தானா! முதலில் போட்டது 'டிரையல்ஸ்' - வெள் ளோட்டம் என்று சொல்லி விடுவோம். நாலைந்து முறை பந்தை மட்டையால் தட்டிப் பார்த்த பிறகு, 'சரிப்பா, இனி ரியல்ஸ்!' என்போம்.

அதேபோலத்தானே பால் பாட்மிண்டன், ஷட்டில் எல்லாவற்றிலும் கொஞ்சம் warm-up வேண்டும். ஷேரும் ஒரு 'கேம்'தான் (தமிழில் அதையே ஏனோ விளையாட்டு என்று சொல்ல முடியவில்லை!).

அதனால், இதில் எடுத்தவுடன் பெரிய தொகையாகப் போட வேண்டாமே. அவரவர் சக்திக்கு ஏற்ப, ஆயிரத்தில் இருந்து பத்தாயிரம் வரை எடுத்துச் செய்து பார்க்கலாம்.

○ *முதலில் பப்ளிக் இஷ்யூஸ்*

பத்து ரூபாய் முகப்பு விலை (Face Value) உள்ள பங்கு, வெளிச்சந்தையில் வேறு ஒரு விலைக்கு விற்கிறது என்று பார்த்தோம். அதற்குச் சந்தை விலை (Market Rate) என்று பெயர்.

அது பத்து ரூபாய்க்கும் கூடுதலாகவோ குறைவாகவோ இருக்கும். விலை தினம் தினம் மாறுபடும்.

ஒரு பங்கினை அதன் நிறுவனம், பொதுமக்கள் யார் வேண்டுமானாலும் வாங்கலாம் என்று வெளியிடுவதற்குப் பெயர் 'பப்ளிக் இஷ்யூ' (Public Issue).

'பப்ளிக்' என்றால் பொதுமக்கள் மற்றும் வெளிப்படையான என்ற பொருள்கள் உண்டு. இரண்டுமே இதற்குப் பொருந்தும். இஷ்யூ (Issue) என்றால் வெளியிடுதல். அவ்வளவுதான்.

ஒரு நிறுவனம் உருவாகிறது அல்லது ஏற்கெனவே உருவாகி நடை பெற்றுவரும் நிறுவனம், விரிவடைய விரும்புகிறது. அதற்குக் கூடுதல் முதல் தேவைப்படுகிறது. அந்த நிறுவனத்தை உருவாக்கியவர்கள், மற்றவர்களும் இதில் பணம் போடட்டுமே என்று நினைக்கிறார்கள். *(அப்படி இல்லாத மிகப்பெரிய முதலீட்டில் நடைபெறும் நிறு வனங்களும் உண்டு. உதாரணமாக மத்திய அரசின் இந்திய ரயில்வே, விமான சேவை நிறுவனம் ஏர் இந்தியா, இந்தியன் ஏர்லைன்ஸ், பல தனியார் நிறுவனங்கள்.)*

அப்படி நினைத்ததும், அவர்கள் எவ்வளவு பணம் திரட்டலாம் என்று முடிவெடுக்கிறார்கள். உதாரணத்துக்கு, அவர்களுக்கு 50 கோடி ரூபாய் முதல் வேண்டும் என்று வைத்துக்கொள்வோம். ஒவ்வொன்றும் 10 ரூபாய் முகப்பு விலை பங்குகளாக 5 கோடி பங்குகளை வெளியிடலாம் என்று முடிவு செய்கிறார்கள்.

அவர்களது நிறுவனம் புதிது. அவர்களைச் சந்தையில் அதிகம் பேருக்குத் தெரியாது. பேசாமல் பத்து ரூபாய் பங்கை, பத்து ரூபாய் என்றே வெளியிடுவார்கள். வேறு சில நிறுவனங்கள், நல்ல லாபம் ஈட்டி, நல்ல நிலையில் ஏற்கெனவே செயலாற்றி வருபவை. அவை ஏன் தங்கள் பங்குகளை முகப்பு விலைக்கே விற்க வேண்டும்? (இது தென்னங்கன்று இல்லை, நன்கு வளர்ந்து காய்த்துக் கொட்டுகிற மரமாக்கும்). முகப்பு விலைக்கு மேல் விலை வைத்து வெளியிடுவார்கள். முகப்பு விலையை விட கூடுதல் விலையில் வெளியிடுவதற்கு 'பிரிமியம்' என்று பெயர்.

ஆம்... அனைத்து நிறுவனங்களும் ஒரே மாதிரி விலைக்கே பங்கு களை வெளியிடுவதில்லை. நாம் சற்று முன்பு பார்த்தோம். ONGC

என்ற பெட்ரோல் நிறுவனம், தன்னுடைய 10 ரூபாய் முகப்பு விலையுள்ள பங்குகளை 740 ரூபாய் அதிக விலை (Premium) வைத்து 750 ரூபாய்க்கு வெளியிட்டிருக்கிறது. வாங்குவதற்குப் போட்டி. ரூ.9,700 கோடிகளுக்கு விற்கத் தயார் என்று வெளியிடப்பட்ட பங்குகளுக்கு, ரூ.22,000 கோடி ரூபாய் குவிந்தது.

அதேசமயம் அதிகம் வெளியே தெரியாத, ஏற்கெனவே பெயர் எடுத்திராத, பெரிய லாபம் ஈட்டாத நிறுவனங்களும் பங்குகள் வெளியிடுகின்றன.

அவர்களும் கூடுதல் விலைக்கு வெளியிடலாம். ஆனால் யார் வாங்கு வார்? அதனால் அவர்கள் முகப்பு விலைக்கே வெளியிடுவார்கள்.

யூகோ பேங்க்கின் 10 ரூபாய் பங்குகள், 14 ரூபாய்க்கு வெளியிடப் பட்டன. பார்தி டெலியின் 10 ரூபாய் பங்குகள் 45 ரூபாய்க்கும், கனரா வங்கியின் பத்து ரூபாய் பங்குகள் 35 ரூபாய்க்கும் வெளியிடப்பட்டன. ஆக விலைகள், பிரிமியம் ஆகியவை நிறுவனத்துக்கு நிறுவனம் மாறுபடலாம்.

முதன்முதலாக ஷேர் என்ற இந்தக் களத்தில் இறங்குவோர் நல்ல நிறுவனங்களாகத் தேர்வு செய்து (நெடு நாள்களாக இந்தத் தொழிலில் உள்ளவர்கள், மற்றும் நல்ல புரோக்கர்கள் இதில் உதவ முடியும். தரமான, வியாபாரம் சம்பந்தப்பட்ட பத்திரிகைகளும் அடையாளம் காட்டும்), அதில் விண்ணப்பித்துப் பார்க்கலாம்.

அதென்ன, வாங்கலாம் என்று சொல்லாமல் விண்ணப்பித்துப் பார்க் கலாம் என்று சொல்கிறோம்? இந்தக் கேள்வி நிச்சயம் எழும்.

முன்பே பார்த்தோம். ONGC நிறுவனம் பங்குகள் வெளியிட்டதோ ரூ. 9,700 ஆயிரம் கோடிக்கு. ஆனால் வந்து குவிந்ததோ, ரூ. 22,000 கோடி. எல்லோருக்கும் கேட்ட அளவு எப்படிக் கொடுப்பது? என்ன செய் வார்கள் என்றால், ஒன்று, கேட்ட அளவைக் குறைத்து எல்லோருக்கும் கொடுப்பார்கள். அதாவது, நூறு கேட்ட இடத்தில் பத்து. அல்லது கேட்டவர்களில் அனைவருக்கும் கொடுக்காமல் சிலருக்கு மட்டும் கொடுப்பார்கள். லாட்டரி போலச் சிலருக்குப் பங்குகள் கிடைக்கும். சிலர் பணம் 'வருத்தமின்றி'த் திரும்ப வரும்.

கேட்டதே கிடைத்ததோ அல்லது 500 பங்குகள் கேட்ட இடத்தில் 100 கிடைத்ததோ எதுவானாலும் நமக்குக் கிடைப்பதற்குப் பெயர் 'அலாட் மெண்ட்' (Allotment). இதற்குக் கொஞ்சம் அதிர்ஷ்டமும் வேண்டும்.

நான் 1980-களின் தொடக்கத்தில்தான் ஷேர் செய்யத் தொடங்கினேன். அப்பொழுதெல்லாம் நிறைய பப்ளிக் இஷ்யூஸ் வரும். பெரும்பாலும்

பத்து ரூபாய் ஷேர், பத்து ரூபாய்க்கே வெளியிடப்படும். தலால் ஸ்டீரிட், காப்பிடல் மார்க்கெட், மணி, பிரிமியம் என்று பல்வேறு பத்திரிகைகள் ஷேர் மார்க்கெட்டுக்காகவே வரும். இன்றைய காலகட்டத்தைப்போல இன்டர்நெட், தொலைக்காட்சிகள் புழக்கத்தில் இல்லாத காலம்!

அனைத்து நல்ல நிறுவனங்கள் வெளியிடும் ஷேர்களுக்கும் எங்கள் வீட்டிலிருந்து இரண்டு விண்ணப்பங்கள் (Applications) அனுப்பப்படும். ஒன்று என் பெயரில். மற்றொன்று என் மனைவியின் பணத்தில், அவர் பெயரில்.

சில நிறுவனங்களின் அலாட்மெண்ட்டுகள் எங்கள் இருவருக்குமே கிடைக்கும். சில சமயம் ஒருவருக்கு மட்டும். அதேபோல, இரண்டும் திரும்ப வந்ததும் உண்டு.

சிலர் தங்கள் பெயரிலேயே மாற்றி மாற்றி நிறைய விண்ணப்பங்கள் போடுவார்கள். இனிஷியல் போட்டு ஒன்று, போடாமல் ஒன்று, பெயரின் முதல் பாதி மட்டும் (வாசு - தேவன், வாசு தேவன்) என்றெல்லாம் மாற்றி மாற்றிப் பல விண்ணப்பங்கள். ஏதாவது ஒன்றாவது மாட்டுமல்லவா என்ற நோக்கில்.

அந்தக் காலகட்டத்தில் ஓர் அலாட்மெண்ட் கிடைத்தாலே உடனேயே அதனை நல்ல லாபத்துக்கு வெளிமார்க்கெட்டில் விற்க முடியும். அதற்காகத்தான் அப்படி.

ஆனால் சட்டப்படி இதுபோலச் செய்யக்கூடாது. அப்பொழுது இந்த அளவு கண்காணிப்பும் கட்டுப்பாடுகளும் இல்லாத காலம். விளையாடினார்கள். இப்பொழுது அப்படி எல்லாம் பல பெயர்களில் விண்ணப்பிக்க முடியாது. ஏன் என்றால், பப்ளிக் இஷ்யூவில் விண்ணப்பிக்கக் கீழ்க்கண்டவை அவசியம்:

1. ஒரு வங்கிக் கணக்கு

2. ஒரு டிமேட் கணக்கு (பின்பு பார்ப்போம்)

3. நிரந்தர வருமான வரிக் கணக்கு எண். (PAN).

எனக்கு நினைவிருக்கிறது. சில புதிய வெளியீடுகள் சுமார் இருபது முப்பது மடங்குகள் வரைகூட 'ஓவர் சப்ஸ்க்ரைப்' (Over-subscribe) ஆகும். ரிலையன்ஸ் பவர் 73 மடங்கு ஓவர் சப்ஸ்கிரைப் ஆனது. 26 கோடி பங்குகளுக்கு 47 லட்சம் விண்ணப்பங்கள் குவிந்தன.

இருநூறு கோடிக்குப் பங்குகள் வெளியிட்டால், நாலாயிரம், ஆறாயிரம் கோடிக்கு மொத்த விண்ணப்பங்கள் வந்துவிடும். அப்பொழுதெல்லாம், விண்ணப்பிக்கும்பொழுது பெரும்பாலும் பாதிப்பணம்

கட்டினால் போதும். நமக்குப் பங்குகளைக் கொடுத்தபிறகு (அலாட்மெண்ட்) மீதிப் பணத்தைக் கட்டினால் போதும்.

சில ஆண்டுகளுக்கு முன்பு மாருதி கார் தயாரிக்கும் நிறுவனம், தன் நிறுவனத்தின் 5 ரூபாய் பங்குகளை 120 ரூபாய் பிரிமியம் வைத்து பப்ளிக் இஷ்யூ செய்தார்கள். லாபகரமாக நடக்கும் 'மாருதி'யாயிற்றே... கேட்கவா வேண்டும். நான் நீ என்று போட்டி.

125 ரூபாய்க்கு அலாட்மெண்ட் கிடைத்தவர்களுக்கு, அடுத்த நாளே 270 ரூபாய்க்கு வெளிமார்க்கெட்டில் விற்கும் வாய்ப்பு.

CNBC சானல் என்று ஷேர் மார்க்கெட்டுக்காக ஒரு தனி தொலைக்காட்சி சானலே உண்டு. அன்றைக்கு அதில் பேசிய ஒரு வல்லுநர், மாருதி பங்குகளின் இன்றைய சந்தைவிலை அதிகம். கிடைக்கப் பெற்றவர்கள் உடனே விற்று விடவும். பின்னால் இந்த விலை கிடைக்காது என்பது போல பேசினார். சிலர் விற்றார்கள். சிலர் அந்த விலையில் மேலும் வாங்கினார்கள். ஆனால் அக்டோபர் 2011-ல் அதன் விலை என்ன தெரியுமா? 1050 இடையில் 2010-ல் 1599 ரூ பங்கும் விலைபோனது!

எல்லாமே மாருதி ஷேர் போல அலாட்மெண்ட்டுக்குப் பிறகு விலை நிச்சயம் ஏறும் என்று சொல்லிவிட முடியாது. எல்லா விதங்களுக்கும் உதாரணங்கள் உண்டு.

பார்தி டெலி (ஏர்டெல் செல்போன் நிறுவனம்) எனக்கு 500 ஷேர்கள் அலாட் ஆனது. பத்து ரூபாய் பங்குகள் 45 ரூபாய் என்று. கேட்ட அளவே முழுவதும் கொடுத்தார்கள்.

அலாட்மெண்ட் வந்தபிறகு, விலை வெளிச் சந்தையிலும் அப்படியே இருந்தது. அந்த நிறுவனத்தில் எனக்கு வேண்டிய நண்பர் ஒருவர் மனிதவளத் துறையில் உயர்ந்த பதவியில் இருந்தார். அவரிடம் கேட்டேன். 'என்ன சார், உங்க நிறுவன ஷேர் அலாட் ஆகியிருக்கு. வைத்துக் கொள்ளலாமா? கொடுத்து விடலாமா?'

'இப்போதைக்கு ஏறாது, இறங்கினாலும் இறங்கும்' என்பதுதான், அவரிடமிருந்து எனக்குக் கிடைத்த தகவல். என்னிடம் இருந்ததோ 500 ஷேர்கள். அதாவது, ரூ. 22,500. முதல் முடக்கம் ஆகிவிடுமோ?

விற்பது என்று முடிவு செய்து முதலில் 200, பின்பு இன்னும் 200 விற்றேன். அதற்குள் அது அவர் சொன்னது போலவே இறங்கி அதன் விலை 28 ரூபாய்க்கு வந்துவிட்டது. அடச்சே! என்று மீதமிருந்த 100 ஷேரையும் விற்றுவிட்டேன். முடிந்தது. பார்தி டெலி அலாட் ஆனதில் நஷ்டமாகி விட்டது. பின்பு அந்த ஷேரைப் பற்றிக் கவனிக்கவில்லை. பின்பு பல மாதங்கள் கழித்து ஒருநாள் அதன்

விலையைத் தற்செயலாகப் பார்க்க நேர்ந்தது. விலை
தெரியுமா? ரூ.70. எனக்கு எப்படி இருந்திருக்கும்!

அவசரப்பட்டு விற்றுவிட்டோமே, வைத்திருக்கலாமே என
தோன்றியது. விஷயம் அதோடு முடியவில்லை. அந்த ஷேர் விலை
மேலும் ஏறி, ஏறி 110, 120, 130 வரை வந்து என்னைப் பழிப்புக்
காட்டியது. நான் 35 ரூபாய்க்கு விற்றது, ஒரு நேரத்தில் ரூ.444 (ஒரு பத்து
ரூபாய் பங்கை இரண்டு 5 ரூ. பங்காக்கிய பிறகு 2011-ல்). அதாவது பத்து
ரூபாய் பங்கு ரூ. 888 போல ஆகிவிட்டது. பேசாமல் வைத்திருந்தால்
500 ஷேருக்கும் ரூ. 4,26,500 அதிகம் வந்திருக்கும்.

இந்த விஷயத்தில், இது இப்படி ஏறும் என்று எவராலும் சொல்லவே
முடியாது. இல்லாவிட்டால் எல்லோருமே பார்தி டெலி ஷேராக
வாங்கி வைத்திருந்திருப்பார்களே!

அது சரி, அந்த நிறுவனத்தில் உயர்ந்த பதவியில் இருந்தவரே அந்த ஷேர்
விலை ஏறாது என்று சொன்னாரே அது எப்படி? அதுதான் ஷேர் மார்க்
கெட். நிறுவனத்தில் இருப்பவர்களையும் நிறுவனத்தின் செயல்பாடு
களையும் பொறுத்து மட்டும் ஷேர் விலையின் ஏற்ற இறக்கங்கள்
ஏற்படுவதில்லை.

மொத்தமாக ஒரு நல்ல சூழ்நிலை நிலவும்பொழுது, அதாவது நாட்டின்
பொருளாதார நிலை நன்றாக இருப்பதாகவும் மற்ற விஷயங்களும்
அனுசரணையாக இருப்பதாகவும் பலரும் நினைக்கும்பொழுது
ஷேர்கள் நல்ல விலைக்கு விற்கப்படுகின்றன. வாங்க ஆளிருக்
கிறார்கள். ஏற்றநிலை எனப்படும் boom காணப்படுகிறது.

அதனால்தான் பார்தி டெலி, ஆகஸ்ட் 2011-ல் ரூ.444 (5 ரூபாய் முக
மதிப்பு) உள்ளது. ரூ.600-க்கு மேல் போகும் என்கிறார்கள். நடக்கும்
என்பார், சில சமயம் நடக்கும், பல சமயம் நடக்காது.

என்னென்ன காரணங்களினால் ஷேர் மார்க்கெட் (மொத்தச் சந்தையும்)
ஏற்ற நிலையையோ அல்லது இறக்க நிலையையோ அடைகிறது
என்பதைப் பற்றி நிச்சயம் பார்த்தே ஆக வேண்டும். ஆனால் அது பிறகு.

இப்பொழுது இன்வெஸ்ட்மென்ட்ஸ் எனப்படும் முதலீடு பற்றி
மட்டும்.

பார்தி டெலியில் இருந்தவர் சொன்னது சரியாக இல்லாமல் போய்
விட்டது என்று பார்த்தோம். அவர் அந்த நிறுவனத்தில் ஒரு துறையில்
பணியாற்றுபவர். அதைவிட சுவாரசியமான அனுபவம் ஒன்று
உண்டு.

ொரு நிறுவனம். அதுவும் இயந்திரங்கள், கருவிகள் ம். பல ஆண்டுகளுக்கு முன்னால் மிகச் சிறப்பாகப் றுவனம்.

ன் பொழுது (boom) அந்த நிறுவனத்தின் பங்குகள் ங்கின. அதன் பிரதான அளவு ஷேர்களை வைத் வனத்தைத் தொடங்கி நடத்தி வந்த அதன் தலைவர் பழனியப்பன் பேசிக் கொண்டிருக்கும்பொழுது எதற்காகத் தங்கள் நிறுவன ஷேர் விலை இவ்வளவு ஏறுகிறது என்று தனக்கே தெரிய வில்லை என்று என் தந்தையிடம் கூறினார்! அப்படிப்பட்டது ஷேர் மார்க்கெட்.

ஆக ஒரு ஷேர் விலை ஏறுவதற்கும், இறங்குவதற்கும் நிறுவனமும், அதன் தற்போதைய செயல்பாடுகளும் மட்டுமே பொறுப்பல்ல. அதையும் தாண்டி, எவ்வளவோ விஷயங்கள் உள்ளன.

○ முகப்பு விலைகளும், பிரிமியம் விலைகளும்

நிறுவனங்கள், ஷேர்களை பொதுமக்கள் (பப்ளிக்) வாங்குவதற்காக வெளியிடும்போது, அதனை என்ன விலைக்கு வெளியிடலாம் என்று முடிவு செய்வார்கள். சிலர் தங்கள் நிறுவனங்களின் 10 ரூபாய் முகப்பு விலை உள்ள ஷேர்களை அதே பத்து ரூபாய் என்றே வெளியிடுவார்கள். பெரும்பாலான 'ஸ்டார்ட் அப்' (Start up) நிறுவனங்கள் - அதாவது, முதன் முதலாக நிறுவனமே அப்பொழுதுதான் தொடங்குபவர்கள் - அதே விலைக்குத்தான் வெளியிடுவார்கள்.

அதை அந்த விலைக்கு விற்று விடுவதற்கே அவர்கள் ஏகப்பட்ட வேலை செய்தாக வேண்டும். பின் எப்படி மற்றவர்கள் தங்கள் பணத்தைக் கொண்டு வந்து இவர்கள் வியாபாரத்தில் போடுவார்களாம்?

ஏன் இதில் முதலீடு செய்ய யோசிக்கிறார்கள் என்றால், இதற்கு என்று சில அம்சங்கள், குணாதிசயங்கள் உண்டு. எப்படி ஒரு பலூன் என்பது ஊத ஊத வீங்கிக் கொண்டே போகுமோ அதே போல 'படார்' என்று வெடித்து ஒன்றுக்கும் உதவாமலும் போகலாம். ஷேரும் பலூன் போலத்தான்.

விலை ஏறும், எவ்வளவு வேண்டுமானாலும். அதேபோல இறங்கும், எவ்வளவு வேண்டுமென்றாலும். சமயத்தில் ரூபாய்க்கு ஒரு பைசா கூடத் தேறாமல் போகலாம்.

GTL லிட் என்றொரு 2010-ம் ஆண்டில் ஓர் ஏற்றநிலை (boom) வந்தபொழுது ரூ. 488 ரூபாய் வரை விலை போனது. ஏன் வாங்கு கிறார்கள்? இன்னும் ஏறும் என்று நினைத்து!

அதே ஷேர், பின்னாளில் என்ன விலைக்கு வந்தது தெரியுமா? வெறும் நாற்பத்தாறு ரூபாய்!

இதேபோல அந்தச் சமயம் வானத்துக்குப் போய்விட்டு, பின்பு எரிந்து முடிந்த தீபாவளி ராக்கெட்போல தொப்பென்று கரிக்கட்டையாகத் தரைக்கு வந்து விழுந்த ஷேர்கள் எத்தனையோ.

எல்லா ஷேர்களும் இப்படித்தான் அடிமாட்டு விலைக்கு வீழும் என்று தெரிந்தால், யார் இதில் முதலீடு செய்வார்கள்?

மார்க்கெட்டில் வந்து விழும் பல செய்திகளில் ஏதாவது ஒன்று உண்மையாகி விடும்.

டிவிஸ் லேப் (Divis Lab) என்றொரு மருந்து கம்பெனி ஷேர்.

எனக்கு மிகவும் நெருங்கிய உறவினர் ஒருவர் இந்த டிப்ஸ் (செய்தி) கொடுத்தார். நல்ல ஷேர், வாங்கலாம் என்று. அப்பொழுது அந்த ஷேரின் விலை 510 ரூபாய். இதை வாங்கலாம், ஆயிரம் ரூபாய் போகும் என்கிறார்கள் என்றார்.

டிவிஸ் லேபில் நான் ஒரு பத்து ஷேர் வாங்கினேன். பத்து ஷேருக்கும் சேர்த்து ரூ. 5,100 முதலீடு. நான் வாங்கி ஒரு வாரத்துக்கெல்லாம் அது ரூ. 20 குறைந்து 490-க்கு வந்தது. 'இதேதடா வம்பாப் போச்சு' என்று கவலைப்பட்டேன். 'சும்மா பயங்காட்டினேன், பயந்துட்டியா?' என்று கேட்பது மாதிரி திரும்பவும் அதன் விலை ரூ.510-க்கு வந்தது. அடுத்து அது 520-க்குப் போனதும் 'போதுமடா சாமி ஆளை விடு' என்று பத்து ஷேரையும் மொத்தமாக விற்றுவிட்டேன்.

சந்தையில் ஏறுமுகம் தொடர, நம்ம டிவிஸ் லேப் ஷேர் விலை ஒரே ஏற்றம்தான். ஏறி, ஏறி ஆயிரம் ரூபாயைத் தொட்டது. அதோடு நிற்க வில்லை. 1,500 ரூபாயையும் தொட்டது. எல்லாம் மூன்று மாதகாலத்தில். எனக்கு எப்படி இருந்திருக்கும்! இடையில் கொஞ்சம் இறங்கி வந்து டிசம்பர் 2005-ல் 1450 ரூபாய்க்கு பரிவர்த்தனை நடந்தது. அடுத்த வருடத்துக்குள் நிச்சயம் ரூ. 2,500 என்றன பட்சிகள். பலிக்குமா? சொல்ல முடியாது என்று நினைத்தேன். ஜனவரி 2007-ல் அதன் விலை ரூ. 3,190.

2009-ல் 1367 (பத்து ரூபாய் பங்கை 5 இரண்டு ரூபாய் பங்குகளாக பிரித்தபிறகு...) பழைய ரூபாய் பங்கின் மதிப்பு என்றால் ரூ. 6835.

நாம் பல கணக்குகள் போடுகிறோம். சில சரியாக வருகின்றன. வேறு சில தப்பாகி விடுகின்றன. அதற்காக விட்டுவிடுகிறோமா? மீண்டும் மீண்டும் என்று சுவாரஸ்யம் கூடிப்போய், ஆவல் அதிகமாகி, விடாமல் துரத்துகிறோமே!

அதேதான் இங்கேயும்.

சரி, இது வெளிமார்க்கெட்டில் தெரிந்து வாங்குகிற விலை. இந்த பப்ளிக் இஷ்யூவிலேயே முகப்பு விலைக்கே தராமல் சில நிறுவனங்கள் கூடுதல் விலைக்குத் தருவதும் உண்டு. அதற்கு உதாரணம்தான் பார்தி டெலி.

பார்தி டெலி, முதன் முதலாகப் பங்குகள் வெளியிடும்பொழுது தங்களுடைய 10 ரூபாய் பங்கினை ரூ. 45-க்குத்தான் வெளியிட்டார்கள். அதாவது '35 ரூபாய் கூடுதலாகக் கொடு' என்று கேட்டு வாங்கி விட்டார்கள்.

பலரும் சம்மதப்பட்டுத்தான் கொடுத்தார்கள். வாங்கிப் பேசாமல் வைத்திருந்தவர்கள் லாபம் பார்த்தார்கள். அதெப்படி 10 ரூபாய் பங்கை 35 ரூபாய்க்குக் கொடுக்கலாம்? அதற்கு 'வித் பிரிமியம்' (With-premium) என்று பெயர்.

'அய்யா, நான் பெரிய ஆள், நான் இப்படிப்பட்ட வியாபாரம் பண்ணப் போறேன். அதுக்கு இவ்வளவு வாய்ப்பு இருக்கு. எனக்கு இவ்வளவு லாபம் இந்த இந்த வருடங்களில் வரக்கூடும். நான் இவ்வளவு டிவி டெண்ட் தரலாம். என் கம்பெனி நிர்வாகத்தில் இவங்க இவங்க இருக் காங்க, நான் நடத்துற வேற கம்பெனிகள் இவ்வளவு லாபத்துல நடக்குது, நான் இப்படி இப்படி லாபத்தைப் பங்குபோட்டு டிவிடெண்டாகவும் போனஸ் ஷேராகவும் கொடுத்திருக்கேன்.'

இதையெல்லாம் பிராஸ்பெக்டஸ் (Prospectus) என்ற முறையில் அச்சிட்டு வெளியிடுவார்கள். இதுபோலத்தான் இதை வெளியிட வேண்டும் என்பதற்கு அரசின் வரைமுறைகள் செபி (Securities Exchange Board of India - SEBI) மூலமாக வரையறுக்கப்பட்டு இருக்கின்றன.

இதை முதலீட்டாளர்கள் (Investors) கவனித்துப் பார்த்து, இது தகும், இது தகாது என்று பிரித்து விடுவார்கள்.

ஒன்று, 'அந்த விலைக்குத் தா' என்று விண்ணப்பிப்பார்கள். அல்லது 'போய்யா... போ' என்று விட்டு விடுவார்கள்.

இதுபோல, சமீபத்தில் வெளிவந்த 'வித் பிரிமியம்' வெளியீடுதான் கோல் இந்தியா (Goal India). அதன் பத்து ரூபாய் பங்குகள் 245 ரூபாய் என்று வெளியிடப்பட்டு, எனக்கு உனக்கு என்று அவற்றை வாங்கப் போட்டி.

இப்படி ஏற்கெனவே இயங்கிக் கொண்டிருக்கும் நிறுவனங்கள், தங்கள் நிறுவனப் பங்குகளை வெளியிடும்பொழுது தாங்கள் கடந்த சில

ஆண்டுகளில் எப்படிச் செயல்பட்டோம், தங்களிடம் என்ன அளவில் சொத்துக்கள், எந்த அளவு கடன்கள், வர வேண்டியவை உள்ளன என்றும், எவ்வளவு டிவிடெண்ட், போனஸ் முதலியன கொடுத் துள்ளோம் என்றும் மேலும், எவ்வளவு ஆர்டர்கள் உள்ளன? தங்களுக்கு இன்னும் என்னென்ன புதிய வியாபார வாய்ப்புகள் உள்ளன என்றும் எடுத்துச் சொல்லும். (பிராஸ்பெக்டஸ் மூலம்).

ஏற்கெனவே நிறுவியாகி, பங்குகளும் வெளியிட்டாகிவிட்டது. அந்தப் பங்குகள் மார்க்கெட்டில் ஏதோ ஒரு விலையில் வாங்க, விற்கப்பட்டுக் கொண்டிருக்கின்றன.

அந்த நிறுவனங்கள் மேலும் முதல் திரட்டுவதற்காக, இன்னும் கொஞ்சம் (அதிகம்!) பங்குகளை வெளியிடலாம். அப்படி வெளியிடும்பொழுது, நிறுவனத்துக்குள் என்ன 'சரக்கு' இருந்தாலும் இல்லாவிட்டாலும், அவர்கள் நிர்ணயிக்கும் விலை என்பது மார்க்கெட் விலையை அனுசரித் துத்தான் (அதைவிடக் குறைவாக) இருக்க முடியும்.

இல்லையென்றால் பங்கு வெளியிடும்போது, 50 ரூபாய்க்கு (உதாரண விலை) வாங்குவதற்குப் பதில் அதே ஷேரினை முதலீட்டாளர்கள் 45 ரூபாய்க்கு, (மார்க்கெட் விலை அதுவென்றால்) மார்க்கெட்டிலேயே வாங்கி விடலாமே!

நாம் முன்பு பார்த்தோமே ஒரு 'டிவால்வ்டு இஷ்யூ' பற்றி. குறிப்பிட்ட சதவிகிதம் பங்குகள் கோரப்படவில்லை என்றால், (Undersubscribed) அந்த வெளியீட்டையே கேன்சல் செய்துவிட்டு, போட்டவர்களுக்கும் பணத்தைத் திருப்பிக் கொடுக்க வேண்டும் என்பது செபியின் வழிமுறை. வேறு வழியில்லை.

இதையெல்லாம் தவிர்ப்பதற்கு, ஒரு வெளியீடு செய்வதற்குமுன் Underwriters எனப்படுபவர்களிடம், மொத்த அல்லது பெரும்பகுதி பங்குகளை - வாங்கப்படாத பங்குகளை - விற்றுவிடுவார்கள். அதன் விலை வேறாக இருக்கலாம். இது ஓர் இன்ஷுரன்ஸ் போல. மக்களிடம் பல காரணங்களுக்காக எடுபடாமல் போய்விட்டாலும், முழு நஷ்டம் வெளியிட்டவர்களுக்கு இல்லை. திரைப்படம் எடுத்தவர் வினியோகஸ் தரிடம் விற்றுவிடுவது போல.

❍ ஷேருக்கும் டிபென்ச்சருக்கும் உள்ள வித்தியாசங்கள்

ஷேர் என்பது நம்முடைய இந்தப் பகுதியைப் பொருத்தவரை Equity share (ஈக்விடி ஷேர்) என்ற அர்த்தத்திலேயே சொல்லப்படுகிறது. மற்ற வகைகளைப் பின்னால் பார்க்கலாம். 'ஈக்விட்டி ஷேர்'தான் பெரும் பாலும் புழக்கத்தில் உள்ளது. ஆகவே அதுதான் இங்கு முழுக்க முழுக்கப் பேசப்படுகிறது.

ஒரு நிறுவனம், தங்களுக்கு முதல் வேண்டுமென்றால் முன்பின் தெரியாத பொதுமக்கள் (Public) மற்றும் வெளி நிறுவனங்களையும் அணுகலாம். (Corporates, Institutions).

அப்படி அணுகி, ஒன்று ஷேர்கள் வெளியிடலாம் அல்லது கடன் வாங்கலாம். அதாவது ஷேர்கள்போல டிபென்ச்சர்கள் (Debentures) வெளியிடலாம்.

இரண்டுக்கும் என்ன வித்தியாசம் என்றால்,

1. டிபென்ச்சருக்குக் கட்டாயம் வட்டி தர வேண்டும். ஈக்விட்டி ஷேருக்கு வட்டி போன்ற டிவிடெண்டு தரலாம், தராமலும் விடலாம்.
2. டிபென்ச்சருக்குக் குறிப்பிட்ட அளவுதான் வட்டி. ஈக்விட்டி ஷேருக்கு எவ்வளவு வேண்டுமானாலும் டிவிடெண்டுத் தரலாம், அளவு கிடையாது.
3. டிபென்ச்சர் பணத்தை நிறுவனம் குறிப்பிட்ட ஆண்டுகளுக்குப் பின் திருப்பித் தந்தாக வேண்டும். ஷேர் பணத்தை நிறுவனம் திருப்பித்தர வேண்டியதில்லை. வெளியாட்கள் யாரிடமாவது மார்க்கெட்டில் ஷேரை விற்றுத்தான் போட்ட முதலை எடுக்க வேண்டும்.
4. டிபென்ச்சர் பணத்துக்குப் பாதுகாப்பு உண்டு (Security). ஷேர் பணத்துக்குப் பாதுகாப்பு கிடையாது.

டிபென்ச்சர் என்பதும் நிறுவனங்கள் வெளியிடுவதுதான். ஃபிக்ஸட் டெப்பாசிட் மாதிரி குறிப்பிட்ட அளவு வட்டி, ஆறு மாதத்துக்கு ஒருமுறையோ வருடத்துக்கு ஒருமுறையோ கட்டாயம் வந்துவிடும்.

அப்படியானால், ஃபிக்ஸட் டெப்பாசிட்டுக்கும் டிபென்ச்சர்களுக்கும் என்ன வித்தியாசம்?

டிபென்ச்சர்களை அதன் முகப்பு விலைக்கு நிறுவனத்திடமிருந்து வாங்க வேண்டுமென்றால், அதனை வெளியிடும்போதுதான் வாங்கலாம். அதன்பின், அது லிஸ்ட் (list) செய்யப்பட்டிருந்தால் அதனைச் சந்தையில், சந்தை விலைக்கு வாங்கலாம். கிடைத்தால் உண்டு.

அதேபோல, இவற்றை வெளியிடும்பொழுது வாங்கியவர்கள், வேண்டாம் என்றாலோ, இடையில் பணம் தேவைப்பட்டாலோ, சந்தையில் விற்றுவிடலாம். இவையெல்லாம் பிக்ஸட் டெப் பாசிட்டில் கிடையாது.

❍ **அதென்ன லிஸ்ட் (list) பண்ணுவது?**

சந்தையில், விற்கிறோம், வாங்குகிறோம் என்கிறோம். அந்தச் சந்தைகள், முன்பெல்லாம் பல இருந்தன. மும்பை பங்குச்சந்தை,

சென்னை, டெல்லி, பூனா, கொல்கத்தா, பெங்களூரு, அகமதாபாத் எனப் பல நகரங்களிலும் பங்குச்சந்தைகள் இருந்தன. இப்பொழுது தேசியப் பங்குச் சந்தை (National Stock Exchange - NSE) வந்த பிறகு, மும்பை மட்டும்தான் தாக்குப் பிடித்து உள்ளது. மற்றவை அருகிவிட்டன. வியாபாரமும் அங்கு படு சுமார்தான்.

ஷேர்களை இந்தச் சந்தைகளில்தான் வாங்கலாம், விற்கலாம். இது முக்கியம். அதுபோல, அந்தச் சந்தையில் விற்பதற்கும் வாங்குவதற்கும் நிறைய புரோக்கர்கள் (Stock Brokers) உள்ளனர்.

இந்தச் சந்தைகளை நடத்துவதற்குப் பணம்? இந்தச் சந்தைகளில் ஒரு நிறுவனத்தின் ஷேர்கள் வியாபாரம் செய்யப்படுவதற்கு அந்த நிறுவனம், சந்தை நிர்வாகத்திடம் முதலில் பணம் கட்டிப் பதிவுசெய்து கொள்ள வேண்டும். இதற்குத்தான் listing (பட்டியலிடுவது) என்று பெயர். லிஸ்ட் பண்ணாத ஷேர்களை அந்தச் சந்தையில் வாங்க, விற்க முடியாது.

❍ ஏன் ஒரு ஷேர் டிலிஸ்ட் (delist) ஆகிறது?

இந்தச் சந்தைகள் என்ன செய்கின்றன தெரியுமா? சமீபத்தில், தவறு செய்த சில நிறுவனங்களைத் தண்டிப்பதற்கு அந்த நிறுவனத்தின் ஷேர்களை delist செய்துவிடும். அதாவது, இனி இங்கு பரிவர்த்தனை கிடையாது என்று சொல்லிவிடும்.

'உள்ள வராதய்யா... உன் கடைச் சாமானை இங்கு யாரும் விக்கக் கூடாது, வாங்கக்கூடாது.'

இது அந்த நிறுவனத்தைப் பாதிப்பதைக் காட்டிலும், ஏற்கெனவே வாங்கி வைத்துள்ள முதலீட்டாளர்களைத்தான் அதிகம் பாதிக்கிறது.

எப்படியென்றால் ஒரு நிறுவனத்தின் ஷேரை வாங்கியாயிற்று. அதை விற்கலாமென்றால் (டிலிஸ்ட் செய்து விட்ட பிறகு) முடியாது. வைத்துக் கொண்டு என்ன செய்வதாம்?

முன்பெல்லாம் இன்டெர்நெட் கிடையாது. ஆனால் பல ஊர்களிலும் சந்தைகள் இருந்தன. சில நகரங்களில் சில நிறுவனங்களைப் பற்றித் தெரியும் ('ஜெய்பாரத் மாருதி'யை டெல்லியிலும், 'பிரிமியர் மில்'சை கோயம்புத்தூரிலும்). அதனால் உள்ளூர்ச் சந்தைகளில் உள்ளூரில் தெரிந்த நிறுவனங்களது பங்குகளில் முதலீடு செய்பவர்களும் அதிகம். இந்த முதலீட்டாளர்கள் வாங்கி விற்க சௌகரியமாக அந்த ஊர்ச் சந்தைகளில் லிஸ்ட் செய்வார்கள். ரிலையன்ஸ், டாடா, ஸ்டீல், டிவிஎஸ் போன்ற நிறுவனங்கள், அகில இந்திய முதலீட்டாளர் களுக்கும் தெரியும். அதனால் மும்பை மற்றும் வேறு சில நகரங்களில்

உள்ள Stock Exchanges-இலும் லிஸ்டிங் செய்திருப்பார்கள். வாங்கினால், விற்றால் பத்திரங்கள் கொடுக்க வேண்டும், பின் நிறுவனத்துக்கு அனுப்பி பெயர் மாற்ற வேண்டும்.

ஆனால் இப்பொழுது எல்லாமே இன்டெர்நெட் மயம். தூரங்கள் காணாமல் போய்விட்டன. எந்த ஊரிலிருந்தும் அந்தச் சந்தையில் நேரடியாகப் பங்குபெறலாம். அதனால், பல நிறுவனங்களும் மும்பை பங்குச்சந்தை, தேசியப் பங்குச்சந்தை தவிர, மற்றவற்றிலிருந்து delist செய்து வெளியேறுகிறார்கள். இதற்குப் பங்குதாரர்கள் ஆண்டுப் பொதுக்கூட்டத்தில் (AGM) ஒப்புதல் தரவேண்டும்.

நடப்பில் இருக்கின்ற ஒரு நிறுவனத்தில் சில மாறுதல்கள் ஏற்படுகிற போது, அந்த நிறுவனம் தன்னை டிலிஸ்ட் செய்ய முனையலாம். உதாரணத்துக்கு, லிஸ்ட் செய்யப்பட்ட ஒரு நிறுவனம் மற்றொரு லிஸ்ட் செய்யப்பட்ட நிறுவனத்துடன் இணைகிறபோது, ஏதாவது ஒரு நிறுவனப் பங்குகளை மட்டும் வைத்துக்கொண்டு மற்றொரு நிறுவனத்தின் பங்குகளை மாற்றியபின் டிலிஸ்ட் செய்யவேண்டி வரும்.

அதேபோல, ஒரு நிறுவனத்தின் அதிகபட்ச பங்குகளை வைத்திருக்கும் முக்கியப் பங்குதாரர் அந்த நிறுவனத்தை, முழுமையாகத் தங்களுக்கு மட்டும் சொந்தமான நிறுவனமாக மாற்றிக்கொள்ள நினைக்கிற பொழுது, அந்த நிறுவனம், ஏற்கெனவே பங்குச் சந்தைகளில் லிஸ்ட் செய்து, பரிவர்த்தனை நடந்துகொண்டிருக்கின்ற தங்களுடைய நிறுவனப் பங்குகள் முழுவதையும் தாங்களே வாங்கிக்கொண்டு பின் அந்த நிறுவனத்தைப் பங்குச்சந்தையிலிருந்து டிலிஸ்ட் செய்துவிடுவார்கள்.

அதுசமயம் அவர்கள் அந்த நிறுவனப் பங்குகளை வைத்திருக்கும் மற்ற பங்குதாரர்களுக்கு SEBI-யின் வழிகாட்டுதலின்படி, முறையாக அறிவிப்பு செய்து (open offer) அந்த நிறுவனப் பங்குகளை தாங்கள் வாங்கிக் கொள்ளச் செய்திருக்கும் ஏற்பாட்டினைத் தெரிவிப்பார்கள்.

உதாரணத்துக்கு, சில ஆண்டுகளுக்கு முன்பு, Hindalco நிறுவனம் Indal நிறுவனத்தை வளைத்துப் போட்டுக்கொண்டது (Take over). அதற்காக, Indal நிறுவனப் பங்குகளை 96% வரை வாங்கிவிட்டது. அவர்கள் வாங்காத, மீதம் இருந்த சுமார் 4% பங்குகளை வைத்திருந்த உரிமையாளர்களிடமிருந்து பங்கு ஒன்றுக்கு ரூ.120 வீதம் தரச் சம்மதித்து அறிவிப்பு செய்தது. அவர்கள் அந்த அறிவிப்பினை ஏற்று, பங்குகளை அந்த விலைக்கு விற்றுவிட வேண்டியதுதான். ஏனென்றால் அவை அந்த அறிவிப்பின்படி 8.4.2004 முதல் டிலிஸ்ட் ஆகும்.

செபி முறைகளின் படி, ஒரு நிறுவனத்தின் பங்குகள் குறிப்பிட்ட (தற்பொழுது, புரமோட்டர் குறைந்தபட்சம் 90% பங்குகளை வைத்

திருந்தால் அல்லது 50% பங்குகளை பர்சேஸ் ஆபர் மூலம் வாங்கினால் மட்டுமே) சதவிகிதத்துக்கும் குறைவாகப் பொதுமக்களிடம் இருந்தால், அவை delist செய்யப்படும்.

○ அடுத்தவருக்கு ஆலோசனை சொல்வது

நம் வாழ்க்கையின் நல்லது கெட்டதுக்கு நாம்தான் பொறுப்பு ஏற்க வேண்டும். நாம் முடிவு செய்ய வேண்டியதை நாம்தான் முடிவு செய்ய வேண்டும். அதை விட்டுவிட்டு, அடுத்தவர்களை யோசனை செய்ய விட்டுவிட்டு, பின்பு அவனால்தான், அவர்களால்தான் என்று குறைப் பட்டுக் கொண்டிருப்பதில் என்ன பலன்?

இந்தப் புத்தகத்தின் தொடக்கத்தில், நானே இரண்டு உதாரணங்கள் சொல்லியிருக்கிறேன். ஒன்று பார்தி டெலி. இந்த நிறுவனத்தின் பங்குகளை நான் பொது விநியோகத்தில்தான் பெற்றேன். ஆனால் அதன் விலை ஏறுமா என்று நண்பரைக் கேட்டேன். ஏறாது என்றார். விற்றுவிட்டேன். பின்னால் அந்த ஷேர் விலை, நான்கு மடங்காகி விட்டது. மிகப் பெரிய லாபத்தைத் தவற விட்டது மட்டுமல்ல, நஷ்டம் பார்க்கும்படியும் ஆகிவிட்டது.

என்னைக் கெடுப்பதற்காகவா அவர் சொன்னார்? இல்லை. அவருக்குத் தெரிந்த உண்மையைச் சொன்னார். மார்க்கெட் சூழ்நிலை மாறியது. விலை ஏறியது.

அவர் என்ன செய்வார்? விற்பதும், விற்காததும் என் முடிவு. என் இஷ்டம். ஆனால், பார்தி டெலி விலை கூடும்பொழுதெல்லாம் 'சே! விட்டு விட்டோமே' என்ற நினைப்போடு அவர் முகமும் உடனே நினைவுக்கு வருவதை என்னால் தவிர்க்க முடியவில்லை.

இதுதான் பிரச்னை.

நான் ஒருவருக்கு ஆலோசனை சொல்லி மாட்டிக் கொண்ட அனுபவமும் உண்டு.

சில ஆண்டுகளுக்கு முன்பு, உலகின் மிகப் பெரிய மியூச்சுவல் ஃபண்ட் நிறுவனம் 'மார்கன் ஸ்டான்லி' (Morgan Stanley) இந்தியாவுக்கு வந்தார்கள். மிக நல்ல நிறுவனம். உலகில் புகழ் பெற்ற நம்பிக் கையான, திறமையான நிறுவனம்.

அவர்கள் இந்தியா வந்து மியூச்சுவல் ஃபண்ட் வியாபாரம் தொடங்க இருந்தார்கள். அதற்கு அவர்களும் முதல் போட்டு, இந்தியப் பொது மக்களிடமும் (Public) பணம் பெறுவது என்று முடிவு செய்தார்கள்.

அவர்களுடைய 10 ரூபாய் யூனிட், முகப்பு விலைக்கே வெளியிடப் படுவதாக அறிவிப்பு வந்தது. அப்பொழுது அது பெரிய பரபரப்பையும்,

59

எதிர்பார்ப்பையும் உருவாக்கியது. விண்ணப்பம் கிடைத்தால் அதுவே பெரிய அதிர்ஷ்டம் என்று கருதப்பட்டது. அந்த அளவுக்கு அதை வாங்கப் போட்டி இருக்கும் என்று கணிக்கப்பட்டது.

அந்த வெளியீடு பற்றிய பரபரப்பும் எதிர்பார்ப்பும் என்னையும் தொற்றிக் கொண்டது. 'யாம் பெற்ற இன்பம் பெறுக இவ்வையகம்' என்ற நோக்கில், எனக்கு வேண்டியவர்களுக்கெல்லாம் இந்த விவரம் சொன்னேன்.

எனக்கு மிகவும் வேண்டியவர், ஆனால் அதுவரை ஷேர்கள் செய்தி ராதவர் அவர். அவருக்கும் சொன்னேன்.

ஆயிரம் யூனிட்டுகளுக்கு விண்ணப்பியுங்கள். பத்தாயிரம் ரூபாய் ஆகும். ஆனால் 1000 கேட்ட இடத்தில் நூறு அலாட்மெண்ட் கிடைத்தாலும் 'செம அதிர்ஷ்டம்'. இல்லாவிட்டால் உங்கள் பணம் திரும்ப வந்துவிடும். விடாதீர்கள், நல்ல சந்தர்ப்பம் என்றேன்.

வெளியிடும் நிறுவனங்கள் தாங்கள் கேட்ட தொகை அளவுக்கு விண்ணப்பங்கள் வந்ததும், வெளியீட்டினை முடித்துக் கொள்ளலாம் என்றிருந்த காலம். 'Thank you for your overwhelming response – Issue closes today' என்று போட்டு முடித்துக் கொண்டு விடுவார்கள்.

மார்கன் ஸ்டான்லி மியூச்சுவல் ஃபண்டில் பணத்தை உடனேயே போட்டுவிட வேண்டும் என்ற பதைபதைப்பு நிலவிய நேரம். விண்ணப்பப் படிவங்களே சிலருக்குக் கிடைக்கவில்லை. அந்த விண்ணப்பங்களை நிறைவு செய்தபின், கொண்டுபோய் அவர்கள் குறிப்பிட்ட வங்கிகளில் கொடுக்க வேண்டும். அவர்கள் அதனைப் பெற்றுக் கொண்டு நிறுவனத்திடம் சேர்ப்பார்கள்.

அத்தகைய சேகரிக்கும் வங்கிகளின் எண்ணிக்கை இந்த வெளி யீட்டுக்குப் போதுமா? அந்த வங்கிகளின் வேலை நேரத்துக்குள் நம்மிட மிருந்தும் அவர்கள் வாங்கிக் கொள்ள வேண்டுமே, என்று எத்தனையோ டென்ஷன் விண்ணப்பிப்பவர்களுக்கு.

விண்ணப்பப் படிவங்கள் சமர்ப்பிக்கத் தொடங்கும் நாள் வருவதற்கு முதல் நாள் இரவே சென்று, பலர் அந்த வங்கி வாசலில் (பாரிமுனை, சென்னை) படுத்திருந்தார்கள். அந்த அளவு 'நிச்சய வெற்றி' என எதிர் பார்க்கப்பட்ட நிறுவனத்தின் முகப்பு விலை வெளியீடு அது.

இதைத்தான், இந்த வெளியீட்டினைத்தான் எனக்கு வேண்டிய வருக்குத் தெரியப்படுத்தினேன். இவ்வளவு நல்ல வாய்ப்பினை இவரும் முயற்சி செய்யலாமே, பெறட்டுமே என்ற எண்ணத்தில்.

நானும் போட்டேன். என் தந்தை, எனக்கு வேண்டியவர்கள் பலர், மற்றும் நான் யாருக்குச் சொன்னேனோ அவரும்.

அந்த வெளியீடு, எத்தனையோ மடங்கு அதிகமாக சப்ஸ்க்ரைப் ஆனது. யாருக்குக் கிடைக்கும், யாருக்குக் கிடைக்காது என்று எல்லோரும் யோசித்துக் கொண்டிருக்கையில், அந்த நிறுவனம், விண்ணப்பித்த வர்கள் அனைவருக்குமே அலாட்மெண்ட் வழங்கி ஆச்சரியப் படுத்தியது.

எனக்கு வேண்டியவருக்கு யூனிட்டுகள் ரூ.10,000-க்கும் வழங்கப் பட்டன. எனக்கும் கிடைத்தது. பலருக்கும் கிடைத்தது.

அதனைச் சந்தையில் லிஸ்ட் செய்தார்கள். அது எதிர்பார்த்த அளவு பெரிய விலைக்குப் பரிவர்த்தனை செய்யப்படவில்லை என்பது மட்டு மல்ல அதன் விலை வீழ்ச்சியும் அடைந்தது. மார்கன் ஸ்டான்லி விண்ணப்பங்களைப் பெறும்பொழுது ஷேர் மார்க்கெட் நல்ல நிலையில் இருந்தது. ஆனால், மார்கன் ஸ்டான்லி வாங்கிய பணத்தை உயரிய விலைகளில் பங்கு மார்க்கெட்டில் முதலீடு செய்ததும், மார்க் கெட் வேறு காரணங்களுக்காகவும் வீழ்ந்தது. இந்தக் காரணங்களால், மார்கன் ஸ்டான்லியின் யூனிட்டுகள் வெளியிடப்பட்ட விலையான பத்து ரூபாய்க்கும் குறைவாகச் சந்தையில் விலை போனது.

என் நண்பர் என்னை விரோதி போலப் பார்க்கத் தொடங்கினார். அந்த யூனிட்டின் விலை குறைவதற்கே நான்தான் காரணம் போலப் பார்ப்பார்!

இது மனித இயல்புதான். நமக்கு ஒன்று கெட்டுப் போய்விட்டால் அதில் யார் யாரெல்லாம் சம்பந்தப்பட்டுள்ளார்களோ, அவர்களை நம் மனது திட்டிக் கொண்டேயிருக்கும்.

ஒருமுறை பொதிகை தொலைக்காட்சியில் ‘தெரியுமா உங்களுக்கு?’ நிகழ்ச்சியில் பங்கு கொண்டேன். அது நேரடி ஒளிபரப்பு. பங்குச்சந்தை பற்றியது. பல கேள்விகள் வந்தன. பதில் சொன்னேன். ‘பங்குச் சந்தையில் பங்குகளில் விலைகள் ஏறுமா?’ என்று கேட்டார்கள். சொல்ல முடியாது என்றேன். ஒரு நிறுவன ஷேர் பெயர் சொல்லி, அது ஏறுமா என்று குறிப்பாகவே ஒரு நேயர் கேட்டார். எப்படிச் சொல்ல முடியும்? சொல்ல முடியாது, அது பலவற்றையும் பொருத்தது என்றேன்.

அதேபோல, இந்த ஷேரில் ஒரு விஷயம். ஷேர்களை வாங்கலாம், விற் கலாம், முகம் தெரியாதவர்களுடன் சந்தையில் செய்வதுதான் உத்தமம்.

தெரிந்தவர்களுக்கு ஒரு ஷேரை விற்கப் போக, பின்பு அது சந்தை விலைக்காகவே இருந்தாலும்கூட, அதன் விலை ஏறினாலோ

இறங்கினாலோ, அவர்கள் நம் முகம் பார்ப்பார்கள் அல்லது நாம் அவர்கள் முகம் பார்ப்போம். எதற்கு இந்த வம்பு?

ஆகவே, எதை வாங்கலாம், எந்த இஷ்யூவுக்கு விண்ணப்பிக்கலாம் என்று தெரிந்தவர்களைக் கேளுங்கள். பேசினால் கூடுதல் விவரம் கிடைக்கும். மேலும் ஷேர் விண்ணப்பங்களுடன் கொடுக்கப்படும் விவரங்களைப் படியுங்கள். படித்து விவரம் கேளுங்கள். முடிவு நீங்கள் எடுங்கள். நல்லது கெட்டது இரண்டுக்கும் பொறுப்பெடுத்துக் கொள்ளுங்கள். Informed, own decision தான் நல்லது.

❍ செகண்டரி சந்தையில் முதலீடு (Investment)

இதுவரை நாம் 'பப்ளிக் இஷ்யூஸ்' (Public issues) இதில் IPOவும் அடக்கம். முதன் முறையாக (Initial) பொதுமக்களுக்கு (Public) வழங்கப்படுவது (Offer) என்றுதான் IPOவிற்கான விளக்கம் என்று பார்த்தவை எல்லாம் முதன்மைச் சந்தை (Primary Market) எனப்படும். ஒரு பங்கு முதன் முதலாக வெளியிடப்படும் இடம், முதன்மைச் சந்தை. இதற்கு அடுத்த நிலைதான் வெளிச்சந்தை. இதனை Secondary Market என்கிறார்கள்.

ஏற்கெனவே வெளியிடப்பட்டு, யாராலோ வாங்கப்பட்ட ஷேர் (மற்றும் டிபென்ச்சர்கள்), வாங்கியவர்களால் விற்கப்படுகிறது. வேறு எவராலோ, அது மீண்டும் வாங்கப்படுகிறது. இது தொடர்ந்து நடை பெறுகிறது. இவை நடைபெறும் இடம் பங்குச் சந்தைகள் (தேசியப் பங்குச்சந்தை, மும்பை பங்குச் சந்தை முதலியன). இந்த வியாபாரத்துக்கு இரண்டாம் நிலைச் சந்தை (Secondary Market) என்று பெயர்.

இதிலும் நாம் முதலீடு செய்யலாம். இதில்தான் எப்போது வேண்டு மானாலும் செய்யலாம். முதன்மைச் சந்தையில் நாம் பெற்ற ஷேர்களை விற்பது என்றாலும், நாம் இங்குதான் வந்தாக வேண்டும்.

ஆக, ஷேர் மார்க்கெட்டில் வியாபாரம் செய்ய, அவசியம் இந்த செகண்டரி மார்க்கெட்டுக்கு வந்தாகத்தான் வேண்டும்.

இதில் முதலீடு செய்வது எப்படி? அதன் மூலம் நம் முதலுக்குத் தகுந்த வருமானம், லாபம் பார்ப்பது எப்படி?

❍ ஏற்ற இறக்கங்கள் எவற்றுடன் தொடர்புடையவை?

சில சமயம் ஷேர் விலை நன்றாக ஏறுகிறது. பல சமயங்களில் ஷேர் விலைகள் வீழுகின்றன. இது மாறி மாறித் தொடர்ந்து நடைபெற்றுக் கொண்டுதான் வருகிறது.

2003-ன் தொடக்கத்தில் இருந்த நிலை, 2008-ல் வரலாறு காணாத உச்சத்திற்குப் போனது. பின்பு 2011-ல் சற்று தளர்ந்த காணப்பட்டது.

இதேபோல, பல்வேறு சந்தர்ப்பங்களைச் சொல்லலாம். எல்லா நிறுவனங்களும் ஒரே மாதிரியாகவா செயலாற்றுகின்றன? அவற்றின் லாப நஷ்டங்கள் அமைகின்றன? இல்லை.

நிறுவனங்களின் செயல்பாடு முக்கியம்தான். ஆனால் அது மட்டுமே ஷேர் விலை ஏறவோ இறங்கவோ காரணம் இல்லை. அவற்றுக்குப் பல காரணங்கள் உள்ளன.

அவற்றையெல்லாம் தெரிந்து கொண்டால், புரிந்து கொண்டால் ஷேர் மார்க்கெட்டில் சரியாக முதலீடு செய்யலாம்.

○ ஷேர் மார்க்கெட்டும் மனநிலையும்

ஷேர் மார்க்கெட்டில் அடிக்கடி அடிபடும் ஒரு சொல், 'சென்டி மெண்ட்'. சென்டிமெண்ட் என்றால் தமிழில் மனப்பாங்கு, மனநிலை என்று சொல்லலாம்.

சென்டிமெண்ட் நன்றாக இருந்தால் விலை ஏறும். நன்றாக இல்லை யென்றால் இறங்கும்.

இந்த சென்டிமெண்ட்டை முடிவு பண்ணும் விஷயங்கள் ஏராளம். நன்றாக ஏறிக் கொண்டிருக்கும் மார்க்கெட்டில், திடீர் எனச் சரிவு நிலை ஏற்படும். எவருக்குமே காரணம் புரியாது. என்ன ஏது என்று மறுநாள் தினசரி பார்த்தால் புரியும். இந்த வருடம் நாட்டின் பணவீக்கம் (Inflation) அதிகமாகும் என்று ஒரு முக்கிய அரசு அதிகாரி ஏதோ ஒரு மாநாட்டில் பேசியிருப்பார்.

இன்னொரு நாள் பார்த்தால் கம்ப்யூட்டர் சாஃப்ட்வேர் நிறுவனப் பங்குகள் எல்லாம் மடமடவென்று விலை சரியும். கேட்டால், ஒரு பெரிய கம்பெனியின் பெயரைச் சொல்லி, அந்த நிறுவனத்துக்கு வரவிருந்த ஒரு பெரிய ஆர்டர் வராது என்று முடிவாகிவிட்டது என்ற தகவல்தான் காரணம் என்பார்கள்.

அதற்காக ஏன் மற்ற நிறுவனங்களின் பங்கு விலைகள் சரிந்தன என்றால், அந்த நிறுவனம்தான் மார்க்கெட் லீடர். அதனால் சென்டி மெண்ட் சரியில்லை என்பார்கள். அதேபோல், திடீரென்று ஒரு நாள் சிமெண்ட் கம்பெனி ஷேர்களின் விலைகள் அதிகரிக்கும். கேட்டால், ஒரு பெரிய சிமெண்ட் நிறுவனம், மூட்டைக்கு ரூ.10 விலையை அதிகரிக்கப் போவதாகத் தகவல் வந்துள்ளதாகச் சொல்வார்கள்.

வெளிநாடுகளின் அச்சுறுத்தல், போர் அபாயம், வறட்சி, பருவமழை பொய்த்தல், வெளிநாட்டின் பெரிய பொருளாதார நிறுவனங்கள் நம் நாட்டின் பொருளாதார நிலையைக் குறைத்து மதிப்பிடுதல், நம்

63

தேசத்தின் பொருளாதார வளர்ச்சியில் தளர்ச்சி, பணவீக்கம், அந்நியச் செலாவணிக் கையிருப்பு, ஏற்றுமதி வாய்ப்புகள், நாம் இறக்குமதி செய்யும் பொருள்களின் (கச்சா எண்ணெய் போன்றவை) விலை உயர்வு, நமது தேசத்தின் வரவு செலவில் ஏற்படும் இடைவெளி, நாட்டின் உற்பத்தியில் முன்னேற்றம் அல்லது பின்னடைவு, அரசியல் சூழ்நிலை, வெளிநாட்டுக் கொள்கை, வரிவிதிப்பில் மாற்றங்கள், நம் பொருளாதாரம் பற்றி வெளிநாட்டு முதலீட்டாளர்களின் கணிப்பு, நாட்டில் நிலவும் வட்டி விகிதம், உலக நாடுகளுக்கு இடையே நிலவும் அமைதி, பதற்றம், நாம் ஏற்றுமதி செய்யும் நாடுகளின் பொருளாதார நிலை, வேலை வாய்ப்பு நிலைமைகள், நம் தேசத்தைப் பாதிக்கக்கூடிய கொள்கை முடிவுகள், தாராளமயமாக்கல் அல்லது கட்டுப்பாடுகள் விதித்தல், மற்ற நாடுகளின் பணவீக்கம், பணத்தின் மதிப்பு என்பது போன்ற நம் எவர் கட்டுப்பாட்டிலும் இல்லாத, எவராலும் எல்லா வற்றையும் உடனுக்குடன் தெரிந்துகொள்ள முடியாத பல விஷயங் களால் ஆட்டுவிக்கப்படுவது ஷேர் மார்க்கெட்.

○ காளைகளும் கரடிகளும் (Bulls & Bears)

ஷேர் மார்க்கெட்டில் நீங்கள் புல் (bull)-ஆ இல்லை பேர் (bear)-ஆ என்று கேட்பார்கள். 'புல்' என்றால் காளை மாடு. 'பேர்' என்றால் கரடி. ஷேர்களை, விலை ஏறும் ஏறும் என்று எண்ணித் தொடர்ந்து வாங்கு பவர்களை காளைகள் என்றும் (முண்டியடித்து முன்னேறிச் செல் வார்கள்), 'சேச்சே, விலை இது அதிகம், இறங்கும். இறங்கியே ஆக வேண்டும்' என்று விற்றுக் கொண்டே இருப்பவர்களை (தங்கள் கையில் அந்த நிறுவனத்தின் பங்குகள் இருக்கின்றனவோ இல்லையோ) கரடிகள் (பின்வாங்கிப் பதுங்குபவர்கள்) என்றும் உலகம் முழுக்கக் காலம் காலமாக அழைக்கிறார்கள்.

நம்மைப் போன்ற முதலீட்டாளர்களுக்குப் பிரச்னையே இவர்கள்தான். இவர்கள் மார்க்கெட்டை உன்னிப்பாகக் கவனிப்பார்கள். இவர்களுக்குக் காத்திருந்து பணம் பண்ணப் பொறுமை கிடையாது.

தங்களுக்கு ஒரு தகவல் கிடைத்ததும் அதுதான் சரியென்று, மார்க் கெட்டில் புகுந்து பின்னி எடுத்து விடுவார்கள். உதாரணத்துக்கு ஒரு ஷேரை எடுத்துக் கொள்வோம். ரிலையன்ஸ் இண்டஸ்ட்ரீஸ் இந்தியா வின் மிகப் பெரிய நிறுவனங்களில் ஒன்று. ஷேர் மார்க்கெட்டில் மிக முக்கியமான பங்குகளில் ஒன்று. மிக அதிகமான எண்ணிக்கையில் முதலீட்டாளர்களையும் பங்குதாரர்களையும் கொண்ட நிறுவனம்.

ஒரு காலத்தில் முதலீட்டாளர்களின் இதயக்கனி (Investor's darling) என்று வர்ணிக்கப்பட்ட நிறுவனம். அந்த நிறுவனத்தின் ஷேர் ரூ.850

விற்கிறது என்று வைத்துக் கொள்வோம். சாதாரணமாக தினமும், மூன்று நான்கு ரூபாய் ஏறி இறங்குகிறது.

திடீரென்று இந்த நிறுவனம் பற்றி ஒரு கெட்ட தகவல் வருகிறது. இந்த நிறுவனத்தின் மீது அரசாங்கம் ஒரு வழக்கு போட இருக்கிறது அல்லது அவர்களுக்கு வரவிருந்த பெரிய எண்ணெய் வள நாட்டின் ஒப்பந்தம் வேறு நாட்டுக்குப் போய்விட்டது. இதுபோல, ஏதோ ஒரு கெட்ட தகவல்.

தகவல் உண்மையா? தெரியாது. ஆனால் உண்மையாக இருந்தால்? இந்தத் தகவல் உங்களுக்கோ எனக்கோ முதலில் கிடைத்தால் என்ன செய்வோம்? நம்மிடம் ஏதாவது ரிலையன்ஸ் பங்குகள் இருந்தால், உடனே சந்தையில் விற்றுவிடுவோம்.

இதே தகவல் ஷேர் மார்க்கெட்டில் நன்கு புழங்கிய ஒருவருக்குத் தெரிந்தால், அவர் என்ன செய்வார் தெரியுமா?

அவரிடம் 10 தான் இருக்கிறது. ஆனால் அவர் 500 ஷேர்களை விற்பார். விற்றுவிட்டாலும் அந்த நிமிடமே அவர் ஷேர்களை 'டெலிவரி' கொடுக்க வேண்டியதில்லை. அன்றைக்கு மாலை 3.30 மணி வரை பங்குப் பரிவர்த்தனை உண்டல்லவா, அதற்குள் திரும்ப வாங்கி விட்டால் போதும்.

அவருக்குத் தெரியும், இதுபோல விவரம் தெரிந்தவர்கள் பலரும் நிச்சயம் ரிலையன்ஸ் பங்குகளை விற்பார்கள் என்று. நேரம் ஆக ஆக நிறையப் பேர் தகவல் தெரிந்து விற்பார்கள். பலருக்குக் காரணம் தெரியாது. ஆனால், ரிலையன்ஸில் பங்குகள் விலை வீழ்கிறது என்பதைக் கவனிப்பார்கள். என்ன காரணமாக இருந்தால் என்ன, விலை இறங்கிக் கொண்டே போகிறது, நாமும் விற்றுவிடலாம் என்று விற் பார்கள். இதற்கு பேனிக் செல்லிங் (Panic selling) என்று பெயர். பயத்தில் விற்பது.

தன்னிடம் இருப்பதை விற்பது, இல்லாததையும் விற்பது, பயத்தில் விற்பது, மற்றவர்களைப் பார்த்து விற்பது என்று பல காரணங்களாலும் ரிலையன்ஸ் ஷேர்கள் அன்று பரபரப்பாக விற்கப்படும். வாங்குவோர் குறைவு, விற்போர் அதிகம். அதனால் அதன் விலை வீழும்.

கையில் இல்லாமலே ரூ.850 விலையில் விற்றவர் இப்பொழுது ரூ.820-க்குக் கிடைக்கும் ரிலையன்ஸ் பங்குகளைத் திரும்ப வாங்கு வார். அவர் 500 ஷேர் விற்றது ரூ.850-ல். திரும்ப அதை வாங்குவது ரூ.820-ல். அவருக்குக் கிடைக்கும் தொகை (850-820 = 30 ரூபாய்) 1 ஷேருக்கு ரூபாய் 30. அதுவே 500 ஷேருக்கு ரூபாய் 15,000.

இதுபோன்ற லாபத் தொகைக்கு ஆசைப்பட்டு நிறையப் பங்குகளை விற்பார்கள் கரடிகள். ஒரு ஷேரை கெட்ட செய்தி காரணமாகவோ அல்லது மொத்த நிலையும் சரியில்லை அல்லது இந்த ஷேருக்கு இந்த விலை அதிகம் என்று ஏதோ ஒரு நிலைப்பாடு எடுத்துக் கொண்டு விற்பவர்கள்.

இதுபோல, ஷேர்களை Futures & Options மார்க்கெட்டில் விற்பார்கள். அதற்கு உடனடியாக விற்கவும் வேண்டாம். டெலிவரி கொடுக்கவும் வேண்டாம். அதற்கு going short என்று பெயர்.

எந்த ஒரு செய்தியால் ஷேர் விலைகளில் இறக்கம் வந்தாலும், கரடிகள் புகுந்து அடிப்பார்கள். இவர்கள் அடிப்பதால், விலை இறங்க, விற்க நினைக்காதவர்களும் விற்கப் போக, விலை இன்னும் இறங்க, குழப்பம் தான். அதில் இவர்கள் வெளியே வந்துவிடுவார்கள். அதாவது, கையில் இல்லாமலேயே விற்றதைத் திரும்ப வாங்கி விடுவார்கள். வெறும் 'புக் என்ட்ரி' தான். எதையும் இவர்கள் கொடுக்கவும் வேண்டாம், எடுத்துக் கொள்ளவும் வேண்டாம் (லாபம் தவிர!).

எல்லா சமாசாரமும் நன்றாக இருக்கிறது. ஏன் ஷேர் விலைகள் குறைவாக உள்ளன? கூடாதே. விலை ஏறுமே! வாய்ப்பு இருக்கிறதே என்று முன் கூட்டியே அறிந்து கொண்டு நல்ல ஷேர்களாகப் பார்த்து வாங்கிச் சேர்க்கத் தொடங்குவார்கள் சிலர். இவர்கள் செய்வது Going long. இவர்களுக்குப் பெயர் காளைகள் (Bulls).

கரடிகள் விற்க, காளைகள் வாங்குவார்கள். காளைகள் வாங்க வாங்க, கரடிகள் விற்பார்கள். யாரால் தாங்க முடிகிறது? ஈடுகொடுக்க முடிகிறது. யார் கை இறுதியில் ஓங்கும்?

இவர்களுக்குள் அடிக்கடி பலப்பரீட்சை நடக்கும். இடையில் மாட்டி நசுங்குவது, சிறு முதலீட்டாளர்கள் (Small investors) தான்.

2003-ல் 20 ரூபாய் இருந்த பஜாஜ் எலெக்ட்ரிக்கல்ஸ் பங்கின் 2008 விலை ரூ. 740! 2003-ல் 125 ரூபாய் இருந்த டாடா ஸ்டீலின் 2007 விலை 1048!

எல்லாம் காளைகளின் வேலை!

பஜாஜ் எலெக்ட்ரிக்கல்ஸ் மட்டுமல்ல, எத்தனையோ ஷேர்கள் எல்லாம் boom சமயத்தில் ஏறும். Depression சமயத்தில் இறங்கும்.

❍ 'பூம்' (boom) மார்க்கெட்

நாம் முன்பு பார்த்தோமே, சென்டிமெண்ட். அது நன்றாக இருந்தால் எல்லா ஷேர்களின் விலையும் ஏறும்.

நல்ல கம்பெனிகளின் ஷேர்கள் அதிகமாக ஏறும். சாதாரண கம்பெனி களின் ஷேர்கள் சுமாராக ஏறும். ஒன்றுக்கும் உதவாத கம்பெனியின் ஷேர் விலைகள்கூட, 'பூம்' எனப்படும் ஏறுமுகமான நேரத்தில் 'சிம்பதி'யில் (கருணை!) ஏறும்.

மார்க்கெட் நன்றாக இருக்கிறது (உலகம், நாடு, நிறுவனம், பொருளா தாரம் எல்லாம் சேர்த்து) என்று பலருக்கும் தோன்ற... இந்த 'ஏறுமுக நிலைமை' பூம் நேரம் தொடங்கும்.

அதுவரை தேக்க நிலையையே பார்த்துப் பழகியிருந்த பலருக்கும், இது 'பூம்' நேரத்தின் தொடக்கம் என்று புலப்படாது. எதைத்தான் நிச்சய மாகச் சொல்ல முடியும் இங்கு!

இந்தச் சமயத்தில் இந்தக் காளைகள், நல்ல கம்பெனிகளின் ஷேர்களை அவை கிடைக்கும் மிகச் சாதாரண விலைகளில் வாங்கிக் குவிப்பார்கள். இவர்களைப் போலவே பெரிய பெரிய முதலீட்டு நிறுவனங்கள் உள்ளன. நம் நாட்டில் உள்ள SBI, UTI, LIC போன்ற பெரிய நிறுவனங்கள், அது தவிர பெரிய முதலீட்டு நிறுவனங்கள், பரஸ்பர நிதிகள், தனியார் நிறுவனங்கள். இவர்கள் எல்லோருக்கும் Financial Institutions - FI என்று பெயர். இதைப்போலவே பல வெளிநாட்டு முதலீட்டு நிறுவனங்கள் உள்ளன. இவர்களுக்கு Foreign Institutional Investors - FII என்று பெயர். இவர்களைச் சுருக்கமாக 'இன்ஸ்டிட்யூஷன்ஸ்' என்பார்கள்.

இவர்கள் எல்லாம் 'எதில் முதலீடு செய்யலாம்? நல்ல வருமானம் கிடைக்கும்' என்று காத்திருப்பார்கள். மார்க்கெட் நல்ல நிலைமையில் இருக்கிறது, ஏறப் போகிறது என்றதும், இவர்களும் நல்ல கம்பெனி களின் ஷேர்களாகப் பார்த்து வாங்கத் தொடங்கிவிடுவார்கள். இப்படிப் பலரும் வாங்கத் தொடங்க... விலை ஏறத் தொடங்கும். விலை ஏறத் தொடங்க... இன்னும் பலர் வாங்கத் தொடங்குவார்கள்.

இப்படி வாங்குவோர் எண்ணிக்கை தொடர்ந்து அதிகரிக்க... வெறுமனே விற்கும் கரடிகள் குறைவார்கள். ஷேர்களை வைத்திருக்கும் முதலீட்டாளர் களும் கொஞ்சம் பொறுத்து இன்னும் கொஞ்சம் ஏறிய பிறகு விற்போமே என்று காத்திருக்க, நிறைய எண்ணிக்கையில் உள்ள வாங்குபவர்கள், குறைந்த எண்ணிக்கையில் உள்ள விற்பவர்கள் என, சந்தை நிலைமை அமையும். இதனால் விலை ஏறும். இது மாதிரிச் சமயத்தில் மேலும் மேலும் நல்ல செய்திகள் வர, எரிகிற நெருப்பில் எண்ணெய் ஊற்றியது போல, ஷேர் விலைகள் கடுமையாக ஏறும்.

இப்படியாகத் தொடர்ந்து விலை ஏற்றம் வந்தால், அதற்கு 'பூம் டைம்' என்று பெயர். நல்ல ஷேர்கள் எல்லாம் விலை ஏறி, ஏறி உச்சத்துக்குப் போய்விடும்.

இதுமாதிரி நல்ல ஷேர்கள் விலை எல்லாம் ஏறிப்போக அதற்குமேல் அவற்றை வாங்க முடியாது. ஆனால் ஆவல் தூண்டிவிடப் பட்டாயிற்று. பணமும் இருக்கிறது. இன்னும் விலை ஏறாத நல்ல கம்பெனி ஷேர்கள் எவை, அதை வாங்கலாமே என்று பலரும் தேடுவார்கள். தேடித் தேடி வாங்குவார்கள். அவற்றின் விலையும் ஏறும். இந்த ஏறுமுக நேரம் தொடர, அடுத்தக்கட்ட நிறுவனங்களின் விலையும் ஏறும்.

இதுபோன்ற 'இது ஏறும், அது ஏறும்' என்று செய்திகள் தாராளமாக உலா வரும். ஏற்கெனவே இந்த விலைக்கு வாங்கி, அந்த விலைக்கு விற்றேன் என்பது போன்ற தகவல்கள் வர, அதற்குள் எதை வாங்கலாம், ஏன் வாங்கலாம் என்கிற விவரங்கள், தொலைக்காட்சி, தினசரிகள், ஷேர் மார்க்கெட் சம்பந்தமான பத்திரிகைகள் மூலம் பரபரப்பாகப் பேசப்படும்.

இந்த மாதிரிச் சமயத்தில் தங்கம் வெள்ளி போக, ஈயம் பித்தளை இரும்பு எல்லாமும்கூடத் தங்கம் வெள்ளி என்று சொல்லி விற்கப் படும். இதனை Cats & Dogs ஷேர்கள் என்பார்கள். (சிங்கம், புலி என்று நினைத்து பூனையையும் நாயையும் வாங்குவது!).

முதன்முதலாக ஷேர் செய்பவர்கள், மிகவும் கவனமாக இருக்க வேண்டிய நேரம் இதுதான். கால நேரம் சரியாக இருப்பதால், எல்லா ஷேர்களும் விலை ஏறுகிறது. மேலும் நல்ல நிறுவனங்களின் ஷேர்கள் கண்டபடி ஏறுகின்றன. கையைக் கட்டிக் கொண்டு சும்மா இருக்க முடியுமா? இருக்க வேண்டும்.

○ நானும் செட்டிநாடு சிமெண்ட் ஷேரும்

நான் ஷேர் செய்யத்தொடங்கி, நான்கு ஐந்து ஆண்டுகள் ஆகியிருந்த நேரம். அது சிமெண்ட் கம்பெனிகள் சக்கைப் போடு போட்ட காலம். திருச்சியில் பணியாற்றிக் கொண்டிருந்தேன்.

'செட்டிநாடு சிமெண்ட்' என்ற நிறுவனப் பங்குகளுக்கு நல்ல கிராக்கி. நிறுவனமும் நன்கு செயல்பட, அதன் விலை கிடுகிடுவென உயர்ந்தது. நான் சொல்வது 1980-களில். நான் அந்த ஷேரைத் தொடர்ந்து கவனித்து வந்தேன். ரூபாய் 60-லிருந்து மிகச் சுலபமாக ரூபாய் 600-க்கு வந்தது. பின்பு கிடுகிடுவென ரூபாய் 750-க்கே வந்து விட்டது. அது ரூபாய் 1000-ஐக் கண்டிப்பாகத் தொடும் என்றார்கள்.

எல்லாம் நன்றாக இருக்கிறதே. பூம் டைம் வேறு. சிமெண்ட் தொழில் நன்கு நடக்கிறது. செட்டிநாடு சிமெண்ட் நிறுவனமும் செழிப்பாக நன்கு நடக்கிறது. ஆயிரம் ரூபாய் போகும் என்கிறார்களே. அதே போல, விலையும் குதித்துக் குதித்து ஏறி 750-ஐத் தொட்டுவிட்டதே.

எனக்குள் ஓர் ஆசை. அதை வாங்கி, உடனே ரூபாய் 1000 வந்ததும் விற்று விட்டால் என்ன? அந்த வருடங்களில் இப்பொழுது இருப்பதுபோல வாங்கிய உடன் பணம் கொடுக்க வேண்டாம். வாங்கலாமா என்று யோசித்துக் கொண்டிருக்கையில் ஒரு நாள் காலை 'தி ஹிண்டு' பேப்பரில் அந்த நிறுவனத்தின் அந்த ஆண்டுச் செயல்பாடு பற்றிய கணக்கு அறிக்கையைப் பார்த்தேன். பிரமாதமான செயல்பாடு. EPS (Earning Per Share) எனப்படும் ஒரு ஷேருக்கான வருமானம் மிக நல்ல நிலையில்.

அடடா, நல்ல வேளை, இன்றைக்கு இந்த ரிசல்ட்டைக் கவனித்தோம். இதை எல்லோரும் பார்த்துவிட்டு, இந்த நிறுவனப் பங்குகளை மேலும் வாங்குவார்கள். கண்டிப்பாக 1000-தான். உடனே தொலைபேசியில் என் புரோக்கரைத் தொடர்பு கொண்டேன்.

'எனக்கு 100 செட்டிநாடு சிமெண்ட் வாங்குங்கள்.'

'என்ன விலைக்கு?'

'கிடைக்கும் விலைக்கு! சீக்கிரம் வாங்குங்கள். விலை ஏறிவிடப் போகிறது.'

100 ஷேர்களின் மொத்த விலை ரூ.80,000. அப்போதைய என்னுடைய மாதச் சம்பளத்தைப் போலச் சுமார் 20, 25 மடங்கு. ஆயிற்று. ரூபாய் 800 என்ற விலையில் 100 ஷேர் வாங்கியாயிற்று.

அது ஆயிரம் போனதும் விற்றுவிட வேண்டியதுதான். நூறு ஷேர் களுக்குச் சுளையாக ரூ.20,000 கிடைக்கும். மனம் சந்தோஷத்தில் இருந்தது.

ரிசல்ட் வந்து, நான் வாங்கி ஒரு நாளாயிற்று. விலை ரூ. 800ஐத் தாண்ட வில்லை. ஏறாதது மட்டுமல்ல, அடுத்த நாள் ரூ. 720. ஏதோ என்னமோ என்று பயந்து விட்டேன். என்னடா இது! அதற்கும் அடுத்த நாள், புரோக் கரைக் கேட்டேன், 'ஏன் இவ்வளவு நல்ல ரிசல்ட் வந்தும் விலை இறங்குகிறது?'

சொன்னார். இதைவிட நல்ல ரிசல்ட் எதிர்பார்த்தார்களாம். வந்திருக்கிற ரிசல்ட்டுக்கு இந்த விலை அதிகமாம். அப்பொழுதுதான் எனக்கு உரைத்தது. உடனே முடிவெடுத்தேன். 'சரி விற்று விடுங்கள்.'

'என்ன விலைக்கு?'

'எந்த விலையென்றாலும் சரி. சீக்கிரம்.' கடைசியில் ரூ.700-க்குத்தான் விற்றார். மொத்தத்தில் நிகர நஷ்டம் ரூ.10,000. ஒழுங்கு மரியாதையாக

PFல் லோன் போட்டு நெஞ்சு கனக்க, நூறு 100 ரூபாய் நோட்டுகளைக் கத்தையாக நஷ்டத்துக்குக் கொடுத்துவிட்டு வந்தேன்.

கொஞ்சம் பணம் வைத்திருப்பவர்கள், காத்திருக்க முடியாதவர்கள், உறுதியான மனது இல்லாதவர்கள் இதைச் சரியாகக் கவனிக்க முடியாத வர்கள் எல்லாம் இந்தப் பக்கம் வரவேண்டாம். அதுவும் மார்க்கெட் மிகவும் அதிகமாக, வேகமாக ஏறும்பொழுது வரவே வேண்டாம். குழப்பிவிடும், ஆசை காட்டி மோசம் பண்ணிவிடும். சுலபப் பணம் மாதிரி தெரியும். உள்ளதையும் பிடுங்கிக் கொண்டுவிடும்.

❍ இன்னொரு ஜிண்டால் ஸ்டீல்

இதுவும் முந்தைய பூம் மார்க்கெட்டில் நடந்ததுதான். மணி (Money) என்றும், பிரிமியம் (Premium) என்றும் பல சிறப்புப் பத்திரிகைகள் வரும். அவற்றில் பல செய்திகள் வரும். எது நல்ல ஷேர்? ஏன் என்று.

ஜி.எம். மிட்டால் SS என்று ஒரு ஷேர். இரும்பு சம்பந்தமான நிறுவனம். அந்நிறுவனம் பற்றி என்ன எழுதினார்கள் தெரியுமா? இதுவும் இன்னொரு ஜிண்டால் ஸ்டீல் (Jindal Steel) போல என்று.

அப்பொழுது ஜிண்டால் ஸ்டீல் (இப்பொழுதும்) மிகப் பெரிய நிறுவனம். அதை நினைத்தபடியே இதை வாங்கினேன். 'அவலை நினைத்து உரலை இடித்தது போல!' அன்று ரூ.42-க்கு வாங்கிய ஷேர் 30, 20, 10 என்று விலை இறங்கி இறங்கி 5, 4 என்று வந்து இப்பொழுது சுமார் எட்டு, ஒன்பது வருடங்களாக அதற்கு விலை மதிப்பே இல்லை! (வாங்குபவர் இல்லை). அதேபோல, தேவ் பாஸ்னர்ஸ் என்று ஒரு நிறுவனம். அது இன்னொரு சுந்தரம் பாஸனர்ஸ் என்றார்கள். அதுவும் காணாமல் போய்விட்டது.

மினி டைமண்டு, ELB ஸ்கிலிப், மைக்ரோ ஆக்ஸஸரீஸ், SS லீசிங் ஃபைனான்ஸ், தரணி ஃபைனான்ஸ், அருணா சுகர்ஸ் என்று நூற்றுக் கணக்கான ஷேர்கள் காற்றோடு காற்றாகப் போயின.

எல்லாம் வெறும் பேப்பர். பல நபர்கள் இதுபோன்ற விற்கமுடியாத ஷேர்கள் ஆளுக்கு கால் கிலோ, அரைக் கிலோ என்ற கணக்குகளில் வைத்திருக்கிறார்கள். எல்லாம் எடை விலைக்குத்தான் தேறும்! ஆக செகண்டரி மார்க்கெட்டில் நல்ல நிறுவனங்களில்தான், முதலீடு, அதுவும் சரியான விலையில்தான் செய்ய வேண்டும். வாங்குவதற்கு முன் சர்வ ஜாக்கிரதையாகப் பார்க்க வேண்டும்.

எளிதில் வாங்கி விற்கக்கூடிய ஷேர்கள்

எல்லா ஷேர்களும் தொடக்கத்தில் மத்தாப்புக்கள்போல ஜொலிக்கும். இவற்றில் எது வைரம், எது கண்ணாடி, எது வெறும் கரி என்று

முன்னமேயே தெரியாது. விவரம் தெரிந்த சிலரால்தான் சரியாகக் கணிக்க முடியும்.

1996-ம் ஆண்டு மும்பை பங்குச் சந்தையில் லிஸ்ட் செய்யப்பட்ட நிறுவன ஷேர்களின் எண்ணிக்கை, 5,650. அதுவே 2004-ல் 5,221 ஆகக் குறைந்துவிட்டது. இதில் புதிதாக லிஸ்ட் ஆன சில நிறுவனங்களும் அடங்கும். அப்படியென்றால் இடையில் 1,400-க்கும் அதிகமான நிறுவனங்கள் காணாமல் போய்விட்டன. அந்த நிறுவனங்களின் பங்கு களை வாங்கியவர்கள் நிலை? கேள்விக்குறிதான்.

இன்னொரு விவரம் பாருங்கள். 1996-ல் பரிவர்த்தனை நடந்த ஷேர்களின் எண்ணிக்கை, 3,443. அதுவே 2004-ல் 2,283 ஆகக் குறைந்து விட்டது. அதாவது 'லிஸ்டட்'தான். ஆனால் வாங்குதல் விற்றல் நடை பெறாத ஷேர்கள் நிறைய!

அடுத்து, சில ஷேர்களில் பரிவர்த்தனை நடக்கும், எப்பொழுதாவது. தினம் தினம் நடப்பவற்றின் எண்ணிக்கைக் குறைவு. BSE-யில் 2003-04-ம் வருடத்தில் லிஸ்ட் செய்யப்பட்ட நிறுவனங்களில் நூற்றுக்கு 67 நிறுவன ஷேர்கள்தான் அந்த வருடத்தில் நூறு நாள்களுக்கு மேல் வாங்க, விற்கப் பட்டன. 32% ஷேர்கள் நூறு நாள்களுக்கும் குறைவாகவும், 9% ஷேர்கள் வெறும் பத்து நாள்களுக்கும் குறைவாகவும்தான் விற்பனை ஆகியுள்ளன.

BSE-யில் தினம்தினம் விற்பனையான ஷேர்களின் எண்ணிக்கை என்ன தெரியுமா? 2002-03-ல் 430. அதுவே 2003-04-ல் 549.

ஷேர் வாங்கும்பொழுதும் புது ஷேருக்கு விண்ணப்பிக்கும்பொழுதும் இந்த விஷயத்தையும் கவனத்தில் எடுத்துக் கொள்ள வேண்டியது அவசியம்.

விலையிலும் கவனம்

உருப்படாத நிறுவனங்களின் ஷேர்களை விலை என்ன மட்டமாக இருந்தாலும், பின்னால் ஏறும் என்று சொன்னாலும் வாங்க வேண்டாம். அதேபோல, நல்ல நிறுவனங்களின் ஷேர்களை நல்ல நிறுவனம்தானே என்று கண்ட விலைக்கும் வாங்கி விட வேண்டாம்.

ஒருவித வேகத்தில் விவரம் தெரிந்தவரும், தெரியாதவரும் என்று பலரும் சேர்ந்து நான், நீ என்று போட்டி போட்டு வாங்க, விலை ஏறிவரும். நாம் ஒதுங்கி விடலாம். இது இல்லாவிட்டால் இன் னொன்று. இப்பொழுது இல்லாவிட்டால் வேறு சமயம். இந்த மனப் பக்குவம் மிக மிக அவசியம்.

3

ஷேர்களில் முதலீடு செய்யும்பொழுது கவனிக்க வேண்டியவை

ஷேர்களில் வியாபாரம் செய்வது என்று முடிவு செய்தாயிற்று என்றால், அதனை எப்படி முறையாகச் செய்வது என்று பார்க்கலாம். சில விஷயங்களை முதலில் கவனித்துவிடவேண்டும்:

1. ஷேர் மார்க்கெட் நிலவரம் எப்படி உள்ளது?

2. எந்தெந்த வியாபாரத் துறைகள் (Sectors) எப்படியுள்ளன?

3. எந்தெந்த நிறுவனங்கள் நன்கு செயல்படுகின்றன?

4. எந்தெந்த நிர்வாகங்கள் (Managements) முறையாகச் செயல் படுகின்றன?

5. நாம் வாங்க யோசிக்கும் ஷேர்களின் விலைகள் என்ன? என்ன?

6. அவற்றின் நிதி சம்பந்தமான அடிப்படை விஷயங்கள் (Fundamentals) எப்படியுள்ளன?

7. அந்த ஷேர்களின் டெக்னிக்கல் பொசிஷன் (Technical position) எப்படி உள்ளது?

8. நாம் வைத்திருக்கும் பணத்தின் அளவும், வாங்க நினைக்கும் அளவும் எப்படி உள்ளன?

9. எவ்வளவு நாள்கள் நாம் இந்த முதலீட்டை விட்டு வைக்க முடியும்?

10. நாம் எதிர்பார்க்கும் வருமானம் என்ன?

இவற்றை இனி ஒவ்வொன்றாக விரிவாகப் பார்க்கலாம்.

○ ஷேர் மார்க்கெட் நிலவரம் எப்படி உள்ளது?

நாம் நிலம், தங்கம், வீடு, பேங்க் டெப்பாசிட், அரசின் பிற வைப்பு நிதிகள் எல்லாவற்றையும் தவிர்த்து அல்லது அதற்கும் மேல் ஓரளவு பணத்தினை ஷேர் மார்க்கெட்டில் முதலீடு செய்வதாக முடிவு செய்

திருக்கிறோம். நல்லது. இந்த ஷேர் மார்க்கெட் என்பது பருவ நிலைகள் போன்று வேறு ஒரு சுழற்சியில் (Cycle) இருக்கும் இடம்.

ஒருவித நிலை, உயர்வு நிலையோ (Boom), தாழ்வு நிலையோ (Depression) நிலவும் பொழுது, அந்த நிலை முடியவே முடியாது என்பது போல் இருக்கும். அடுத்த நிலை வரும் என்று நம்பவே தோன்றாது.

'If winter comes, can spring be far behind?' என்று ஷெல்லி என்ற ஆங்கிலக் கவிஞன் பாடினானே அதுபோல. இரவும் வரும், பகலும் வரும், மாறி மாறி வரும். இரவு பகல் போல, கோடை, குளிர், மழைக் காலங்கள் போல, ஷேர் மார்க்கெட்டில் பூம் (Boom time) நேரம், டிப்ரெஷன் நேரம் (Depression time) என்று இரண்டு உண்டு. இது ஷேர் மார்க்கெட்டுக்கு மட்டும் என்றில்லை. நிறைய வியாபாரங்களுக்கும் பொருந்தும். இது ஒரு Cycle. ஒரு சுழற்சி. சைக்கிளில் கீழே இருக்கும் பெடல் மேலே வரும், மேலே இருப்பது கீழே போகும்.

ஷேர் மார்க்கெட்டில் சமீப ஆண்டுகளில் என்று பார்த்தால் ஏப்ரல் 1992, செப்டம்பர் 1994, ஆகஸ்டு 1997, பிப்ரவரி 2000, மீண்டும் 2003 முதல் 2008 வரை உயர் நிலை காணப்பட்டது. ஆஹா ஓஹோ அப்படி இப்படி என்று எங்கு பார்த்தாலும் பேசினார்கள். நல்லதை மட்டும்தான் பேசினார்கள். இந்த உயர்நிலை நான்கு ஆண்டுகள் நீடித்தது.

1994-ம் வருடத்தைய பூம் எனக்கு நன்றாக நினைவு இருக்கிறது. ஏகப்பட்ட விலையேற்றம், ஹர்ஷத் மேத்தா என்றொருவர் கூடத் தப்புத் தண்டா செய்ததாக மாட்டினாரே அதே நேரம், அந்த பூம் தான்.

நான் திருச்சியில் பணியாற்றிக் கொண்டிருந்தேன். அங்கு, ஷேர்களை வாங்கி விற்க உதவும் நேரடி புரோக்கர்கள் கிடையாது; சப் புரோக் கர்தான். அந்த சப் புரோக்கரிடம், வாங்க, விற்கச் சொல்ல வேண்டும். அவர் சென்னைக்கோ, மும்பைக்கோ சொல்லி, வேறு ஒரு நேரடி புரோக்கர் மூலம் ஷேர்கள் வாங்கித் தருவார், விற்றுத் தருவார்.

இந்த பூம் நேரத்தில், அவரைப் பார்த்து நாலு வார்த்தை பேசக்கூட முடியாது. நம்மீது அவர் வைத்திருக்கும் நம்பிக்கை, மதிப்பு, நாம் அதுவரை பண விஷயத்தில் நடந்து கொண்ட முறைகளை வைத்துத்தான், அவர் நம்மோடு பேசுவார். ஏன் என்றால் அவர் அவ்வளவு பிசி! அது மார்க்கெட் பரபரப்பாக இருந்த நேரம். எந்த ஷேரை வாங்கினாலும் அது அடுத்தடுத்த நாள்களில் விலை ஏறிவிடும். நமக்கு லாபம்தான். அதை அவர்தான் செய்துதர முடியும். நாம் நேரடியாக வாங்க, விற்க முடியாது.

மாலை நேரத்தில் அவர் அலுவலகம் போவேன். மற்றவர்கள் பேசு வதைக் கவனிப்பேன். அங்கு இருக்கும் ஷேர்கள் சம்பந்தப்பட்ட பத்திரி

கைகளைப் பார்ப்பேன். பின்பு அவரிடம் கிடைக்கும் ஒன்றிரண்டு நிமிடங்களில் எனக்கு என்னென்ன ஷேர்கள் வாங்க வேண்டும் என்று வேகமாகச் சொல்லிவிடுவேன். சொல்லி முடிப்பதற்குள் அவர் கவனம், அழைக்கும் ஒரு தொலைபேசி அழைப்பாலோ, வேறு எதுவாலோ திசை திரும்பி விட்டால், நஷ்டம் எனக்குத்தான். மறுநாள் ஷேர் வாங்காது விட்டுப் போய்விடும். ஆனால் நிச்சயம் அதன் விலை ஏறிப் போகும். எனக்கு அது நஷ்டம்தானே.

டாம்கோ (Tomco) என்று ஒரு ஷேர். 'டாடா ஆயில் மில்' கம்பெனி. அதனை ஒரு ஷேர் ரூ.130 என்று 200 ஷேர்கள் அவரிடம் சொல்லி வாங்கினேன். ரூ.26,000. நான் வாங்கி ஒரு பத்து நாள்களுக்குள் அது ஒரு ஷேர் ரூ.260 ஆகி என் முதலீட்டின் மதிப்பு ரூ.52,000 ஆகி, இரட்டிப்பாகி விட்டது.

எனக்குப் படு சந்தோஷம். அப்பொழுதெல்லாம் இவ்வளவுதான் ஒரு நாளைக்கு ஏறலாம், இறங்கலாம் என்ற கட்டுப்பாடெல்லாம் கிடையாது. மேலும் அந்த நேரத்தில் ஏறாத ஷேர்கள் குறைவு. எல்லாக் கழுதை குதிரையும் ஏறும். அதுதான் பூம் டைம்.

அடுத்து அவரைச் சந்திக்கும்போது கேட்டேன். 'சார், இந்த டாம்கோ ஷேரை இன்ன விலைக்கு வாங்கினேன், இப்படி டபுள் ஆகிவிட்டது. என்ன செய்யலாம்?'

அவர் சொன்னார், 'அவசரப்படாதீங்க. அது டாடாவின் நிறுவனம். தங்கச் சுரங்கம் மாதிரி. அதைப் பேசாம பேர் மாற்றி, தூக்கி உள்ள போடுங்க!' அவர் இப்படிச் சொல்லி விட்ட பிறகு விற்க எப்படி மனசு வரும்!

இப்பொழுது இருப்பதுபோல அப்பொழுதெல்லாம் டிமேட் கணக்குகள் கிடையாது. ஒரு நிறுவனத்தின் ஷேரினை விலைக்கு வாங்கினால், அந்த ஷேர் பத்திரம் வைத்திருப்பவர் டெலிவரி தரவேண்டும். குறிப்பிட்ட நாள்களுக்குள் டெலிவரி கொடுக்க வேண்டும் என்ற வரைமுறைகள் உண்டுதான். ஆனால் அதையெல்லாம் நடைமுறைப்படுத்துவது கடினம். அவர் எப்பொழுது அவருடைய புரோக்கரிடம் கொடுக்கிறார் என்பதைப் பொறுத்தது அது. பல சமயம் அது மும்பை, டெல்லி போன்ற வெளி யிடங்களில் இருந்து வரவேண்டும். அதுவும் டெலிவரி வந்துவிட்டால், பணத்தைக் கொடு என்று புரோக்கர் பிரஷர் கொடுப்பார். வாங்கியாச்சு. அதன் விலை ஏறுகிறது. அதை ஏன் டெலிவரி கேட்க வேண்டும். டெலிவரி வரும்போது வரட்டுமே. அந்தப் பணத்தில் இடையில் வேறு ஷேர் வாங்கி விற்று லாபம் பார்க்கலாமே (ரொட்டேஷன்!) என்றுதான் பெரும்பாலானவர்களுக்குத் தோன்றும்!

நான் பெயர் மாற்ற அனுப்பிவிட முடிவு செய்தேன். அதனால் அதை விற்கவில்லை. கொஞ்ச நாள்களில் டெலிவரி வந்தது. ஷேர் விலை

இறங்காமல் அந்த 260-ஐ ஒட்டியே அப்பொழுதும் இருந்தது. அதனால் பெயர் மாற்ற அனுப்பி விட்டேன்.

பழைய முறையில் (டிமேட் இல்லாத முறையில்) இன்னொரு பிரச்னை இருந்தது. நிறுவனத்துக்குப் பெயர் மாற்ற அனுப்பினால், சில நிறுவனங்கள்தான் உடனே பெயர் மாற்றி அந்தப் பங்குப் பத்திரத்தைத் திருப்பி அனுப்பும். இந்தப் பெயர் மாற்றும் வேலையை வேறு ஒரு நிறுவனத்திடம் கொடுத்திருப்பார்கள். அவர்கள் உடனேயும் செய்வார்கள், தாமதித்தும் செய்வார்கள். முதலீட்டாளர் இதையெல்லாம் ஒன்றும் செய்ய முடியாது. மனக்குமுறலை 'வாசகர் கடிதம்' பகுதிக்கு எழுதி அனுப்பலாம், அவ்வளவுதான். SEBI-க்குப் புகார் எழுதலாம். அதற்கெல்லாம் முடிவு காண நிறையப் பொறுமையும் அலைச்சலும் வேண்டும்.

அந்த Tomco ஷேர் பெயர் மாற்றி வருவதற்குள், வேறு காரணங்களுக்காக மார்க்கெட் இறங்கத் தொடங்கியது. அதன் விலை இறங்க இறங்க, எனக்கு வருத்தம், எரிச்சல்.

சரி, பெயர் மாற்றி வந்ததும், உடனேயே விற்றுவிட வேண்டும் என்று முடிவு செய்தேன். பெயர் மாற்றி வந்தது. அப்பொழுது விலை ரூபாய் நூற்று எண்பதோ என்னவோதான். 'என்ன இது 260 ரூபாய் போன ஷேர், விற்காமல் விட்டு விட்டோம். இப்பொழுது இறங்குகிறதே! இருக் கட்டும். இந்த ஷேர், மற்றும் பிற ஷேர்கள் விலை இறங்குவது தாற் காலிகமே. மற்றவர்கள் சொல்வதுபோல, பெரும்பாலான வல்லுனர்கள் பத்திரிகைகள் சொல்லுவதுபோல, மீண்டும் ஷேர் விலைகள் கண்டிப்பாக ஏறும்' என்று நினைத்தேன்.

அதனால் விற்காது காத்திருந்தேன். விலை மேலும் இறங்கியது. ரூ.136-க்கு வந்துவிட்டது. வாங்கியதைவிட பத்துதான் அதிகமா. ஒரு வாரம் முன்புகூட ரூபாய் 180 இருந்ததே. அப்பொழுதே விற்றிருக் கலாமோ? அதையும் விட்டுவிட்டோமே!

மார்க்கெட்டில் ஹர்ஷத் மேத்தா பற்றிப் பேச்சு வர, 'அது ஒன்று மில்லை. அவர் அதையெல்லாம் சமாளித்து விடுவார், அரசியல் வாதிகள் துணையில்லாமலா இதையெல்லாம் அவர் செய்திருப்பார்' என்ற ஊகங்களும் பேசப்பட்டன. ஆனால் அவற்றையெல்லாம் பொருட்படுத்தாது, விலைகள் தினம் தினம் இறங்கிக் கொண்டிருந்தன. ஆனால் முன்பு பார்த்த விலைகள் எல்லாம் மனத்தை விட்டு அகல மறுத்து, பேப்பரில் பார்த்த லாபத்தை இழக்க மனசின்றி அந்த ஷேர்களை விற்காமல் தொடர்ந்து வைத்திருந்தார்கள் லட்சக்கணக்கான சிறு/பெரு முதலீட்டாளர்கள்.

75

கடைசியில் வெறுத்துப்போய் நான் அந்த ஷேரினை 70 ரூபாய்க்கோ என்னவோ, படு நஷ்டத்தில் விற்றேன். இதைத்தான் ஷேர் செய்ய எல்லா வற்றையும் விடத் திடமான மனது, நிதானமான போக்கு தேவை என்கிறார்கள். டாம்கோ மட்டுமல்ல... எல்லா ஷேர்களும் இந்த விளையாட்டில் உண்டு.

ஷேர் என்று ஒன்று விலைக்குக் கிடைக்காது!

சென்னையில் ஒரு சப் புரோக்கர். அவரிடம் என் தந்தை பேசிக் கொண்டிருந்தார். விலைகள் தாறுமாறாக ஏறிக் கொண்டிருந்த நேரம். எந்த ஷேர் ஏறவில்லை என்று கேட்கலாம். அப்படிப் பற்றி எரிந்து கொண்டிருந்த நேரம்.

எதை விற்கலாம் என்று தன்னிடம் உள்ள சில ஷேர்களின் பெயர்கள் சொல்லி அவரிடம் ஆலோசனை கேட்டார், என் தந்தை. அவர் என்ன சொன்னார் தெரியுமா? ‘ஏன் சார் விக்கிறீங்க, இன்னும் கொஞ்ச நாள்ல எந்த ஷேருமே விலைக்குக் கிடைக்காது சார். அவ்வளவு டிமாண்ட் வந்துவிடும்.’

அவர் அதைச் சொல்லியபொழுது நம்பாமல் இருக்க முடியவில்லை. அட... ஷேரே விலைக்குக் கிடைக்காதா? ஆமாம் பின்னே, தினம் தினம் நிச்சயம் ஏறிக் கொண்டிருக்கையில் எவர் விற்பார்? ஏன் தெரிந்து விற்க வேண்டும். கையில் இருக்கும் ஷேர்களை விற்காமலே எப்படிப் புதிய ஷேர்கள் வாங்குவது?

ஒன்று, வேறு விஷயங்களில் உள்ள முதலீடுகளைக் காலிசெய்து (FD, PF, வீடு, தங்கம்) இதில் கொண்டு வந்து போடுவது. அல்லது 24%, 36%, 48% வட்டிக்குக் கடன் வாங்குவது. செய்தார்கள்.

அதுதான் அன்றைக்கு ஒரு விலைக்கு வாங்கினால் ஒரு மாதத்துக்குள் டபுள் ஆகிவிடுகிறதே... ஷேர் செய்யாதவன் பைத்தியக்காரன் என்பது போன்ற நிலைமை. இந்த ‘பூம் டைம்’ என்பது குறிப்பிட்ட காலத்துக்கு/ வருடங்களுக்கு ஒருமுறை வந்து கொண்டேதான் இருக்கிறது. வருங் காலங்களிலும் வரும். பின்பு எல்லாம் காணாமல் போய்விடும். மார்க் கெட் பலூன் ஓட்டையாகித் தொய்ந்து, பிய்ந்து விடும். முகூர்த்தம் முடிந்த கல்யாண வீடுபோல ஆகிவிடும். சில வருடங்களுக்குப் பிறகு மீண்டும் நல்ல காலம் வரும்.

ஒவ்வொருமுறை ‘பூமு’க்கும் ஒரு சில காரணங்களை வலுவாகச் சொல்வார்கள். நம்பும்படியாக இருக்கும். விலை ஏறும். ஏற்கெனவே அடிபட்டவர்களுக்கு நம்பிக்கை வராது. விலைகள் தொடர்ந்து ஏறும். தங்கள் கையில் உள்ள ஷேர்களைப் பரபரப்பாக விற்றுவிடுவார்கள்.

விலை இன்னும் அதிகமாகும். அடச்சே! பேசாமல் வைத்திருக்கலாமோ என்று தோன்றும்.

விலைகள் ஒரே திசையாக மேல்நோக்கித் தொடர்ந்து போகும். சொல்லப்படும் காரணங்கள் புரிகிற மாதிரி இருக்கும். சரிதான் என்றும் தோன்றும். இழந்துவிட்ட லாப வாய்ப்புகள் எரிச்சலூட்டும். மீண்டும் வாங்குவார்கள். கொஞ்சம் விலை ஏறி லாபம் பார்த்ததும், பழைய கதையாகி விடக்கூடாது என்று ஜாக்கிரதையாக உடனே விற்பார்கள்.

2000-மாவது வருடம் ஒரு மிகப் பெரிய பூம் வந்தது. 1999-க்குப் பிறகு 2000-வது ஆண்டில் Y2K (Y என்றால் வருடம், 2 என்றால் இரண்டுதான், K என்றால் ஆயிரம். ஆக 2000-மாவது வருடம் என்பதின் சுருக்கம்) பிரச்னை வரும் என்ற பயம் இருந்தது. 2000 ஆண்டு பிறந்ததும் தேதி புரியாமல் கம்ப்யூட்டர்கள் குழம்பப் போகின்றன. ராக்கெட்டுகள், விமானங்கள் நடுவானிலிருந்து 'தொப் தொப்'பென்று விழும். எண்ணெய்க் கிணறுகள் பற்றிக் கொள்ளும் என்றெல்லாம்கூடப் பயந்தார்கள். எல்லாம் கம்ப்யூட்டரால் கட்டுப்படுத்தப்படுவதால் வந்த வினை என்றார்கள்.

உலகம் முழுக்க இந்த Y2K பிரச்னையைக் கண்டுபிடிக்க, கண்டு பிடித்தபின் தீர்க்க நிறைய கம்ப்யூட்டர் புரோகிராம்கள் எழுத வேண்டியிருந்தன. இதனால் அப்பொழுது கம்ப்யூட்டரில் புரோகிராம் எழுதத் தெரிந்தவர்களுக்கும், கம்ப்யூட்டர் கம்பெனிகளுக்கும் ஏக கிராக்கி. இந்தியாவில் இருந்த, நிறையத் தொடக்க நிலை கம்ப்யூட்டர் இன்ஜினீயர்களுக்கும் கம்ப்யூட்டர் கம்பெனிகளுக்கும் வெளிநாட்டில் நல்ல வாய்ப்பு.

ஒருவழியாக 2000-மாவது ஆண்டு பிறந்தது. பிரச்னைகள் இல்லை என்று தெரிந்தது. அதற்குள் இந்தப் பிரச்னையால் வந்த வாய்ப்பினால் உலகம் முழுக்க கம்ப்யூட்டர் தொழில் சிறக்க, அந்த ஷேர்களின் விலைகள் ஏறத் தொடங்கின. அதுவரை உலகை உலுக்கிய அந்தப் பேரழிவு அபாயமும் நீங்க, காத்திருந்த முதலீடுகள் தொழில்களுக்குள் மீண்டும் பாய, எங்கும் செழுமை பிடித்துக் கொண்டது. ஷேர் மார்க்கெட்டிலும் அந்த ஆர்வத் தீ பற்றிக் கொண்டது.

அவையெல்லாம் விலைகள்தானா அல்லது வெறும் எண்களா என்று நம்ப முடியாத அளவு விலையேற்றம் இருந்தது.

ICE என்று ஒரு பகுதி. I என்றால் இன்பர்மேஷன். C என்றால் கம்யூனி கேஷன், E என்றால் எண்டர்டெயின்மெண்ட். இவற்றைத்தான் New Economy என்றார்கள்.

அதுவரை இருந்த தொழில்கள் (இன்றும் இருக்கின்றன) இரும்பு, சிமெண்ட், விவசாயம், கட்டுமானம், மற்ற நுகர்பொருள்கள் எல்லாம் Brick & Mortar தொழில்கள். இவையெல்லாம் பழைய பொருளா தாரங்கள் (Old Economy) என்றார்கள். பழசை விட புதுசில்தான் லாபம் அதிகம் என்றார்கள்.

அமெரிக்காவில் 'சிலிக்கன் வேலி' என்று கலிஃபோர்னியா மாகாணத்தில் ஓர் இடம் உண்டு. அங்குதான் நிறைய புதிய பொருளாதார நிறுவனங்கள் உருவாக்கப்பட்டன. அவற்றின் வியாபார வாய்ப்புகளைப் பொறுத்து அந்த நிறுவனங்களின் ஷேர் விலைகள் விண்ணை முட்டின.

நாஸ்டாக் (Nasdaq - National Association of Security Dealers Automatic Quotation system) என்ற அமெரிக்க பங்கு வர்த்தக மையத்தில்தான் இந்தப் புதிய பொருளாதார நிறுவனங்களின் பங்குகள் பெரும்பாலும் பரிவர்த்தனை செய்யப்பட்டன. ஷேர் விலைகள் குதியாட்டம் போட்டன.

இந்தியாவிலும் உலக அளவில் வியாபாரம் செய்யக்கூடிய மிகப்பெரிய கம்ப்யூட்டர் நிறுவனங்கள் தொடங்கப்பட்டு, சக்கைப்போடு போட்டன. இன்ஃபோசிஸ், விப்ரோ, காக்னைசண்ட் டெக்னாலஜி என்று உலகத்துக்கே வழிகாட்டும் தலைமைப் பண்புள்ள நிறுவனங் களாக உருப்பெற்ற இந்த இந்திய நிறுவனங்களுக்கு உலக அளவில் முதலீட்டாளர்கள் வந்தார்கள்.

ஹிமாச்சல் ஃப்யூச்சரிஸ்டிக் கம்யூனிகேஷன்ஸ் (Himachal Futuristic Communications) என்று ஒரு நிறுவனம். சுமார் 40 ரூபாய் விலையில் அதனைப் பார்த்தேன். தினம் தினம் (உண்மையாகத் தினம் தினம்) விலை ஏறி, அந்தப் பங்கு 3,000 ரூபாயையும் தாண்டியது.

அதுபோல, ரோல்டா இண்டியா, சில்வர்லைன் டெக்னாலஜிஸ், DSQ சாஃப்ட்வேர் என்று ஏகப்பட்ட கம்ப்யூட்டர் கம்பெனிகள், ஜி டெலிஃபிலிம்ஸ் (Zee Telefilms), பத்மாலயா டெலிஃபிலிம்ஸ் என்பன போன்ற தொலைக்காட்சி/கேளிக்கை கம்பெனிகள் எல்லாம் தினம் தினம் விலை ஏறும். எது எல்லை என்று எவருக்கும் தெரியாது.

முந்தைய பூமில் ஹர்ஷத் மேத்தாபோல, இந்த பூமில் கேதன் பாரேக் (Ketan Parek) என்பவர். இவர் 'K' என்று செல்லமாக அழைக்கப்பட்டார். இவருக்கு விருப்பமான ஷேர்கள் பத்து. அவை K10 என்று அழைக்கப் பட்டன. மேலே குறிப்பிட்டுள்ள ஷேர்களில் பெரும்பாலானவை அவருடைய பட்டியலில் இருந்தவை. இவை தினம் தினம் விலை ஏறும். இன்று 40 ரூபாய், நாளை 44, பிறகு 52, பிறகு 60 என்பதுபோல, இறுதியாக 1000-ங்களில்! அப்படி ஏறியதுதான் ஹிமாச்சல் ஃப்யூச்சரிஸ் டிக்கும். 40-லிருந்து 3000!

அந்த குமிழும் உடைந்தது. (DSQ சாஃப்ட்வேர் 2004-ல் ஒரு பூம் நேரத்தில் கூட ரூபாய் 20-க்கும் குறைவுதான். இதே DSQ ஷேர் அன்றைக்கு ரூபாய் 800-க்கும் மேல். சில்வர்லைன் டெக்னாலஜிஸ் முன்பு 1200-க்கும் மேல். பின்பு அதன் விலை ரூ.10-க்கும் குறைவு.

போன 'பூமு'க்கும், அடுத்த 'பூமு'க்கும் சம்பந்தம் இல்லையாம்! அதுவேறு, இதுவேறு! எல்லாம் மூன்று வருட வித்தியாசம்தான்!

சரி. மக்கள் என்ன அவ்வளவு தூரம் மறதி உள்ளவர்களா என்ன என்று கேட்டால், அடுத்து 2003-ல் தொடங்கியது மற்றொரு பூம் (பூம்... பூம்!).

ரியல் எஸ்டேட் கம்பெனிகள், கட்டுமான நிறுவன ஷேர்கள்தான் இந்த முறை பூம் மார்க்கெட்டின் 'தீம்', கதாநாயகன். வலம் வந்த, இல்லை, இல்லை மலை 'ஏறிய' நிறுவனங்கள் DLF, BL காஷ்யாப் சன்ஸ், CCCL, DS குல்கர்னி, சிம்ப்ளெக்ஸ் ரியாலிட்டி போன்ற பல.

DS குல்கர்னி என்ற நிறுவனத்தின் IOB பங்கு விலைகள், 2003-ல் 10ரூ. 2004-ல் 25, 2005-ல் 197, 2006-ல் 449, 2008-ல் 380, 2009-ல் 87, 2010-ல் 52, அக்டோபர் 2011-ல் 46.

BL காஷ்யாப்பின் 10 ரூபாய்க்கு விலை 2006-ல் 1594. 2007-ல் 5159, (5 ரூ பங்கு விலை 2579), 2008-ல் 4600 (5 ரூ பங்கு விலை 2300), 2009-ல் 5160 (1 ரூ பங்கு விலை 516), 2011ன் குறைந்தபட்ச விலை 90 (1 ரூ பங்கு ரூ 9 மட்டும்!) ஏறியதும் வேகம், இறங்கியதும் வேகம் (பாரபட்சமெல்லாம் கிடையாது!)

மொத்தத்தில் 'பூம்' ஆரம்பத்தில் வாங்கலாம். ஓரளவு லாபம் வந்ததும் வெளிவந்து விடவேண்டும்.

○ டிப்ரஷன் (Depression)

பகல் பார்த்தோம். சூரியன் வந்தால், நிரந்தரமாகத் தங்க மாட்டானே, மறையத்தானே செய்வான். 1989, ஏப்ரல் 1993, ஜனவரி 1996, அக்டோபர் 1998, செப்டம்பர் 2001, அக்டோபர் 2008 எல்லாம் பங்குச்சந்தைக் குறியீடு மிகக் குறைந்து இருந்த காலகட்டங்கள். வெளிச்சம் மங்கும். நம்ப மாட்டார்கள். சும்மா மேகம் மறைக்குது. மீண்டும் சூரியன்தான் என்று நினைப்பார்கள். விலைகள் இறங்கும். விற்க மனசு வராது. இன்னமும் இறங்கும். அப்பொழுதுதான் பிரச்னைகள் ஒன்று ஒன்றாக வெளிவரும்.

கொஞ்சம் பெரிய புரோக்கர்கள் வீடுகளில் வருமான வரிச் சோதனை. சில பெரிய புரோக்கர்கள் நிறைய வாங்கி விட்டு (காளையாட்டம் ஆடிவிட்டு) டெலிவரி எடுக்கப் பணம் இல்லாமல் தலைமறைவு ஆகிவிடுவார்கள். அல்லது ஒரு மிகப் பெரிய நிறுவனம் இதில் லாபம்

பார்ப்பதற்காக, அவர்களே போலியாகக் கூடுதல் ஷேர் சர்டிபி கேட்டுகள் அடித்துப் புழக்கத்தில் விட்டுவிட்டார்கள், என்பார்கள். (அடக் கண்றாவியே!) நல்ல வேளையாக பின்பு டிமேட் வந்துவிட்டது.

'புரோக்கர்களும் வங்கிகளில் பெரிய அதிகாரிகளும் கூட்டுசேர்ந்து ஒரு பெரிய ஊழல் செய்துவிட்டார்களாம்' 'பெரிய பொதுத்துறை நிறு வனத்தின் தலைவர் லஞ்சம் வாங்கிக்கொண்டு குறிப்பிட்ட நிறுவனம் பங்குகளை அதிக விலை கொடுத்து, நிறுவன முதலீட்டு வாங்கி விட்டார் என்பதுபோல ஒவ்வொரு குண்டாகப் போடுவார்கள்.

இந்த ஷேர் மார்க்கெட் மொத்த வியாபாரம் என்பது பல்லாயிரம் கோடி ரூபாய்கள். தினம் தினம் இதில் புழங்குவோர் எண்ணிக்கை லட்சக் கணக்கில். இவர்களில் சிலர் ஒரு பக்கம் ஓட, மற்றவர்கள் அவர்களைத் தொடர்ந்து ஓட, பீதி, குழப்பம்.

பிரச்னையை விட, பிரச்னையில் இருந்து, தான் (மட்டும்) எப்படியா வது தப்பித்துவிட வேண்டும் என்று பலரும் ஒருசேர முயற்சிக்க, களேபரம்தான்.

ஷேர் மார்க்கெட்டில் தப்பித்தல் என்பது, கையில் இருப்பதை விற்று விட்டு வெளியேறுவது. எல்லோரும் ஒன்றாக விற்க முயற்சி செய்ய, யார் வாங்குவது? வாங்க ஆளில்லாமல் விலைகள் மேலும் சரிய, குழப்பமோ குழப்பம்.

ஆக, இப்படி காற்றுப் போன பலூனாக ஒவ்வொரு 'பூம்' நேரமும் சிறிய இடைவெளிக்குப் பிறகு முடிவுக்கு வரும். அது எப்பொழுது என்பது எவருக்குமே தெரியாது.

பூம் நேரத்தில் காளைகளின் கை ஓங்கியிருக்கும். தங்களுக்குப் பிடித்த நம்பிக்கையுள்ள நிறுவன ஷேர்களாகப் பார்த்து மிகப் பெரும் எண்ணிக் கையில் வாங்கிச் சேர்ப்பார்கள். சில பெரிய புரோக்கர்கள் ஒன்றுசேர்ந்து Cartel (குழு) அமைத்து இந்த வேலையைச் செய்வது உண்டு.

சில நிறுவனங்களே தங்கள் ஷேரின் விலையை ஏற்றுமாறு சில புரோக் கர்களிடம் சொல்வதும் உண்டு. அப்படிப் பணபலம் உள்ள, மார்க்கெட் தெரிந்தவர்கள் கங்கணம் கட்டிக்கொண்டு விலை ஏற்றினாலோ இறக்கினாலோ மற்றவர்கள் ஏதும் செய்வது கடினம்.

இப்படிச் சில நேரம் காளைகள் விரட்டிக் கொண்டு போய் வாங்குவது போல, சரியான தருணத்துக்காக கரடிகளும் காத்திருப்பார்கள். கெட்ட செய்திகள் எது வந்தாலும் இவர்கள் ஷேர்களை விற்பார்கள். 'எல்லாம் அவ்வளவுதான், போச்சு. மார்க்கெட் விழுந்துவிடும்' என்று செய்தி பரப்புவார்கள்.

செண்டிமெண்ட்டைக் கெடுக்கப் பார்ப்பார்கள். கெட்ட செய்திகள் நம்பத் தகுந்ததாக இருக்க, நல்ல லாபமும் வந்து காத்திருக்க, 'போதுமே, விற்றுவிட்டுக் கிடைத்த லாபத்தைக் கையில் பிடிக் கலாமே' (Profit booking) என்று காளைகளே விற்க முன் வருவார்கள்.

நீயா நானா என்று ஒருவர் கையை ஒருவர் பிடித்து அழுத்தப் பார்க்க, அழுத்திப் பிடித்து நம் பக்கம் சாய விடாமல் தாங்கிக் கொண்டிருக்கும் பொழுது, கொஞ்சம் தளர்ந்தால் எதிரி ஒரே அமுக்காக அமுக்கித் தள்ளி விடுவார் அல்லவா. அதுபோல, காளைகள் பிடி கொஞ்சம் தளர்ந் தாலும், கரடிகள் ஷேர்களை விற்று, முட்டித் தள்ளுவார்கள்.

எப்படியும் பகல் தொடராது. இரவு வந்தே தீரும். அந்த இரவுதான் 'டிப்ரஷன்'. விலைகள் இறங்கும். நம்ப முடியாத அளவு இறங்கும். வாங்குவதற்கு ஷேரே கிடைக்காது என்றவர்கள் தலைமறைவாகி விடு வார்கள். நிலைமை தலைகீழாக மாறிவிடும். ஷேரை வாங்கவே ஆளிருக்காது. அதனை Seller freeze என்பார்கள். விற்க மட்டும் ஆளிருக்க, வாங்குவோர் இல்லை. அப்படியென்றால் விலை! இதென்ன கேள்வி? பாதாளம்தான்.

❍ **சப்பிரைம் கிரைசிங் (Subprime Crisia)**

மழைவிட்டு ஓய்ந்த மாதிரி பருவநிலையில் தலைகீழ் மாற்றம் வந்திருக்கும். எல்லாப் பிரச்னைகளும் ஒவ்வொன்றாக வெளிவரும். அப்படி வந்த கெட்ட செய்திகளில் மிகப் பெரிய ஒன்றுதான் அமெரிக் காவில் ஏற்பட்ட சப்பிரைம் கிரைசிங். அமெரிக்காவில் பிரச்னை. அது எதுவாக இருந்தாலும், இந்தியாவிற்கு என்ன? இங்குள்ள கம்பெனி களின் ஷேர் விலை ஏன் இறங்க வேண்டும்?

இவர்கள் இறக்கிய அளவு தொடர்பு இல்லைதான். ஆனாலும் மறை முகத் தொடர்புகள் இல்லாமலும் இல்லை. அமெரிக்க வீட்டுக்கடன் பிரச்னையால், உலகப் பொருளாதாரமே ஆட்டம் காணும். எங்கும் எதுவும் நிகழலாம். ஏன், பெரும் பொருளாதார சுணக்கமே (கிரேட் டிப்ரஷன்) நிகழலாம். யாரால் மறுக்க முடியும்? பின்பு, அதனால் அமெரிக்கா தவிர, அதனுடன் நெருங்கிய வியாபாரத் தொடர்புடைய ஐரோப்பிய நாடுகள், சீனா, ஜப்பான் தவிர, அமெரிக்காவிற்கு ஏற்றுமதி செய்யும் இந்தியாவும் பாதிக்கப்படலாம். அது ஏற்றுமதி செய்யும் நிறுவனங்களைப் பாதிக்கும். மேலை நாடுகளில் பணிபுரியும் லட்சக் கணக்கான இந்தியர்கள் வேலை இழந்து பாதிக்கப்படுவார்கள். அவர்கள் திரும்பி வந்துவிடலாம். அவர்கள் சம்பாதித்து அனுப்பும் அன்னியச் செலாவணி குறையும். அவர்கள் வேலையின்றி தாய்நாடு திரும்பினால், அவர்களுக்கு வேலை?

இப்படியாகப் பிரச்னைகளின் எல்லாப் பக்கங்களும், சாத்தியங்களும் பூதாகரமாக விளக்கப்பட்டு, இப்பொழுது ஏன் ஷேர் மார்க்கெட்டில் போய் முதலீடு? விற்றுவிட்டு வெளியே வந்து விடலாம். தங்கம் வாங்கி வைத்துக் கொள்ளலாம். அல்லது ஷேர்களை விற்றுப் பணமாக வைத்துக் கொண்டால், மார்க்கெட் நன்கு இறங்கியதும் குறைவான விலைக்கு ஷேர்களை வாங்கிக் கொள்ளலாம் என்று என்னென்னவோ எண்ணங்கள் வரும்.

பிரச்னைக்குக் காரணம்

மற்ற முதலீடுகளைவிட, ஷேர் மார்க்கெட்டில் தினமும் புழங்குவோர் எண்ணிக்கை அதிகம். ஏற்ற இறக்க வாய்ப்புகள் அதிகம். எது ஏறுகிறது, எது இறங்குகிறது என்பது அனைவருக்குமே உடனுக்குடன் தெரிந்து விடும். தகவல்கள் அற்புதமாகக் கிடைக்கும். கையில் காசில்லாமலேயே வியாபாரம் செய்யலாம் (கொஞ்ச நாள்களாவது). விலையில் ஒன்றும் பேரம் கிடையாது. வாங்குவது என்றோ, விற்பது என்றோ முடிவு செய்து விட்டால், விலை என்ன இருக்கிறதோ அதில் செய்து விடலாம்.

பெரும்பாலான நல்ல ஷேர்களை (A குரூப்) வாங்குவது என்றோ, விற்பது என்றோ முடிவு செய்துவிட்டால் எண்ணிக்கை எவ்வளவு பெரி தாக இருந்தாலும் செய்துவிடலாம். 18-10-2011 அன்று ஒருநாள் மட்டும் கோல் இந்தியா (Goal India) என்ற நிறுவனத்தின் எத்தனை பங்குகள் வாங்கி/விற்கப்பட்டன தெரியுமா? ஒரு கோடியே இருபத்திரண்டு லட்சத்து பதிமூன்றாவது நூற்று எண்பத்து நான்கு (1,22,13,184) NSE-ல் மட்டும்)

காலையில் விற்கலாம். அன்றைய தேதிக்குள், டிரேடிங் நடைபெறும் நேரத்துக்குள் திரும்ப வாங்கி விட்டால் போதும். விலையில் உள்ள வித்தியாசத்தைக் கொடுத்தாலோ, பெற்றுக் கொண்டாலோ போதும். கையில் ஷேர்களை வைத்திருக்க வேண்டும் அல்லது மொத்தப் பணம் வைத்திருக்க வேண்டும் என்ற அவசியம் எல்லாம் இல்லை.

ஆனால் ஒன்று! கையில் சரக்கில்லாமல் விற்றுவிட்டு, மாலைக்குள் வாங்க முடியவில்லை என்றால், பிரச்னைதான். ஒன்று நிலைமை சீரானதால் அல்லது சரியான விளக்கம் வந்துவிட்டபடியால், வேறு எவரும் குறைந்த விலைக்கு விற்க முற்படாமல் போகலாம். அல்லது கூட்டுச் சேர்ந்து கொண்டு, வேண்டுமென்றே சிலர் கொஞ்சம் இறக்கிப் பார்த்து, அதற் கேற்ற தகவல்களையும் கசிய விட்டு விளையாடிப் பார்க்கலாம். இதை நம்பி மற்றவர்களும் விற்கப் போய், அதுவும் தங்கள் வசம் அந்த ஷேர் இல்லாமல் விற்கப் போய், திரும்ப வாங்க முயற்சி செய்கையில் 'செல்லர் ஃபிரீஸ்' (வாங்குவார் இல்லை) என்ற நிலை தலைகீழாக மாறிப்போய்

'ஃபையர் ஃபிரீஸ்' (விற்பார் இல்லை) என்ற நிலை வந்து விடலாம். (பல சமயம் வந்திருக்கிறது).

அப்பொழுது என்னாகும் என்றால், விற்றவர்கள் கண்டிப்பாக டெலிவரி கொடுத்தாக வேண்டும். ஆனால் கையில் இல்லை. ஷேர் மார்க் கெட்டில் வாங்கியும் கொடுக்க முடியாது. எவரிடமும் கடன் வாங்கி கொடுக்கலாம் - சுலபத்தில் ஆகிற காரியமில்லை.

அப்பொழுது கவர் (Cover) செய்வார்கள். கவரிங் (Covering) என்றால் ஏலம் விடுவதுபோல. மார்க்கெட் விலையை விடக் கன்னாபின்னா வென்ற அதிக விலையில்தான் எவராவது விற்க முன்வருவார்கள். அதை வாங்கித்தான் டெலிவரி கொடுக்க வேண்டும்.

விற்றால், விற்றதைக் கொடுக்க வேண்டிய தேதிக்குள் முறையாக டெலிவரி கொடுத்தாக வேண்டும்.

சரியும் சைக்கிள்கள்

இந்தக் காளைகள் (Bulls) மற்றும் கரடிகள் (Bears) இந்த விவரங்கள் தெரிந் தவர்கள். இவர்கள் தவிர, மதில்மேல் பூனையாக (Fence Sitters) நிறையப் பேர் இருப்பார்கள். இவர்கள், தினம் என்ன நடக்கிறது என்பதைத் தள்ளி நின்று உன்னிப்பாகக் கவனித்துக் கொண்டிருப்பார்கள்.

யாராவது யாரையாவது எதற்காகவாவது போட்டு தர்ம அடி கொடுத்தால் (எந்த நிறுவன ஷேரையாவது கண்டபடி குறைந்த விலைக்கு விற்றால்), இவர்களும் நடுவில் புகுந்து காரணம் தெரியாமலேயே அடிப்பார்கள். நிறையப் பேர் இதுமாதிரி இன்னது என்று காரணம் தெரியாமலேயே, 'இந்த ஷேர் ஏனோ விலை இறங்குகிறது, இன்னும் இறங்கும். அதற்குள் நாமும் நம் பங்குக்கு விற்று வைப்போம்' என்று தங்களால் முடிந்த quantity- ஐ விற்று வைப்பார்கள். (என்ன ஒரு நல்ல எண்ணம்!)

இதுபோலப் பலரும் ஒருவரோடு ஒருவர் பேசிக் கொள்ளாமலேயே, சந்திக்காமலேயே - ஆனால் ஒரே பக்கமாகச் சாய்வார்கள். பள்ளிக் கூடங்களில், திரையரங்குகளில் வரிசையாக நிற்கும் சைக்கிள்களில் ஒரு சைக்கிள் சாய, எல்லாம் சரியுமே, அப்படி! இது நடக்கும்பொழுது அந்த ஷேரின் பாடு திண்டாட்டம்தான்.

ஆனால் இதிலே வலுவான ஷேர்கள், வலிமையற்ற சோதாக்கள் என்று உண்டு.

அடிப்படையில் வலுவான நிறுவனங்களை, பெரிய நிறுவனங்களை நிச்சயமான காரணம் தெரியாமல், விவரம் தெரிந்தவர்கள் அடிக்க முன்வரமாட்டார்கள். அவற்றை அடிக்க முயற்சி செய்தால், 'அது நல்ல

ஷேர், எப்படா விலை குறையும், வாங்கலாம்' என்று காத்திருந்தவர்கள் அதைக் காப்பாற்ற வந்துவிடுவார்கள்.

யாரோ விற்க, விற்க பலரும் 'கொண்டு வா கொண்டு வா' என்று வாங்கு வார்கள். அதனால் விலை இறங்குவதற்குப்பதில் மறித்துக்கொண்டு ஏறும். அதற்கு Support level என்று பெயர். ஒரு குறிப்பிட்ட அளவுக்குக் கீழே அந்த ஷேரின் விலை இறங்கினால் வாங்க ஆள்கள் அதிகமாகி விடுவார்கள். அதற்கு Resistance level என்று பெயர்.

இது தெரியாமல் அடிக்கப் போனால் வாங்கிக் கட்டிக் கொண்டு வர வேண்டியதுதான். முன் எப்போதெல்லாம் இந்தக் குறிப்பிட்ட ஷேர் விலை இறங்கியுள்ளது; எப்பொழுது எந்த விலையைத் தொட்ட பொழுது எதிர்ப்பு வந்தது, என்ற கணக்கெல்லாம் Technical Analyst-க்கு அத்துப்படி. அவர்கள் எல்லா விவரங்களும் வைத்திருப்பார்கள்.

ஆனால் இதில் இன்னொரு பக்கமும் உண்டு. சமயத்தில் இதுவரை பெரிய ஆளாக இருந்த நிறுவனம் முதல் முதலாக விழத் தொடங்கலாம். முன்பு இப்படித்தான் கம்ப்யூட்டர் நிறுவனங்கள் எல்லாம் சும்மா, அவற்றின் சம்பாதிக்கும் திறன் குறைந்து விட்டது என்ற செய்தி வந்தது. கூட்டம் நம்பத் தயாராக இல்லை. விலைகள் தொடர்ந்து உயரத்தி லேயே இருந்தன. பின்பு பெரிய பெரிய நிறுவனங்கள், தாங்கள் எதிர் பார்க்கும் லாபம் என்ன என்பதை மறுபரிசீலனை செய்து, குறைத்து மதிப்பிட்டு அறிவிப்புச் செய்தன. (அமெரிக்காவில் பெரிய நிறு வனங்கள் தங்கள் முதலீட்டாளர்கள் நலன் கருதி அப்படி அறிவிப்புகள் செய்யும் Earning guidance என்பார்கள்).

இதேபோல, வெவ்வேறு நேரங்களில் வெவ்வேறு விதமான பிரச்னைகள் நிறுவனங்களைத் தாக்கும். இதில் பெரிய நிறுவனம் சிறிய நிறுவனம் என்கிற வேறுபாடகள் கிடையாது. அப்படி சமீபத்தில் (2010-11)ல் நடந்த ஒரு பிரச்னை FCCB எனப்படும் பாரின் கரன்ஸி(யில்) கடன்கள். டாலர் மதிப்பு உயர்வதால் டாலர் வகையில் வெளி நாடுகளில் கடன் வாங்கியிருக்கும் நிறுவனங்களின் வட்டியும் முதலும் கழுத்தை நெருக்குமளவுக்கு மாட்டிக் கொண்டார்கள். அப்படி மாட்டிக் கொண்டு விழித்த மிகப் பெரிய (நல்லவும் கூட) நிறுவனங்களில் ஒன்று ஜெயின் கிரிகேஷன். சில நிறுவனங்கள், ஹோட்டல் லீலா, ரிலையன்ஸ் கம்யூனிகேஷன்ஸ், ஆர்சிட் கெமிக்கல்ஸ்.

அப்பொழுது அடித்தது, முதல் எச்சரிக்கை மணி. பெரிய, தகவல் தெரிந்த முதலீட்டாளர்கள் உஷாராகி விற்கத் தொடங்கினார்கள். சில முதலீட்டாளர்களுக்குத் தகவல் குறைவு. வெற்று நம்பிக்கையும் ஆசையும் அதிகம். அவர்கள் 'ஆஹா... விலை குறைகிறதே' என்று அவற்றை அப்பொழுதுபோய் வாங்கத் தொடங்கினார்கள்.

விவரம் தெரிந்தவர்கள் விற்க விற்க, இவர்கள் யாரோ வாங்கிக் கொண் டேயிருந்தார்கள். ஏற்கெனவே அதிக விலைக்கு வாங்கியதை ஆவரேஜ் (சராசரி விலையைக் குறைப்பது) செய்கிறார்களாம்! இதுமாதிரிச் சமயங்களில் இறங்கிச் சுலபமாகப் பணம் பண்ணிவிடலாம் என்பது நெருப்போடு விளையாடுகிற மாதிரிதான்.

இதுமாதிரி பெரிய ஏற்ற இறக்கங்களின்பொழுது ஒதுங்கி இருப்பதுதான் உத்தமம். பெரிய விவரம் தெரிந்தவர்களாலேயே சரியாகக் கணித்து ஏதும் செய்ய முடியாதது இந்த ஷேர் மார்க்கெட்.

○ புதியவர்கள் / பணம் இழக்க விரும்பாதவர்கள்

இந்த இரண்டு வகையையும் சேர்ந்தவர்களும்கூட, செகண்டரி மார்க் கெட்டில் பணம் பண்ண முடியும். அவர்கள் செய்ய வேண்டிய தெல்லாம் முதலில் மார்க்கெட் எந்தத் தட்பவெப்ப நிலையில் இருக்கிறது என்று பார்க்க வேண்டும்.

ஏறுமுகமா அல்லது இறங்குமுகமா... அல்லது ஏறி முடித்த உச்சாணிக் கொம்பா.. அல்லது இறங்கி இறங்கி அடி பாதாளமா? இதைத் தெரிந்து கொள்வது முக்கியம்.

'பூம்' ஆரம்பித்துக் கொஞ்ச மாதங்கள் ஆகிவிட்டால், நிச்சயம் இறக்கம் வந்துதான் ஆக வேண்டும். அதெப்படிக் காளைகளால் தொடர்ந்து ஓட முடியும்? அவை மூச்சிரைத்து, நிற்கத்தானே வேண்டும்.

முதலில் ஏறும், நிறைய ஏறும். பின்பு கொஞ்சம் இறங்கும். இதற்குத் திசை (trend) மாறிவிட்டதாக அர்த்தம் இல்லை. இதனை Market consolidation (செரிக்கிறது) என்பார்கள். கொஞ்சம் இளைப்பாறி விட்டுத்தான் தொடர்ந்து ஓடும். திரும்ப ஒரு ரவுண்டு ஏறும். மீண்டும் consolidate செய்து கொள்ளும். விற்க நினைப்பவர்கள், இந்த விலை நல்ல விலை என்று நினைப்பவர்கள், விற்று விடுவார்கள். அதனால் சிறு இறக்கம். விற்க நினைத்தவர்கள் எல்லாம் விற்று முடித்ததும், மீண்டும் காளைகள் விரட்டுவார்கள். விலை மீண்டும் ஏறும்.

இப்படியாக, படிப்படியாக ஏறும். இதனை Bull run (காளைகளின் ஓட்டம்) என்பார்கள். ஒரு ஷேர் பற்றிச் சொல்கிறேன். ஆர்ச்சிட் கெமிக்கல்ஸ் (Orchid Chemicals) மருந்து கம்பெனி, நல்ல கம்பெனி, நியாயமான நிர்வாகம். ஒரு ஷேர் விலை 70 ரூபாய் இருந்தது.

2003 வருடத்திய பூம் தொடங்கியது. பல நல்ல ஷேர்களின் விலைகள் ஏறத் தொடங்கின. ஆர்ச்சிட் விலை 77 ஆனது. கவனியுங்கள் 10 சதவி கிதம் கூடுதல். பின்பு 84, 90 என்று 100 அருகே வரும். பின்பு 100 வந்ததும் பலரும் விற்பார்கள்.

காரணம், அவர்கள் வெகு நாள்களாக 70 ரூபாயில் அந்த ஷேரினை வைத்திருக்கிறார்கள். மேலும் அவர்கள் எப்பொழுது வாங்கினார்களோ? இதற்கும் முந்தைய பூமில் அந்த ஷேரின் விலை ரூ.400ஐத் தொட்டது. சிலர் அப்பொழுது மூன்று வருடம் முன்பு வாங்கியிருக்கலாம். அல்லது 400-ல் இருந்து படிப்படியாக இறங்கியபொழுது வாங்கியிருந்திருக் கலாம். காத்திருந்து காத்திருந்து எழுபது ரூபாயைப் பார்த்து எரிச்சலுற்று அது ஏற ஆரம்பித்ததும், 'அப்பாடா விட்டது சனியன்' என்று சிலர் விற்று விடுவார்கள். இதற்கு tired unloading என்று பெயர்.

இதையெல்லாம் எவராவது வாங்கிச் சேர்ப்பார்கள். அவர்களுக்குத் தெரியும், 'இது 400 ரூபாய்க்குப் போன ஷேர். கம்பெனி நன்றாக நடக்கிறது. நிறைய வெளிநாடுகளுக்கு ஏற்றுமதி செய்கிறது. மேலும், ஷேர் மார்க்கெட்டுக்கு மீண்டும் நல்ல காலம் வந்திருக்கிறது. இந்த ஷேர் விலை நிச்சயம் ஏறும்' என்று. அடுத்த ஒரு ரவுண்டு எல்லா ஷேர்களும் விலை ஏறும்பொழுது ஆர்ச்சிட் ரூ.140 வரும். வந்தது. அடுத்த ரவுண்டு 170. திரும்ப ஓர் எதிர்ப்பு அல்லது தடை வரலாம்.

எப்படி ஒரு ஷேர் விலை குறையக் குறைய, கரடிகள் அடித்தால் மற்றவர்கள் வாங்கி Support என்ற ஆதரவு வருமோ அதுபோல ஒரு ஷேர் விலை ஏறும்பொழுதும் Resistance என்ற எதிர்ப்பு வரும்.

சாதாரண வலுவில்லாத ஷேர்களின் விலையை விரட்டி மேலே கொண்டுபோய்விட முடியாது. காரணம், அந்த ஷேரை பல விலைகளில் வாங்கியவர்கள், அது விலை ஏற ஏற, 'ஆஹா.. ஆஹா' என்று சந்தோஷமாக விற்பார்கள்.

காரணம், ஆளாளுக்கு அந்த ஷேர்களை நிறைய வைத்திருப்பார்கள். பெரிய IPO, தாராளமான அலாட்மெண்ட் என்பன போன்ற காரணங் களால் அதன் கவர்ச்சி போய்விடும்.

இப்படிப்பட்ட ஷேர் ஏற ஏற, நிறையப் பேர் விற்க முன்வருவார்கள். விலை ஏற்றுவது கடினம். இதற்கு நேர் எதிர் பொதுமக்களிடம் குறைவான ஷேர்களை விட்டு வைப்பது. நிறுவனத்தின் முதலின் பெரும்பகுதி, நிறுவனத்தைத் தொடங்கியவரிடமும் (Promoters) அவர் கூட்டாளிகளிடமும் (Friends & Relatives) இருக்க வேண்டும். மீதப் பங்குகள் பெரிய நிறுவனங்களிடம் (Financial Institutions) இருக்க வேண்டும். இந்த நிறுவனங்களும் இந்த ஷேரை விற்காமல் தூக்கி உள்ளே வைத்திருக்கவேண்டும். மிகக்குறைந்த பங்குகளே சில்லறை முதலீட்டாளர்கள் (Retail Investors) கையில் இருக்கும்.

இதன் பெயர் Free Float. DLF நிறுவனத்தின் 78.6%. சதவிகித பங்குகள் (1,33,48,03,120). அதன் புரமோட்டரிடமே உள்ளன. FIIக்கள் போன்ற

மற்றவர்களையும் கழித்துவிட்டால், பொதுமக்களிடம் உள்ள பங்குகள் 6,40,93,181 (30.9.2011 நிலவரப்படி) மட்டுமே. அதாவது வெறும் 3.77%.

விப்ரோ நிறுவனர் அசிம்பிரேம்ஜி வசம் இருப்பத 79.17% பங்குகள். பொதுமக்கள் வசம் 5.54% பங்குகள்.

அப்படியிருந்தால், ஷேர் விலையை, சிலர் சேர்ந்து ஏற்றலாம், இறக்கலாம். அந்தச் சிலர், கையில் ஷேர்கள் கணிசமாக இருப்ப வர்களாக இருக்க வேண்டும்.

ரிலையன்ஸை அடிக்கப்போய்...

1980-களில் ரிலையன்ஸ் புதிய நம்பிக்கை நட்சத்திரமாக வந்து கொண்டிருந்தது. அதன் விலையை ஏறவிடக்கூடாது என்று சில பெரிய புரோக்கர்கள் நினைத்தார்கள்.

ஆகவே விற்கத் தொடங்கினார்கள். தினம் தினம் கன்னாபின்னாவென்று பெரிய எண்ணிக்கையில் விற்பது. நிறுவனத்தின் நிர்வாகத்திற்கே முதலில் காரணம் புரியவில்லை. யார் விற்கிறார்கள், ஏன் விலை தொடர்ந்து இறங்குகிறது என்று பின்னர்தான் புரிந்தது.

அவர்களும் சளைத்தவர்களில்லை. 'அப்படியா சங்கதி. உன்னையே மாட்டுகிறேன் பார்' என்று கம்பெனி நிர்வாகமே சந்தையில் தங்கள் ஷேர்களை வாங்கத் தொடங்கியது.

கையில் இல்லாமல் விற்றவர்கள் குறிப்பிட்ட தேதிக்குள் டெலிவரி கொடுக்க வேண்டும். (அப்பொழுதெல்லாம் அன்றன்றே கொடுக்க வேண்டாம். இதுமாதிரிப் பலரும் விளையாட அதனால் வந்த வரை முறைகள்தான் இவை).

கையில் இல்லாமல் விற்றவர்கள் ம்ார்க்கெட்டில் வாங்கித்தானே டெலிவரி கொடுக்க வேண்டும். (அப்பொழுதெல்லாம் 'டிமேட்'டும் கிடையாது. பேப்பர் ஷேர் சர்டிபிகேட்ஸ் வேறு).

மார்க்கெட்டில் விற்றதைவிடக் குறைந்த விலைக்குக் கிடைக்க வில்லை. அதுமட்டுமல்ல விற்றது முழுவதும் வாங்கக் கிடைக்க வில்லை. அதனால் 'ஷார்ட் கவரிங்'. அதனால் விலையேற்றம். அதனால் விற்பவர் எண்ணிக்கைக் குறைவு. இந்தச் செய்திகள் காற்று வாக்கில் பரவி, கண் காது மூக்கும் ஒட்ட வைக்கப்பட, ரிலையன்ஸ் பங்கின் விலை எங்கேயோ போய்விட்டது.

விலை இறக்கப் பார்த்தவர்கள் மண்ணைக் கவ்வினார்கள். இதற்குப் பிறகு மீண்டும் ரிலையன்ஸ் கவுண்ட்டர் பக்கம் வர தைரியம் வருமோ!

ஆக, இது பெரிய விளையாட்டு. பெரிய மனிதர்களின் ஆபத்தான, சுவாரஸ்யமான, சுலபமாகப் பணம் பண்ணும், பணம் இழக்கும் விளையாட்டு. நம்மால் ஈடுகொடுக்க முடியுமா?

நாம் நமது பிரச்னைக்கு வருவோம். ஷேர் மார்க்கெட்டில் முதலீடு செய்வதென்றால், ஷேர் மார்க்கெட் என்ன நிலவரத்தில் இருக்கிறது என்று தெரிந்துகொள்வது மிக மிக அவசியம்.

❍ புதியவர்கள் பின்பற்றவேண்டிய அறிவுரை

புதிதாகச் செய்பவர்களும், பணத்தை இழக்க விரும்பாதவர்களும், அல்லது இழந்தால் தாங்க முடியாதவர்களும் ஷேர் மார்க்கெட் பரபரப்பாக ஏறிக் கொண்டிருக்கும்பொழுது கிட்டே வரக்கூடாது. நிறைய தப்புகள், பெரிய தப்புகள் செய்ய நிறைய வாய்ப்பு (ஆபத்து) இருக்கும் நேரம் அது.

ஏறுமுகத்தின் தொடக்கம் என்று சரியாகத் தெரிந்தால் அப்பொழுது சிறியதாக நுழையலாம்.

இரண்டையும்விடச் சிறந்த சமயம், இறங்குமுகத்தின் கடைசி நேரம்தான். இதையும் சரியாக, இதுதான் இருப்பதிலேயே அடிமட்ட விலை என்றும் எவராலும் சரியாகக் கண்டுபிடித்துவிட முடியாது.

ஓரளவு ஊகித்துச் செய்துவிட வேண்டியதுதான். 'யாராலும் அதிகபட்ச விலைக்கு விற்கவும் - மிகக் குறைந்த விலைக்கு வாங்கி விடவும் முடியாது' என்பார்கள். கணிசமான விலை வந்ததும் விற்றுவிட வேண்டியதுதான். நன்கு குறைந்திருக்கிறது என்று தெரிந்ததும் வாங்கி விட வேண்டியதுதான். அதற்கு மேலும் காத்திருந்தால் அது பேராசை.

அதே அமெரிக்க சப்பிரைம் சமயம். மிகப் பெரிய ஆபத்து என்று அரசியல்வாதிகள், பொருளாதார நிபுணர்கள் எல்லாம் கதறுகிறார்கள். விலைகள் ஷேர் மார்க்கெட்டில் தினம் தினம் வீழ்கின்றன.

பல நல்ல ஷேர்கள் படுபாழ் விலைக்கு வந்துவிட்டன. வாங்குவார் இல்லை. உதாரணத்திற்கு அக்டோபர் 2008-ல் 1333 ரூ. விற்ற ஐசிஐசிஐ, ஜனவரி 2009-ல் ரூ. 350.

உள்ளே வர அதுதான் முதலீட்டாளர்களுக்குச் சரியான சமயம். நாம் இதில் வேகமான பெரிய லாபம் எதிர்பார்க்க வேண்டாம். அது கிடைக்காமல் போகலாம். ஆனால் முதலுக்கே மோசம் வரக்கூடிய ஆபத்து நிச்சயம் இல்லை.

அதைவிட, இதுபோன்ற சமயங்களில், அல்லது அதற்காகவே காத்திருந்து அந்தச் சமயத்தில் நல்ல, மிகநல்ல நிறுவனங்களின்

ஷேர்களாக (இது ரொம்ப ரொம்ப முக்கியம். எப்படி கண்டுபிடிப்பது என்று பின்னால் பார்க்கப் போகிறோம்) வாங்கிப் போட்டு விட வேண்டும்.

அதேசமயம், ஷேர் மார்க்கெட்டைத் தள்ளி நின்றும் கவனிக்கப் பழக வேண்டும். நாட்டில், உலகத்தில் பெரிய பொருளாதார, அரசியல் பிரச்னைகள் வரும்பொழுதெல்லாம் ஷேர் மார்க்கெட் கண்டிப்பாக விழும்.

விழுந்து முடியக் காத்திருந்து, நல்ல, அதனால் நேரடியாகப் பாதிக்கப் படாத நிறுவனங்களாகப் பார்த்து நம்மால் ஷேர் மார்க்கெட்டில் விட்டுவிட்டு, காத்திருக்கக்கூடிய அளவு பணத்தினை மட்டும் தாராளமாக முதலீடு செய்யலாம்.

○ எந்தெந்த வியாபாரத்துறைகள் எப்படியுள்ளன? (Sectors)

முதலில் பெரிய இடத்தைப் பார்த்தாயிற்று. உலகம், நாடு, நாட்டு நடப்பு. அதைத் தொடர்ந்து பங்குச்சந்தையின் மொத்தப் பயணம் எந்தத் திசையில்? ஏறுமுகமா? இறங்கு முகமா? இதைப் பார்க்க வேண்டும்.

பணத்தை முதலீடு செய்யத் தகுந்த நேரம் இது என்ற முடிவுக்கு வந்தாயிற்று என்றால், எந்த நிறுவனத்தின் பங்குகளை வாங்குவது? 'நல்ல பங்காகப் பார்த்து...' என்று சொல்வார்கள். எது நல்ல பங்கு?

நிறைய தொழில் நிறுவனங்கள், நிறைய வியாபாரங்கள் உள்ளன. இவற்றை அவற்றின் செய்முறை, பயன்பாடு, பணத்தேவை, லாப சாத்தியம், அரசுத் தலையீடு (லைசென்ஸ்) முதலியவற்றைக் கொண்டு, பல பெரும் பிரிவுகளாகப் பிரிக்கிறார்கள். அதற்கு Sectors என்று பெயர்.

சிமெண்ட் (Cement)

இரும்பு (Iron & Steel)

கட்டுமானம் (Infrastructure)

மற்ற உலோகங்கள் அலுமினியம், தாமிரம் (Non-ferrous metals)

சர்க்கரை (Sugar)

நூற்பு, ஜவுளி (Textiles, Garments)

சில்லறை வியாபாரம் (Retail)

மின்சாரம் (Electricity)

இன்ஜினீயரிங் (Engineering)

உற்பத்தி (Manufacturing)

மென்பொருள் (Software)

89

கம்ப்யூட்டர் ஹார்டுவேர் (Computer Hardware)

FMCG - (Fast moving consumer goods), பிஸ்கெட்டுகள், சாக்லெட்டுகள், ஷாம்பூ, டூத்பேஸ்ட், பௌடர் போன்றவை.

சேவை நிறுவனங்கள் (Services)

மருந்து கம்பெனிகள் (Pharma)

கப்பல் போக்குவரத்து (Shipping)

மோட்டார் வாகனங்கள், உதிரி பாகங்கள் (Automobiles)

தகவல் தொடர்பு (Telecommunication)

பொதுத் துறை நிறுவனங்கள் (Public Sector Undertakings - PSUs)

பெட்ரோலிய பொருட்கள்

ஏற்றுமதி பொருட்கள், காகிதம்

என்று சொல்லிக் கொண்டே போகலாம். சில தொழில்கள் சிறப்பாக நடக்கும். ஏறுமுகமாக இருக்கும். லாபம் கொடுக்கும். அரசும் ஆதரிக்கும். எதிர்கால வாய்ப்புகள் பிரகாசமாக இருக்கும். வேறு சில பிரிவுகள் எதிர்மறையாக இருக்கும். அடக்கவிலை அதிகமாக இருக்கும். புதிய வரிகளும் வரும். ஏற்றுமதி வாய்ப்புகள் குறையும். மாற்றுப் பொருள்கள் வந்து சேரும்.

இவற்றையெல்லாம் பொறுத்து, குறிப்பிட்ட காலத்தில் சில பிரிவுகள் முதலீட்டுக்கு ஏற்றவையாகவும் சில தவிர்க்கக் கூடியவையாகவும் அமையும். இதில் சாதகமான சூழ்நிலை உள்ள பிரிவுகளைத்தான் தேர்வு செய்ய வேண்டும் என்பது அவசியம். மங்கும் பிரிவில், எவ்வளவு நல்ல நிறுவனத்தின் ஷேரை வாங்கினாலும் என்ன பலன்?

2000 ஆண்டு தொடங்கிய பூம் முடிந்த பொழுது சாஃப்ட்வேர் ஷேர்கள் தொடத் தகாதவையாகி விட்டன.

கடந்த பத்து வருடங்களாக பஞ்சு, நூற்பு நிறுவனங்களின் கதியும் அதேதான். எவ்வளவு கொடிகட்டிப் பறந்த நிறுவனங்கள், செஞ்சுரி டெக்ஸ்டைல்ஸ், பாம்பே டையிங், பிரிகாட் மில்ஸ், பிரிமியர் மில்ஸ், நாகர் ஸ்பின்னிங், வர்த்தமான் ஸ்பின்னிங் எல்லாம் வாங்க ஆளின்றிப் பரிதாபமான நிலைகளில் இருந்தன.

பத்து வருடமாக இருந்த 'கோட்டா' முறை 2004 டிசம்பரில் உலக அளவில் காலாவதியானதால், இந்தியாவிலிருந்து ஆயத்த ஆடைகள் ஏற்றுமதிக்கும், ஜவுளி ஏற்றுமதிக்கும் பெரிய வாய்ப்புகள் வரத் தொடங்கியுள்ளன. அதனால் மேலே சொன்ன நிறுவனங்களின் பங்கு விலைகள் நன்கு உயர்ந்துள்ளன.

பின்பு இந்தியாவில் நான்கு பெரிய மாநிலத் தலைநகரங்களை இணைக்கும் நெடுஞ்சாலைப் பணி நடக்கிறது. இது சாலைப் போக்கு வரத்தை அதிகரித்திருக்கிறது. அதனால் மோட்டார் வாகனத் தொழில் செய்யும் நிறுவன ஷேர்கள் தொடர்ந்து நல்ல லாபம் பார்க்கின்றன. அதனால் முதலீடு செய்யத் தக்கவையாகத் தெரிகின்றன.

அடுத்த பத்தாண்டுகளில் செல்போன் வைத்திருப்போரின் எண்ணிக்கை, பல கோடிகளாக அதிகரிக்கும் என்று கணக்கிடப்பட்ட தால், அதுவும் ஒரு முதலீடு செய்யத்தக்க பிரிவாகக் கருதப்பட்டது. அதேபோல, நிரந்தர வருமானம் பார்க்கக்கூடிய நடுத்தர, நகர்புற மக்களின் எண்ணிக்கை அதிகரிப்பதால், ரீடெய்ல் செக்டாரும் முதலீடு செய்யத்தக்க பிரிவாக மாறியுள்ளது.

ஆக எந்த செக்டர் எப்பொழுது நன்றாக (அடுத்த இரண்டு மூன்று ஆண்டுகளுக்காவது குறைந்தபட்சம்) இருக்குமோ, அந்த செக்டரில் உள்ள ஷேர்களை வாங்குவதுதான் நல்லது.

❍ **எந்த நிறுவனத்தின் ஷேரை வாங்குவது?**

நேரம் சரியான நேரம், செக்டரும் வளரும் செக்டர்தான். சரி, ஆனால் அந்த செக்டரில் எத்தனையோ நிறுவனங்கள் உள்ளனவே!

ஆமாம். நல்ல நாடு, நல்ல ஊர், இது மட்டும் போதாதே. நாம் குடி போகும் வீடும் சரியாக இருக்க வேண்டுமே! ஒவ்வொரு பிரிவிலும் பல நிறுவனங்கள் செயல்பட்டு வரும். இவற்றில் சில பழம் தின்று கொட்டை போட்டவையாக இருக்கும். சில ஆரம்பித்துச் சில ஆண்டுகள்தான். சில மிகவும் புதியவை.

அதேபோல, அவற்றின் அளவு (Size) மாறுபடும். பெரிய, சிறிய நிறுவனங்கள், அவற்றின் லாப நஷ்டங்கள், அவை தேசத்தின் எந்தப் பகுதியில் அமைந்துள்ளன. அங்குள்ள பிரச்னைகள், வாய்ப்புகள் என்ன? நிறுவனங்கள் தங்களின் இடுபொருள் (Raw material) மற்றும் வாடிக்கையாளருக்கு (Customer) எவ்வளவு அருகில் உள்ளனர்?

நிறுவனங்களை நிர்வகிப்பவர்களின் அனுபவம், நிலைப்பாடு, தன்மை, நேர்மை என்ன? கடந்த காலங்களில் அவர்களின் செயல்பாடு எப்படி இருந்திருக்கிறது?

இவற்றையெல்லாம் எடை போட்டுத்தான் ஒரு குறிப்பிட்ட நிறுவனத் தின் ஷேர்களை வாங்க வேண்டும். இந்தத் தகவல்கள் எல்லாம் பெறக்கூடிய தகவல்களே. வெறும் செய்திகளை மட்டும் நம்பி பணம் போட வேண்டாம்.

இந்தப் பெரும் பிரிவுகளுக்குள்ளேயே நிறைய உள்பிரிவுகள் இருக்கும். அதனைப் பொறுத்தும் லாப நஷ்டங்கள் மாறும்.

உதாரணமாக, 2004 தொடக்கம் முதல் மோட்டார் கார் தொழில்கள் நன்றாக இருந்தன. அதற்காக எந்த கார் கம்பெனி ஷேர் வேண்டுமானாலும் கண்ணை மூடிக் கொண்டு வாங்கி விடலாமா? ஆபத்து.

இந்துஸ்தான் மோட்டார், பிரிமியர் ஆட்டோமொபைல், மாருதி, டாடா மோட்டார் எல்லாம் ஒரே தொழிலில்தான் பிரிவில்தான் உள்ளன.

அவற்றின் மார்க்கெட் விலை என்ன? இந்துஸ்தான் மோட்டார் ஷேர் விலை ரூபாய் 12-தான் (5 ரூ பங்கு). மாருதியோ ரூபாய் 1052 (5 ரூ. பங்கு)-க்கும் மேல். டாடா மோட்டார்ஸ் ரூ.181 (2 ரூ பங்கு). ஏன் இந்த வித்தியாசங்கள்!

விலை குறைவாக உள்ளது என்று முதலாவதை வாங்கி விடலாமா? கூடாது.

மேலும் எந்த நிறுவனங்களின் ஷேர்கள் அதிக அளவில் புழக்கத்தில் உள்ளன. அதாவது, வாங்கி விற்கப்படுகிறது? (Volume traded). இது முக்கியம். Thinly traded என்பார்கள். எப்பொழுதாவது வியாபாரப் பரிவர்த்தனை நடக்கும் ஷேர்களை வாங்கி விட்டால், நினைத்த பொழுது விற்க முடியாது. அவசரத்துக்கு விற்றுவிட்டு வெளியே வரவும் முடியாது.

இதையும் பார்க்க வேண்டும். எக்கனாமிக் டைம்ஸ், பிசினஸ் லைன், பிசினஸ் ஸ்டாண்டர்டு, ஃபைனான்சியல் எக்ஸ்பிரஸ் போன்ற தினசரிகளில் எந்த ஷேர் எவ்வளவு, தினம் தினம் விற்க, வாங்கப் பட்டது என்ற தகவல்கள் வருகின்றன என்பதைப் பார்க்க வேண்டும்.

இது தவிர, ஒரு நிறுவனத்தின் ஷேர்கள், எந்த எந்தப் பங்குச் சந்தைகளில் லிஸ்ட் செய்யப்பட்டுள்ளன என்றும் பார்க்க வேண்டும். NSE, BSE ஆகியவற்றில் லிஸ்ட் செய்யப்பட்டிருக்கும் ஷேர்களை வாங்குவது உத்தமம். அதைவிட்டு தில்லி, அஹமதாபாத் ஆகிய பங்குச் சந்தைகளில் மட்டும் லிஸ்ட் செய்யப்பட்டு, ஆனால் NSE, BSE-ல் லிஸ்ட் செய்யப்படாமல் இருக்கும் ஷேர்களைத் தொடுவது உசிதமில்லை.

அதேபோல அவை எந்தப் பகுதியில் - BSE என்றால் அதில் எந்த குரூப்பில் - அதாவது A, B1, B2, Z என உள்ள பிரிவுகளில் எதில் - என்று பார்த்து வாங்க வேண்டும். A அல்லது B1ல் இருப்பது உத்தமம்.

தங்க வளையலை எவர் வேண்டுமானாலும் வாங்குவார்கள். உடனடியாக விற்கலாம். மேலும் பெரும்பாலும் சரியான விலைக்கே

விற்க முடியும். வெள்ளி சாமான் கூடப் பரவாயில்லை. முயற்சி செய்தால் விற்றுவிடலாம்.

யோசித்துப் பாருங்கள். மற்ற உலோகப் பொருள்களின் மதிப்பையும், அவற்றை வாங்க எத்தனை பேர் தயார் என்றும். பங்குச் சந்தைகளில் NSE என்றால் Nifty பிரிவில் உள்ள ஷேர்கள் என்பது தங்கம் போல (விலையைப் பார்த்துதான் வாங்க வேண்டும். அதற்காக எந்த விலையிலாவது வாங்கி விட்டால் நஷ்டம்தான்) BSE-யில் A குரூப்பும் அப்படியே. ஒரே தொழிலில் இருந்தாலும், நன்கு செயல்படும், லாபம் ஈட்டும் நிறுவனங்களின் பங்குகளைத்தான் பார்த்து வாங்க வேண்டும்.

❍ முறையாகச் செயல்படும் நிறுவனங்கள் (Management)

ஒரு நிறுவனம் நன்கு செயல்படலாம். அதனால் நிறுவனத்துக்கு லாபம் தான். ஆனால் நன்கு லாபம் ஈட்டும் நிறுவனங்கள் எல்லாமே, பங்குதாரர்களுக்கு உண்மையாக இருப்பதில்லை. ஆம். இதுவும் உண்மை!

இதனைப் பங்குச் சந்தையில் புழங்கியவர்கள் 'நல்ல மேனேஜ்மெண்ட்' என்பார்கள். இதுவும் முக்கியம். மரத்தில் காய்த்து என்ன பயன்? வீடு வந்து சேர வேண்டாமா?

சில நிறுவனங்கள் லாபங்களை டிவிடெண்ட்களாகவும், போனஸ் பங்குகளாகவும் கொடுக்காது. 'ரிசர்வ்ஸ் அண்ட் சர்ப்ளஸ்' ஆக வைத்துக் கொண்டு தானே அனுபவிக்கும். இதனால் பங்குதாரர்களுக்குப் பலன் இல்லை.

அதேபோல, சில நிறுவனங்களின் நிர்வாகத்தில் உள்ளவர்கள் சந்தையில் உள்ள நிலைமையைத் தங்களுக்குச் சாதகமாகப் பயன் படுத்திக் கொள்வார்கள். முன்பு சொன்னதுபோல, சில புரோக்கர்களை வைத்துக்கொண்டு, சந்தையில் விலைகளைச் செயற்கையாக உயர்த்தியோ, இறக்கியோ, மற்ற முதலீட்டாளர்களைக் குழப்பி, இவர்கள் பணம் பார்ப்பார்கள்.

முதலீட்டாளர்களிடமிருந்து 'பப்ளிக் இஷ்யூ'வில் பணத்தை வாங்கி அதைத் திரும்பத் தர வேண்டிய 90 நாள்களுக்குள் (முன்பு) அந்தப் பணத்தைத் தங்களின் உரிமைப் பங்குகள் (Rights shares) விண்ணப்பிக்கப் பயன்படுத்திக் கொண்டது MS Shoes East என்ற நிறுவனம். இந்த நிறுவனப் பங்குகள் கடைசியாக வியாபாரமானது ஜனவரி 1996. (Outlook Money, 31 - st March 2004)

சில நிர்வாகங்கள் அதிக ஆசைப்பட்டு, குழப்பத்தில் மாட்டிக் கொள்ளும். NEPC மைக்கான் என்ற நிறுவனம் பலமுறை பொது விநியோக முறைக்கு வந்து, ஒன்றுக்கொன்று சம்பந்தமில்லாத பல

தொழில்களில் இறங்கி, நிதிப் பிரச்னையில் மாட்டிக் கொண்டது. இது மும்பை பங்குச்சந்தையில் தற்பொழுது Z குழுவில், கடைசியாகப் பரிவர்த்தனை 13 நவம்பர் 2000-மாவது வருடம்! (Outlook Money, 31st March 2004)

புருடென்ஷியல் காப்பிட்டல் என்ற நிறுவனத்தை வினோத் பெய்ட் என்பவர் தொடங்கி அதில் வந்த முதலீட்டாளர்களின் பணத்தை இருநூறுக்கும் மேற்பட்ட நிறுவனங்களில் 'ரொடேட்' செய்து, வைப்பு நிதிகளைத் திருப்பித்தர முடியாமல் மாட்டிக் கொண்டார். செப்டம்பர் 5, 1997-க்குப் பிறகு இந்தப் பங்குகளை எவராலும் விற்கமுடியவில்லை. (யார் வாங்குவார் என்பது வேறு விஷயம்).

அதேபோல, 'மிட் ஈஸ்ட் இன்டெக்ரேட்டட் ஸ்டீல்' என்ற நிறுவனம். இன்னும் இதுபோலப் பல நிறுவனங்கள் உள்ளன, இல்லை இல்லை, இருந்தன. இவையெல்லாம் இல்லாமல் போனதற்குக் காரணம் அந்த நிர்வாகங்கள்.

நன்கு நடக்கும் நிறுவனமாக இருந்தாலும் வழி நடத்துபவர், நிர்வாகம் செய்பவர்கள் நேர்மை, ஒழுக்கம் உள்ளவர்களாக இருத்தல் அவசியம். இதனைச் சந்தையில் விசாரித்தால் தெரிந்து விடும்.

ராம்கோ, டிவிஎஸ், டாடா மோட்டார்ஸ், டாடா ஸ்டீல், TCS, இன்ஃபோசிஸ், விப்ரோ, ஜி.ஈ. ஷிப்பிங், எல்&டி, EID Parry, TI, ரானே, டாக்டர் ரெட்டீஸ் போன்ற பல நன்கு நடத்தப்படும், பங்குதாரர்களுக்கு நேர்மையாக நடந்து கொள்ளும் நிறுவனங்கள். மேலே குறிப்பிடப்பட்டது தவிரவும் நன்கு நடத்தப்படும் நிறுவனங்கள் நிறைய உள்ளன.

அதேபோல, குடும்பத்தினர் நிர்வகிப்பது (Family managed), தொழில் நிபுணர்கள் நிர்வகிப்பது (Professionally managed) என்றும் நிர்வாகத்தைப் பார்ப்பார்கள். பெரும்பாலும் இரண்டாவது வகையினர்தான் சிறு முதலீட்டாளர்களுக்கும், மற்ற முதலீட்டாளர்களுக்கும் நல்லது.

தவிர MNCs (பன்னாட்டு நிறுவனங்கள் - HLL, Whirlpool, Colgate போன்றவை), PSUs (பொதுத்துறை நிறுவனங்கள் - ONGC, BPCL, BHEL, NTPC போன்றவை) என்றும்கூடப் பார்ப்பார்கள்.

இப்படிப்பட்ட விவரங்கள் தவிர, ஒரு லிஸ்ட் செய்யப்பட்ட நிறுவனங்களின் மற்ற விவரங்களையும் தெரிந்துகொள்ள எளிதான நேரடி வழிமுறை SEBI-யின் EDIFAR (Electronic Data Information Filing And Retrieval System) என்னும் டேடாபேஸை பார்க்கலாம். இதில் நிறுவனங்களின் பாலன்ஸ் ஷீட், லாப நஷ்டக் கணக்கு, ஆண்டறிக்கை, அரையாண்டு, காலாண்டுக் கணக்குகள் கூடக் கிடைக்கும். இதனை http://sebiedifar.nic.in/ என்ற இணையத்தளத்தில் காணலாம்.

இன்ஃபோசிஸ் - ஒரு கனவு ஷேர்

ஷேர்களில் உதாரணம் என்றாலே இன்றைக்கு எவருக்கும் சொல்லத் தோன்றுவது இன்ஃபோசிஸ்தான். அடடா என்ன மாதிரி நிறுவனம்! அதிலும் குறிப்பாக நம்மைப் போன்ற சிறு முதலீட்டாளர்களையும் மதித்து, அவர்களையும் பலன் அடையச் செய்யும் நிறுவனம்!

1981-ல், ஒரு தனியார் நிறுவனமாகச் சிலரால் சேர்ந்து தொடங்கப் பெற்ற இன்ஃபோசிஸ், 1993-ல் தான் முதல் IPO (Initial Public Offer) வெளியிட்டார்கள். அதுசமயம் அவர்களுடைய 10 ரூபாய்ப் பங்குகளை 85 ரூபாய் கூடுதல் விலை (பிரிமியம்) வைத்து வெளியிட்டார்கள். விண்ணப்பம் போட்டவர்களுக்கெல்லாம் கிடைத்தது. இது வைரக்கல் என்று வெளியே தெரியாத நேரம். நம்மைப்போல் ஒருவர் 100 ஷேர் விண்ணப்பித்துப் பெற்றார் என்று வைத்துக் கொள்வோம். அவருடைய முதலீடு 100 x (10 + 85) = 9,500 ரூபாய்.

அந்த நிறுவனம் இன்றையத் தேதி வரை ஏராளமான டிவிடெண்ட் வழங்கி இருக்கிறது. அதன் க   ணக்குத் தெரியவில்லை. அதை விட்டு விடலாம். அவர்கள் போனஸ் (இலவச) ஷேர்களின் கணக்கினை மட்டும் பார்ப்போம்.

1994-ல் ஒரு பங்குக்கு ஒரு பங்கு (one for one) கொடுத்தார்கள். 100 வாங்கி வைத்திருந்தவர் பங்கு 1994-ல், 200 ஆகிவிட்டது. அதேபோல 1997-ல். அப்பொழுதும் ஒன்றுக்கு ஒன்று. கையிருப்பு 400 ஆகிவிட்டது. அதே போல் 1999லும். அதன்படி அவரிடம் 800 இன்ஃபோசிஸ் பங்குகள். பின்பு 2000-வது வருடம் 10 முகப்பு விலைப் பங்குகளை 5 ரூபாய் முகப்பு விலைப் பங்குகளாக மாற்றினார்கள் (Share Split என்று சொல் வார்கள்). அதனால் 800 பத்து ரூபாய்ப் பங்குகள் என்பது 1600 ஐந்து ரூபாய்ப் பங்குகளானது. மீண்டும் 2004 ஏப்ரலில் ஒரு பங்குக்கு 3 இலவசப் பங்குகள் கொடுத்தார்கள். இதன்படி அவருடைய இன்ஃ போசிஸ் பங்குகளின் எண்ணிக்கை, 6,400 ஆகிவிட்டது. பின்பு 2006 - ஆம் ஆண்டு மீண்டும் ஒன்றுக்கு ஒன்று இலவசம். மீண்டும் 2014ல் இன்னொரு ஒன்றுக்கு ஒன்று. மொத்தம் 25,600 பங்குகள். ஆக, மொத்த பங்குகள் ரூ. 12,800.

3,51,36,000. ஆமாம். அக்டோபர் 20 அன்று 2011ல் ஒரு பங்கு ரூ 2745- க்கு விலை போனது. 12800 ஷேர்களின் மதிப்பு 3,51,36,000. இதே பணத்தை வங்கியில் 12% வட்டிக்கு போட்டிருந்தால் அதிகபட்சமாக 18 ஆண்டு களில் ரூ 84,000 தான் ஆகியிருக்கும்.

4,96,12,800 ரூபாய். ஆமாம். டிசம்பர் 12 அன்று 2014ல் ஒரு பங்கு ரூ 1938- க்கு விலை போனது. 25600 ஷேர்களின் மதிப்பு 3,51,36,000. இதே பணத்தை

வங்கியில் 12% வட்டிக்கு போட்டிருந்தால் அதிகபட்சமாக 21 ஆண்டுகளில் ரூ 1,25,000 தான் ஆகியிருக்கும்.

இதுபோல, ஆரம்பத்தில் சகாய விலைக்கு வெளியிட்டு பின்பு நன்றாகச் செயலாற்றி, சம்பாதித்து, அதனை பங்குதாரர்களுக்கும் கொடுத்து வரும் நிறுவனங்கள் வேறு பலவும் உள்ளன. (HLL, கோல்கேட், பஜாஜ், மோட்டார் கார்ப்) அத்தகைய ஷேர்களை விற்காமலேயே வைத்திருப் பதில்தான் சூட்சுமமும் அதிர்ஷ்டமும் உள்ளது.

இவ்வளவு நல்ல பங்குகளைக்கூட எப்பொழுது வாங்க வேண்டுமோ அப்பொழுதுதான் வாங்க வேண்டும். மார்க்கெட் பரபரப்பாகப் பற்றி எரிந்து கொண்டிருக்கும்பொழுது மாட்டக் கூடாது. நல்ல விவரம் தெரிந்த வர்களைக் கலந்துகொள்வது உசிதம்.

○ விலை என்ன?

அடுத்து முக்கியமாகக் கவனிக்க வேண்டியது, இப்படி நாம் தேர்வு செய்த நிறுவனப் பங்குகளின் தற்போதைய விலை என்ன?

ஷேர் மார்க்கெட் விவரங்கள் வெளியிடும் தினசரிகளை எடுத்துப் பாருங்கள். அதில் கடந்த 52 வாரங்களில் ஒவ்வொரு ஷேரின் அதிகபட்ச விலை, அதேபோல, குறைந்தபட்ச விலையினைப் போட்டிருப் பார்கள். 52 வாரங்கள் என்றால் பார்க்கும் நேரத்தில் கடந்த ஒரு வருட காலம். அதில் உள்ள பெரும்பாலான ஷேர்களின் அதிகபட்சம் மற்றும் குறைந்தபட்ச விலைகளின் இடையே நிச்சயம் பெரிய வித்தியாசம் இருக்கும். உதாரணத்துக்கு 21-10-2011 அன்று ஒருசில பங்குகளின் விவரங்களைப் பார்ப்போம்.

பங்கு (நிறுவனம்)	கடந்த 52 வாரங்களில்	
	அதிக விலை	குறைந்த விலை
இன்ஃபோசிஸ்	3575	2190
பி.எச்.இ.எல்.	245	100
அதானி எண்டர்	287	126
கனரா வங்கி	550	189
பாட்டா	1085	688
LnT	1661	678
ICICI	1236	758

இந்த அட்டவணையிலிருந்து ஒரு விஷயத்தைச் சுலபமாகக் கண்டு பிடிக்கலாம். ஆம், அதே பங்குதான். அதிகபட்ச விலையில் பாதி அளவுக்குக் கீழேயும் கூட ஒரு வருட காலத்துக்குள் பரிவர்த்தனை நடந்திருக்கிறது.

அதாவது, 3,045 ரூபாய்க்கு ஒரு சமயம் பஜாஜ் ஆட்டோவின் பங்கு விலை போயிருக்கிறது. அதே பங்கு வருடத்தின் வேறு ஒரு சமயம் வெறும் 1429 ரூபாய்க்கும் கிடைத்திருக்கிறது. இது பஜாஜ் ஆட்டோவின் பங்குக்கு மட்டுமல்ல, எல்லாப் பங்குகளுக்குமே நிகழ்ந்திருக்கிறது. நிகழும்.

இதிலிருந்து நமக்கு என்ன செய்தி? ஒரு பங்கினை ஏதாவது ஒரு விலைக்கு என்று துரத்தித் துரத்திப் போய் வாங்க வேண்டியதில்லை. 'தங்க ஊசி என்றால் என்ன, அதற்காக, கண்ணிலா குத்திக் கொள்ள முடியும்!'

நல்ல தொழில், நல்ல நிறுவனம், நன்கு நடக்கிறது, நல்ல நிர்வாகம், பார்த்தாயிற்றா. சரி நல்ல விலைக்காகக் காத்திருங்கள். வரும். எல்லா ஷேர்களும் விலை இறங்கும். இறங்கித்தான் ஏறும். அப்படி ஒன்றி ரண்டுதான், தவறி ஏறியே போய்விட்டால்தான் என்ன? போகட்டுமே! அதில் விட்டுப்போகக்கூடிய லாபத்தைவிட, தவறினால் வரக்கூடிய இழப்பு ஆபத்தானது.

சில சமயங்களில் ஒரு ஷேரைப் பற்றி ஒரேயடியாக நல்ல செய்தியாக வரும். பலரும் நான், நீ என்று போட்டி போட, சம்பந்தமில்லாத விலைக்குப் போய்விடும். அதில் நாமும் ஏன் போய் விழவேண்டும்!

○ வாங்கும் ஷேர்களின் அடிப்படைகள் (Fundamentals)

அடுத்து நாம் பார்க்க வேண்டியது, அந்த நிறுவனத்தின் செயல்பாடு தொடர்பான பல்வேறு எண்கள். அந்த நிறுவனத்தின் டர்ன் ஓவர் (விற்பனை) எப்படியுள்ளது? ஆண்டுக்காண்டு அதிகரிக்க வேண்டும்.

இரண்டாவது, அது செலவுகள் போக லாபம் (Gross Profit) எவ்வளவு சம்பாதிக்கிறது? அந்த நிறுவனம் வருமான வரி (Taxes), தேய்மானத்துக்கு (Depreciation) பிறகு எவ்வளவு நிகரலாபம் (Net Profit) ஈட்டுகிறது? அது ஈட்டும் நிகரலாபம் என்பது ஒரு பங்குக்கு எவ்வளவு வருகிறது? (EPS)

அதன் EPS இவ்வளவு இருந்தால், அது என்ன விலைக்கு விற்கிறது? அதாவது அதன் PE ரேஷியோ (விகிதம்) என்ன? சந்தையில் இதுபோன்ற நிறுவனங்களுக்கு என்ன PE ரேஷியோ உள்ளது?

இவற்றையெல்லாம் எப்படிக் கண்டுபிடிப்பது? அந்தந்த நிறுவனங்களே இந்தச் செய்திகளை செய்தித்தாளில் வெளியிடுவார்கள்.

உதாரணமாக, ஒரு நிறுவனம் தன் ஆண்டிறுதியில் நிகர லாபமாக ரூ. 300 கோடியைப் பெற்றதாகக் குறிப்பிடுகிறார்கள். அத்துடன் அந்த நிறுவனத்தின் பங்குகள் மொத்தமாக 100 கோடிப் பங்குகள் பல்வேறு ஆள்களிடம் பரவியிருக்கின்றன என்றும் குறிப்பிடுகிறார்கள். அப்படியானால் ஒவ்வொரு பங்கும் அந்த ஆண்டு சம்பாதித்திருக்கும் வருமானம் = (300 கோடி / 100 கோடி) = ரூபாய் மூன்று.

அந்த நிறுவனத்தின் பத்து ரூபாய்ப் பங்கின் தற்போதைய சந்தை விலை ரூபாய் 30 என்று வைத்துக்கொள்வோம். அந்தப் பங்கு ஆண்டுக்கு மூன்று ரூபாய் நிகர லாபம் சம்பாதித்துள்ளது. அப்படியென்றால் அது சம்பாதிப்பதைப்போல பத்து மடங்கு விலை விற்கிறது. அதாவது அதன் P/E = 10.

இந்தத் தொழிலில் உள்ள மற்ற நிறுவனங்களின் சராசரி PE ரேஷியோ ஏழு என்று வைத்துக்கொள்வோம். அப்படியென்றால் நாம் பார்த்துக் கொண்டிருக்கும் பங்கு இப்பொழுது விற்கும் விலை அதிகம். ஒன்று, இந்தப் பங்கின் விலை இறங்க வேண்டும் அல்லது அதன் வருமானம் அடுத்த வரவு செலவில் அதிகரிக்க வேண்டும். அல்லது இதே தொழிலில் உள்ள மற்ற மற்ற பங்குகளின் விலைகள் அதிகரிக்க வேண்டும். ஏதாவது ஒன்று நடந்தால்தான் நாம் அதனை வாங்கலாம். இவ்வாறு கடந்த காலத்தில் நடந்தவற்றைப் பார்த்து நிறுவனத்தின் ஆரோக்கிய நிலைமையை உணர்வதற்கு Fundamental Analysis என்று பெயர்.

·சில ஷேர்களை வாங்கலாம் என்று பரிந்துரைக்கும்போது, அதனை 'ஃபண்டமெண்டலி ஸ்டிராங்' என்று வர்ணிப்பது உண்டு. நமது கிரிக்கெட் வீரர்கள் விளையாட வரும்போது, தொலைக்காட்சியிலே போட்டுக் காண்பிப்பார்களே, அவர் இதுவரை அடித்த சதங்கள், அரை சதங்கள், இதுவரை எடுத்த ரன்கள் என்று. அதுபோல, நிறுவனம் பற்றிய விவரங்கள்.

இதன் ஒரு சிறு குறைபாடு என்ன என்றால், இது என்னதான் இருந்தாலும் கடந்த காலத்தைப் பற்றியது என்பதுதான். இதனைப் பார்க்கத்தான் வேண்டும். ஆனால் இதை மட்டுமே நம்ப முடியாது.

சிலர் இருக்கிறார்கள். என்ன பங்குகள் வாங்கலாம் என்று யோசிக்கும் பொழுது, இதுபோன்ற தினசரிகளை எடுத்து வைத்துக்கொண்டு, அவற்றின் PE ரேஷியோவைப் பார்ப்பார்கள்.

சில நிறுவனங்களின் டிசம்பர் 2014 வரை விலைக்கு உண்டான PE ரேஷியோக்களைப் பார்ப்போமா?

நிறுவனம் (பங்கு)	PE ரேஷியோ
அசோக் லேலண்ட்	53
பேன்ங் ஆப் பரோட	8
பேட்டா இந்தியா	43
கனரா வங்கி	7.5
சிப்ளா	42
ஹீரோ மோட்டார்	26
ஐ.சி.ஐ.சி வங்கி	19
ஜஸ்ட் டயல்	81
டாடா மோட்டார்	8
விப்ரோ	16
யுனைட்ட்ட் ஸ்பிரிட்	121

இதிலேயே வித்தியாசங்கள் புரிந்திருக்கும். ஒவ்வொன்றும் ஒவ்வொரு துறையிலே உள்ளன. ஒவ்வொரு நிலையிலே (லாபத்தில், செயல் பாட்டில்) உள்ளன. இவற்றைப் பற்றிய எதிர்பார்ப்புகளும் வித்தியாச மாக உள்ளன.

ஆகவே எத்தனை மடங்குகளில் விற்பனை ஆகிறது என்பதிலும் வித்தியாசம்! இருந்தாலும் இந்த அட்டவணையைப் பார்த்தால், கனரா வங்கி என்ற நிறுவனப் பங்கின் விலை இன்னும் ஏறச் சந்தர்ப்பம் உள்ளது என்று தெரியும். அதன் விலை ஏறலாம், ஏறாமலும் போகலாம். வேறு காரணங்களுக்காக, ஆனால் இதுவும் முக்கியம். அதேபோல, EPS. அதனைச் சார்ந்த PE ரேஷியோ மட்டுமே அடையாளமில்லை. சமயத்தில் கடந்த ஐந்து வருடங்களாக நஷ்டம் செய்த நிறுவனம், இந்த ஒரு வருடம் லாபம் ஈட்டினாலும் EPS, PE ரேஷியோ நன்றாகத்தான் இருக்கும். ஆனால் ஏற்கெனவே சேர்ந்துள்ள நஷ்டம் (Accumulated loss) பற்றித் தெரியாது.

○ டெக்னிக்கல் பொசிஷன் (Technical Position) எப்படியுள்ளது?

இதென்ன புதிதாக டெக்னிக்கல் பொசிஷன்? ஷேர் மார்க்கெட் என்பது சந்தை. எல்லாச் சந்தைகளிலுமே விலைகள் நிர்ணயிக்கப்படுவதில் முக்கியப் பங்கு வகிப்பது, பொருளாதாரம் படித்தவர்களுக்குத் தெரியும், டிமாண்ட் மற்றும் சப்ளை (Demand & Supply) தான்.

வாங்க உள்ள தேவை Vs விற்பனைக்கு உள்ள அளவு இரண்டையும் பொறுத்து, விலைகள் பெரும்பாலும் அமையும். ஊரெல்லாம் மழை, மார்க்கெட் முழுக்கத் தக்காளி என்றால், தக்காளி விலை எப்படி இருக்கும்? இறங்கத்தானே செய்யும்.

அதேபோல்தான் இங்கும். ஒரு ஷேர் பற்றி நல்ல செய்தி வருகிறது. வாங்குகிறார்கள். விற்பவர்கள் குறைகிறார்கள். விலை ஏறுகிறது. மேலும் நல்ல செய்தி. வாங்க விரும்புபவர்கள் அதிகரிக்கிறார்கள், விற்க முன்வருபவர்கள் குறைகிறார்கள். மீண்டும் விலையேற்றம். இப்படியே போகப் போக இந்தக் குறிப்பிட்ட ஷேர் 'Over bought' என்ற நிலையை அடைந்து விடுகிறது. அதாவது, இனி வாங்க நிறையப் பேர் இல்லை.

அதேபோல, 'அட நல்ல விலையேற்றமாயிற்றே. இந்த விலை கிடைத் தால் பரவாயில்லையே!' என்று விற்க வைத்திருப்பவர்களுக்குத் தோன்றலாம். அதேபோல, 'நாம் சமீபத்தில் ஏறும் என்று நினைத்து கணித்து வாங்கினோம், ஏறிவிட்டதே... லாபத்தைக் கையில் பிடித்து விடலாமே!' (Profit booking) என்றும் தோன்றும்.

இந்தக் காரணங்களால் அதுவரை ஏறிக்கொண்டே இருந்த விலை இறங்கத் தொடங்கும். அதற்குச் சற்றுமுன் நாம் வாங்கி விட்டால்! சிரமம்தானே. அதன்பிறகு கணிசமாக இறங்கித்தான் விடும். இறங்கத் தொடங்கினால் அந்தத் திசையிலும் கொஞ்சம் movement இருக்கத்தான் செய்யும்.

இதனை விலை Consolidate ஆகிறது என்று சொல்வது உண்டு. விலை Digest ஆகிறது என்பதும் உண்டு. பாட்டிலுக்குள் மாவைப் போட்டுக் குலுக்கி விடுவதுபோல.

இந்த Over bought (ஏகப்பட்டது வாங்கியாச்சு!) என்பது போல Over sold என்பதும் உண்டு. (ஏகப்பட்டது விற்றாச்சு!) கெட்ட செய்தி வந்ததால் விற்க வருவார்கள். வாங்க ஆள் குறைச்சல். இப்படியே போய் ஒரு extreme-க்குப் போய்விடும். அதன் பின்னர்? தரையை நோக்கி ஒரு ரப்பர் பந்தைப் போட்டால் என்னாகும்? கீழே... கீழே என்று போய், தரையையே தொடும். இதனைத்தான் 'ராக் பாட்டம்' விலை என்பார்கள். அதன்பிறகு? பந்து தரையைத் தொட்டதும் எதிர் திசையில் மேலே கிளம்பும். அதுபோலவே, மட்டமான விலைக்கு வந்ததும் (எல்லா ஷேர்களும் அல்ல, டெக்னிக்கல் காரணங்களுக்காக விலை இறங்கியவை மட்டும்) மறித்துக் கொண்டு மேல் எழும்.

இப்படித்தான் 'டெக்னாலஜி மெல்ட்டவுன்' என்று இரண்டு ஆண்டு களுக்கு முன் நடந்தபொழுது ஹெக்சாவேர் டெக்னாலஜீஸ் என்ற அற்புத மான ஷேர் 17 ரூபாய்க்கு வந்தது. பின்னர் ஆகஸ்ட் 2001-ல் ரூ. 93. அதேபோல் IDFC எப்போது 104 வந்தாலும் உடன்மேலே போய்விடும்.

இது தவிர, ஏற்கெனவே லிஸ்ட் செய்யப்பட்ட ஒரு ஷேரின் புது பப்ளிக் இஷ்யூ வந்தால் அதன் விலை ஏறத்தான் செய்யும். பப்ளிக் இஷ்யூ முடிந்து

அலாட்மெண்ட் ஆனதும், பலரும் தங்களுக்குக் கிடைத்த வெளிச் சந்தையில் விற்க அதன் விலை இறங்கத்தான் செய்யும். GAIL பங்கு அலாட்மெண்ட்டுக்கு அடிதடி. அனைவருக்கும் கேட்டதைவிடக் குறைவாகத்தான் கொடுக்கப்பட்டது. அலாட்மெண்ட் வந்ததும், வெளிச் சந்தையில் விலை ரூ.20 குறைந்தது. இதுபோல பல காரணங்கள், நிறுவனத்தின் செயல்பாட்டுடன் சம்பந்தமில்லாத காரணங்களினால் விலை ஏறும், இறங்கும். அதற்கு Technical காரணங்கள் என்று பெயர்.

இதையும் கவனிக்க வேண்டும். காற்றடிக்கும் திசை இது. இதை எதிர்த்துப் பயணப்பட முயற்சி செய்ய, நமது எனர்ஜி (பணம்) தான் வீணாகும். காத்திருக்கத்தான் வேண்டும் வெள்ளம் வடிவதற்கு.

❍ கையில் எவ்வளவு பணம் உள்ளது?

சரி வாங்கும் நேரம் சரியாக உள்ளது. வாங்கக் கூடியதைக் கண்டுபிடித்தாயிற்று. எவ்வளவு வாங்கலாம்? எவ்வளவு பணம் நம்மிடம் உள்ளது என்பதைப் பொறுத்தது அது. என்னைக் கேட்டால் இதற்கென்று ஒரு தொகை ஒதுக்கிவிட்டு, அதற்குமேல் இதனுள் மீண்டும் பணம் கொண்டுவர வேண்டாம் என்பேன்.

நம்மிடம் 20,000 ரூபாய் உள்ளது என்றால், ரூ. 5000-க்கு வாங்கலாம். கொஞ்சம் நிதானிக்கலாம். மீண்டும் 5000 ரூபாய்க்கு, பின்பு இன்னுமொரு 5000-க்கு.

இதனைத்தான் Buying in small lots என்கிறார்கள். தினம் தினம் தினம் செய்திகள் மாறும் இடம் இது. தினம் விலைகள் மாறுமிடம் இது. அடிமேல் அடியாக வைப்பது நல்லது.

மீதம் 5000 இருந்தால், கவலைப்படாமல் அதனைத் தயாராக, பணமாகவே வைத்திருப்பது ஒரு தந்திரம். அதற்கும் ஒரு நல்ல சந்தர்ப்பம் நிச்சயம் வரும். ஆனால் சந்தர்ப்பம் வரும்பொழுது கையில் பணமில்லாவிட்டால் சந்தர்ப்பத்தை இழப்போம், அல்லது கூடுதல் பணம் வெளியிலிருந்து (நாம் யோசித்தது, திட்டமிட்டது போக) இதில் போட நேரிடும். தவிர்க்கலாமே!

எவ்வளவு பணம் ஷேர் செய்ய? எவ்வளவுக்கு முதலில் வாங்க உள்ளோம். இந்தத் திட்டமிடல், தெளிவு, கட்டுப்பாடு முக்கியம்.

❍ இந்த முதலீட்டை நாம் எவ்வளவு நாள்கள் விட்டு வைக்க முடியும்?

சிலர் தங்கள் பெண்ணுக்கு இரண்டு மாதத்தில் திருமணம் வைத்திருப்பார்கள். அல்லது மகனை வெளிநாடு அனுப்ப வேண்டும். அல்லது வாங்கிய கடனுக்கு, கட்டாயம் இந்தப் பணத்தைத் திருப்பிச் செலுத்த

வேண்டும். கையில் பணம் இருக்கிறது. கொஞ்சநாள் வீணாக ரொக்கமாக இருக்கப் போகிறது. ஷேர் மார்க்கெட்டில் போட்டு ஒரு புரட்டு புரட்டினால், லாபம் பார்த்து விடலாம் என்று சொல்கிறார்கள். போடலாமா?

கூடாது. ஷேர் மார்க்கெட் எப்பொழுது ஏறும், அந்த ஏற்றம் எவ்வளவு நாள் நீடிக்கும், எப்பொழுது விழும், ஏன் விழும் என்றெல்லாம் எவராலும் உறுதியாகக் கூற முடியாது.

இது நம் தலையில் உள்ள நரம்பு மண்டலம் போல. ஏகப்பட்ட 'கனெக்ஷன்ஸ்'. எதற்கு எது என்று நிபுணர்கள் விவாதித்துக் கொண்டே இருப்பார்கள்.

காசை உள்ளே போட்டுவிட்டால், சமயத்தில் நெடுநாள் காத்திருந் தால்தான் மீண்டும் அதே பணத்தை நஷ்டமில்லாமல் எடுக்க முடியும். இல்லை, எனக்கு அவசரம் என்றால், அப்பொழுதைய குறைந்த சந்தை விலைக்குக் கொடுத்தால்தான் வெளியே வரமுடியும். என்ன செய்ய? அங்கு நிலைமை அப்படி.

ஆகவே, நம்மால் எந்த அளவு பணம் இல்லாமல் மற்ற விஷயங்களைச் சமாளிக்க முடியுமோ, அந்த அளவு மட்டும் இதில் போடுவது உசிதம். அதேபோல, உடனே வெளிவர வேண்டியிருப்பவராக இருந்தால் அதற்கேற்ற liquidity உள்ள பங்குகளாக, 'தங்கம்' போலப் பார்த்து வாங்கினால் நல்லது.

○ நாம் எதிர்பார்க்கும் வருமானம் என்ன?

இந்தக் கேள்விக்கான விடையைப் பொறுத்துத்தான் நம் 'வாங்குதல்' அமையும். டிவிடெண்ட் போதும். அல்லது ஓரளவு முதல் பெருகுதல், அல்லது கணிசமான லாபம் என்று பல அணுகுமுறைகள் உள்ளன. நம் அணுகுமுறை என்ன? எதை எதிர்பார்த்து பங்குச்சந்தைக்குள் வருகிறோம்?

சிலர் ரிஸ்க் எடுப்பார்கள். குறைந்த விலைக்கு, சரியான ஷேர்களைப் பிடித்து, பின்பு பெரிய விலைக்கு விற்க நினைப்பார்கள். சிலர் ரிஸ்க் எடுக்க விரும்பமாட்டார்கள். வருமானம் கொஞ்சமாக இருந்தாலும் போட்ட முதல் அடிபட்டுவிடக் கூடாது என்று நினைப்பார்கள்.

ஆண்டுக்கு 10% முதல் 20% வரை என்பதிலிருந்து, ஆண்டுக்குச் சராசரியாக 36% கூட வருமானம் எதிர்பார்ப்பவர்கள் உண்டு.

வங்கிகள் கொடுக்கும் வைப்பு நிதிக்கான (FD) வட்டியை விடக் கூடக் கிடைத்தால் போதும் என்று நினைத்தால், அதற்கான பாதுகாப்பான ஷேர்கள் உள்ளன. மூன்று ஆண்டுகளுக்கு ஒருமுறை நம் முதல்

இரட்டிப்பாக வேண்டுமென்றால், அதற்கான ஷேர்களும் உள்ளன. நாம் எவ்வளவு ஆசைப்படுகிறோம் என்பதைப் பொறுத்து ஷேர்கள் வாங்க வேண்டும்.

○ பங்குச்சந்தை விவரங்களைப் பத்திரிகைகளில் தெரிந்துகொள்வது

இது தகவல்களின் காலம் (Information Age). இன்றைக்கு எந்தத் தகவலைக் கேட்டாலும் இன்டர்நெட், இந்தா இந்தா என்று கைகொள்ளாத அளவு அள்ளித் தருகிறது. பங்குச்சந்தை நிலவரமும் அதன் போக்கும் ஒன்று இரண்டல்ல, நூற்றுக்கணக்கான காரணங்களால் தீர்மானிக்கப்படுகிறது என்று முன்பே பார்த்தோம். அத்தகைய தகவல்களை எங்கிருந்து தெரிந்துகொள்ளலாம், நமக்கெல்லாம் கிடைக்குமா, கிடைத்தாலும் புரிந்து கொள்ள முடியுமா என்றெல்லாம் சந்தேகமே வேண்டாம். இன்றைக்கு எல்லாவற்றுக்கும் வழியிருக்கிறது. அவற்றைப் பற்றிச் சற்றுப் பார்ப்போம்.

பத்திரிகைகள் என்று எடுத்துக்கொண்டால், ஆங்கிலத்தில் பல உள்ளன. பிசினெஸ் டுடே, பிசினெஸ் இந்தியா, பிசினெஸ் வேர்ல்டு, மணி அவுட் லுக், காப்பிடல் மார்க்கெட் என்று ஏகப்பட்டவை. இதுபோல, தமிழிலும் நாணயம் விகடன், வர்த்தக உலகம் போன்று வர்த்தகச் செய்திகள் மட்டுமே வெளியிடும் பத்திரிகைகள் பல உண்டு.

தொலைக்காட்சியில் CNBC, NDTV Profit என்று தனியாக 24 மணிநேர சானல்களே இதற்கு உண்டு. பங்குச்சந்தை தொடங்கும் நேரம் முதல் முடியும் வரை, பல ஆலோசனைகள் சொல்லியும், பெரிய நிறுவனங்களின் கணக்கு முடிவுகளை உடனுக்குடன் தெரிவித்தும், முக்கிய நபர்களைப் பேட்டி கண்டும் நிறைய தகவல்களைத் தருகிறார்கள். குறிப்பிட்ட பங்கினை வைத்துக் கொள்ளலாமா, விற்று விடலாமா என்று சிறுமுதலீட்டாளர்கள்கூட வெறும் SMS அனுப்பிக் கேட்கலாம். அவற்றுக்கு விற்பன்னர்கள் பதில் சொல்வார்கள். (ஆனால் பொறுப்பெடுத்துக்கொள்ள மாட்டார்கள்!)

தமிழ் தொலைகாட்சிகளில் அநேகமாக எல்லா சேனல்களும் பங்கு சந்தை நிலவரம் குறித்து செய்திகளிலும், தனி நிகழ்ச்சிகளிலும் ஏராளமான தகவல்கள் தருகிறார்கள். பொதிகை தொலைக்காட்சியில் சனிக்கிழமை தோறும் காலை 7.25க்கும் பின்பு 8.15க்கும் பங்குச்சந்தை நிலவரம் சொல்கிறார்கள்.

சன், மக்கள் தொலைக்காட்சி, ராஜ் டி.வி. முதலியனவும் இதற்காக நேரம் ஒதுக்கி வல்லுநர்களைப் பேச வைக்கின்றன. இவைபோக தமிழ், ஆங்கில சானல்களும் செய்திகளின் முடிவில் பங்குச் சந்தையின் அன்றன்றைய மொத்த நிலவரம் பற்றி கொஞ்சம்

சொல்கின்றன. பங்குச்சந்தை நடக்கும் நேரத்தில் ஆங்கில/இந்தி செய்தி சானல்களான DD நியூஸ், ஸ்டார் நியூஸ், NDTV 24x7, NDTV இந்தியா, ஆஜ் தக், Headline News முதலியவற்றிலும் பங்குகளின் விலைகள் மாற மாற, தொடர்ந்து காட்டப்படுகின்றன. இவற்றுக்கு ஸ்டாக் டிக்கர் என்று பெயர்.

இரண்டாயிரத்துக்கும் மேலான பங்குகள் பட்டியல் இடப்பட்டு இருப்பதால், அவர்களால் எல்லாவற்றையும் சொல்ல முடியாது. அதனால் மும்பை A குரூப்பில் உள்ள முப்பது, அல்லது Nifty எனப்படும் தேசிய பங்குச்சந்தையின் முதன்மை 50 பங்குகளின் விலைகளை மட்டும் இந்த ஸ்டாக் டிக்கரில் காட்டுகிறார்கள்.

அவற்றில் ▼ குறி போட்டு (தலைகீழ் முக்கோணம்) அது சிவப்பு நிறத்திலிருந்தால் அந்தக் குறிப்பிட்ட பங்கின் விலை அதன் முந்தைய தின விலையிலிருந்து குறைந்துள்ளது என்று பொருள்.

அதே முக்கோணம், பச்சை நிறத்தில் ▲ மேல்நோக்கியிருந்தால் அதன் விலை முந்தைய தினத்தை விட ஏறியிருக்கிறது என்று பொருள்.

அதைத்தவிர, சில சானல்களில் ஒவ்வொரு ஷேர் விலையின் அருகேயும் 636 என்பதுபோல, ஏதோ ஓர் எண் போட்டு, அருகில் K என்ற ஆங்கில எழுத்தைப் போட்டிருப்பார்கள் (636K). அதற்கு என்ன பொருள் என்றால், அந்தந்த ஷேர் அந்த நேரம் வரை அத்தனை ஆயிரம் (636 ஆயிரம்) வாங்கி விற்கப்பட்டுள்ளது (Volume) என்று பொருள். அதாவது K என்றால் ஆயிரம்! M போட்டிருந்தால் மில்லியன். பத்து லட்சம்.

தினசரிப் பத்திரிகைகள்

தினசரி மாறுகிற ஷேர் விலைகளை, அதனைத் தீர்மானிக்கிற விஷயங்களை உடனுக்குடன் தெரிந்துகொள்ள, தினசரி செய்தித் தாள்களைப் பார்ப்பது அவசியம். அதிலும் நிதி, வர்த்தகம் சம்பந்தப்பட்ட விஷயங்களில் அதிக முக்கியத்துவம் கொடுக்கும் சிறப்புப் பத்திரிகைகளைப் படிப்பது உதவும்.

ஃபைனான்ஷியல் எக்ஸ்பிரஸ், எக்கனாமிக் டைம்ஸ், பிசினஸ் லைன், பிசினஸ் ஸ்டாண்டர்ட் போன்ற செய்தித்தாள்கள் இதற்காகவே வருகின்றன. இவற்றில் பல்வேறு உபயோகமான தகவல்கள் கொட்டிக் கிடக்கின்றன. அவற்றை எப்படிப் பார்ப்பது, பயன்படுத்திக் கொள்வது என்பதைப் பார்ப்போம்.

1. ***நிறுவனங்கள் பற்றிய செய்திகள்:*** நிறுவனங்களுக்கு ஏதாவது புதிய ஆர்டர் கிடைத்துள்ளதா, புதிய வியாபார வாய்ப்பு, வரி விகி

தத்தில் பாதிக்கக்கூடிய மாற்றம், அவை தயாரிக்கும் பொருள்களின் விலையேற்றம், இறக்கம், அந்நிறுவனத்தில் வேலை நிறுத்தம்... இது போன்ற இன்னும் ஏராளமான நிறுவனத்தின் சாதக/பாதகச் செய்திகள் சிறப்புப் பத்திரிகைகளில் வெளியிடப்படுகின்றன. இவற்றை முன்கூட்டித் தெரிந்து கொள்வது எவ்வளவு நன்மை பயக்கும் என்று சொல்லத் தேவையில்லை. அதேபோல, துறைசார்ந்த செய்திகளும் (இரும்பு, சர்க்கரை, ஜவுளி போன்ற துறைகள்) அதற்குரிய முக்கியத் துவமும், தனியிடமும் கொடுக்கப்பட்டு வெளியிடப்படுகின்றன.

அரசின் நிதி மற்றும் நிறுவனம் சார்ந்த கொள்கை முடிவுகள் முதலியனவும் விரிவான செய்திகளாக இந்தப் பத்திரிகைகளில் வரும்.

2. **நிறுவனம் முடிவுகள் எடுக்கும் கூட்டங்கள் பற்றி:** ஒவ்வொரு நிறுவனமும் தங்களுடைய பங்குதாரர்களை கலந்தாலோசித்துத் தான் முக்கிய முடிவுகளை எடுக்க முடியும். அதற்காக அவை AGM, EGM போன்ற கூட்டங்களை நடத்தும். அத்தகையக் கூட்டங்கள் எப்பொழுது, எதற்காகக் (டிவிடெண்ட் அறிவிக்கவா? போனஸ் பங்குகள் பற்றி முடிவெடுக்கவா?) கூட்டப்படுகின்றன என்பதை இந்தப் பத்திரிகைகள் வெளியிடுகின்றன. அதேபோல, எந்தத் தேதியில் இருந்து Record date, எந்தத் தேதியில் இருந்து Ex-dividend, Ex-bonus, Ex-rights என்பன பற்றியும் (இவற்றைப் பற்றித் தனித்தனியே ஷேர் மொழியில் பார்க்கலாம்), ஒரு பங்கின் முகப்பு விலை மாறப் போவதாக இருந்தால், அது எந்தத் தேதியில் இருந்து மாறுகிறது என்பது பற்றியும் தகவல்கள் இப்படிப்பட்ட பத்திரிகைகளில் வரும்.

3. **தினசரி விலை மாற்றங்கள்:** பட்டியலிடப்பட்ட பங்குகள் ஒவ்வொன்றும் முந்தைய தினம் (பத்திரிகைகளால் மறுநாள்தான் வெளியிட முடியும்) என்னென்ன விலைக்கு வியாபாரம் நடந்தது, அதாவது Opening விலை, அந்த தினத்தின் High, Low, Closing விலைகள் மற்றும் ஒவ்வொரு பங்கும் எவ்வளவு எண்ணிக்கையில் (Volume) வியாபாரம் நடந்தது என்பனவும் விரிவாக வெளியிடப்படுகின்றன. இவற்றில் எது புதிய உயரம், எப்பொழுதுமில்லாத அளவு ஏறியுள்ளவை எவை (New high)? அல்லது இறங்கியுள்ளவை எவை (New low)? அதேபோல, கடந்த 52 வாரங்களில் (ஒரு வருடம்) அதிக விலையைத் தொட்டிருந்தால் அதற்கொரு தனிக்குறியீடு என்றெல்லாம் பிரித்துத் தரப்படும் தகவல்கள் உண்டு.

4. **பிரித்தெடுக்கப்பட்ட விவரங்கள்:**இவை மிகவும் பலனுள்ளவை. பழத்தைச் சாறு பிழிந்து தருவதுபோல தருகிறார்கள்.

i. முந்தைய தினம் மிக அதிகம் விலையேறிய ஷேர்கள் எவை? அவற்றின் விலை மற்றும் ஏற்ற சதவிகிதம்.

ii. முந்தைய தினம் மிக அதிகம் விலை இறங்கிய பங்குகள் எவை? அவற்றின் விலை, இறக்க சதவிகிதம்.

iii. கடந்த ஓரிரு மாதங்களாக விலை ஏறிவரும் பங்குகள் எவை எவை?

iv. அதேபோல, ஓரிரு மாதங்களாக இறங்கி வருபவை எவை?

v. எவை அதிக எண்ணிக்கையில் வாங்கி விற்கப்படுகின்றன?

vi. எவை மிகக் குறைந்த எண்ணிக்கையில் வாங்கி விற்கப்படுகின்றன? (இவற்றின் வால்யூம் பார்க்க வேண்டியது அவசியம். விலை ஏற்ற இறக்கம் இயற்கையானதா? இல்லை ஒருசிலர் (மட்டுமே) செய்யும் மாயமா என்று தெரிந்துகொள்ள இந்த எண்ணிக்கைகள் உதவும்.)

vii. எவை தற்சமய விலைகளில் மிகக் குறைந்த PE ரேஷியோவில் உள்ளன? எவை அதிக PE ரேஷியோவில் உள்ளன?

viii. எவற்றின் விலைகள் Book Value (BV) என்பதுடன் ஒப்பிட்டால் சாதகமாக உள்ளன, எவை பாதகமாக உள்ளன?

ix. எந்தப் பங்குகளின் விலைகள் அன்றைய தின அதிகபட்ச விலையை (Circuit filter) தொட்டன?

x. ஒரு ட்ரேட் எனப்படும் பரிவர்த்தனையின் சராசரி மதிப்பு (Average value) எவ்வளவு? தவிர Block Deals எனப்படும் 'பெரிய கைகள்' பெரிய நிறுவனங்கள் மொத்தமாக வாங்கிய, விற்ற பங்குகள் எவை, எண்ணிக்கை, விலை என்ன? இவற்றையும் அடையாளம் காட்டும்.

இவையெல்லாம் தினம்தினம் தரப்படுகின்றன.

5. **பங்குகளின் டெக்னிக்கல் நிலை எப்படியுள்ளது?** சில அதிகப் பரிவர்த்தனை நடக்கும் பங்குகளுக்கான டெக்னிக்கல் நிலைகள், அதாவது அவை சந்தையில் இருக்கும் நிலைகள் என்ன? வாங்கு முகமா? அதிகம் வாங்கப்பட்டு விட்டதா? விலை இன்னமும் ஏறுமா, இறங்குமா என்பது போன்ற வல்லுனர்களின் கருத்துரை களும், தகவல்களும் அவ்வப்போது தரப்படுகின்றன.

6. *குறிப்பிட்ட சில பங்குகளைப் பற்றிய முழு அலசல்:* அவற்றின் சரித்திரம், தற்போதைய விலை, அது தகுமா, அதன் BV, PE Ratio, EPS எல்லாம் என்ன? வியாபார வாய்ப்புகள், எதிர்காலத் திட்டங்கள், Technical நிலை பற்றியெல்லாம் சொல்லி, தற்சமயம் அவற்றை வாங்கலாமா (Buy), விற்கலாமா (Sell), காத்திருக்கலாமா (Hold) என்றும் குறிப்பாகவே சொல்கிறார்கள்.

7. **மார்க்கெட் கேபிடலைசேஷேன் வரிசை எண் என்ன?** எ ந் த ப் பங்குகளின் மார்க்கெட் கேபிடலைசேஷன் மிக அதிகம் - அதாவது, எந்த நிறுவனத்தின் மொத்தச் சந்தை மதிப்பு மிக அதிகம் - என்கிற வரிசையையும் (Ranking) தினசரி கணக்கிட்டு வெளியிடுகிறார்கள். ஒரு நிறுவனத்தின் மார்க்கெட் கேபிடலைசேஷன் என்பது, அந்த நிறுவனத்தின் மொத்தப் பங்குகள் எத்தனை வெளியிடப் பட்டுள்ளன, அந்தப் பங்குகளின் அன்றைய சந்தை விலை என்ன என்ற இரண்டையும் பெருக்கினால் வருவதுதான்.

8. **BSE சந்தையின் செட்டில்மெண்ட் தகவல்கள்:** வாங்கிய தேதியி லிருந்து எந்தத் தேதிக்குள் கணக்குகளை முடித்துக் கொள்ள வேண்டும் என்கிற தகவலை தொடர்ந்து வெளியிடுகிறார்கள்.

9. எந்தப் பங்குகளை எந்தக் குறிப்பிட்ட நாள்களில் (Book closure) விற்றாலோ, வாங்கினாலோ டெலிவரி கிடையாது என்பதையும் (No delivery period) வெளியிடுகிறார்கள்.

10. துறைவாரியாகப் பங்குகளின் விலைகள் எப்படியுள்ளன (பொதுத் துறை நிறுவனங்கள், வங்கிகளின் பங்குகள்) என்பதையும் தனித் தனிக் குறியீட்டு எண்கள், அவற்றின் மாற்றங்களோடு தொடர்ந்து வெளியிடுகிறார்கள்.

11. பரஸ்பர நிதிகளின் அலகுகள் (Units) எல்லாவற்றுக்கும், மேலே சொன்னது போன்றே விலை மற்றும் Net Asset Value (NAV) முதலிய விவரங்களையும் பக்கம் பக்கமாகத் தருகிறார்கள்.

12. ரூ. 10 முகப்பு விலை தவிர, வேறு முகப்பு விலையில் உள்ள பங்குகளின் பட்டியலும், அவற்றின் முகப்பு விலைகளும் கொடுக்கிறார்கள்.

13. தனிநபர்கள் போக, பெரும் நிறுவனங்கள் (Institutions) செய்யும் பரிவர்த்தனை விவரங்கள் என்ன? அவர்களின் பணம் எங்கே பாய்கிறது, எங்கிருந்து வெளியேறுகிறது என்பதையும் சில வரிகளில் சொல்கிறார்கள்.

14. எத்தனை அளவு என்கிற Volume தவிர, மிக அதிக எண்ணிக்கையில் காண்ட்ராக்ட்டுகள் (Trades) எவை, எவ்வளவு என்பதையும் தனித்தனியே காட்டுகிறார்கள்.

15. பல்வேறு குறியீட்டு எண்கள் (BSE, NSE, BSE 100, BSE, 200, BSE 500, S&P CNX Nifty S&P CNX 500, DSE, CSE, MSE (ஆம் சென்னைதான்) பற்றிய விவரங்கள் தினசரி தரப்படுகின்றன.

16. மேற்சொன்னவையெல்லாம் பங்குகளை ரொக்கத்துக்கு (Cash) வியாபாரம் செய்வதைப் பற்றிய விவரங்கள். இதுதவிர, வளர்ந்து வரும் இளங்காளை (இளம் கரடியும் கூட!) Futures & Options பற்றியும் அதே அளவு விவரமாக புட்டுப் புட்டு வைக்கிறார்கள்.

17. புதிதாக வெளியிட்டுள்ள (IPO) பங்குகளின் சப்ஸ்கிரைப் ஆன விவரங்கள், பட்டியல் இடப்பட்ட தினத்தின் விலைகள்.

18. இவையெல்லாம் தவிர, பங்குகளைத் தாண்டி, பங்குகளைப் போன்றே தினம் தினம் கண்ணில் பார்க்காமலே வாங்கி விற்கப்படும் 'கமாடிட்டி' எனப்படும் தங்கம், வெள்ளி, மிளகு, மஞ்சள் போன்ற பல்வேறு பொருள்களின் தினசரி சந்தைப் பரிவர்த்தனை பற்றிய விவரங்களும் (விலை, அளவு முதலியன) விலாவாரியாகவே வெளியிடப்படுகின்றன.

இணையத்தளங்கள்

ஷேர் மார்க்கெட் பற்றிய செய்திகளைத் தெரிந்துகொள்ள தொலைக்காட்சி, தினசரிகள், மாத இதழ்கள் ஆகியவை ஒருவழி. மற்றொரு வழி இண்டெர்நெட். இது மிகச்சமீப காலத்தில் பெரிதாக வளர்ந்துள்ளது. மும்பை பங்குச்சந்தை (http://www.bseindia.com), தேசிய பங்குச்சந்தை (http://www.nse-india.com) ஆகிய இரண்டுமே தனக்கென இணையத்தளங்களை வைத்து அதில் சகலமான விஷயங்களையும் கொடுக்கின்றன.

இந்தத் தளங்களில் அவர்களது சந்தையில் பட்டியலிடப்பட்டிருக்கும் பங்குகளின் தற்போதைய விலைகள், Buy, Sell பொசிஷன்கள், 52 வாரக் குறைந்த விலை, அதிக விலை, அன்றைய குறைந்த, அதிக விலைகள் என அனைத்தும் கிடைக்கும். ஒவ்வொரு நிறுவனமும் பங்குச் சந்தைக்கு அனுப்பிய தகவல்கள் கிடைக்கும். புதிதாக வரவிருக்கும் IPO-க்கள் பற்றிய தகவல்கள், அந்த நிறுவனங்களின் IPO Prospectus ஆகியவையும் கிடைக்கும்.

இவற்றையெல்லாம் பார்த்துத் தெரிந்து கொள்வோர் பயன்பெறுவர். இதெல்லாம் கிடக்கிறது என்று தூக்கிப் போட்டுவிட்டு குருட்டாம் போக்கில் செய்பவர்கள், யோசிக்க வேண்டும். குருட்டாம் போக்கையே, தகவல்களைத் தெரிந்து கொண்டபிறகு செய்யலாமே?

4

மியூச்சுவல் ஃபண்டுகள் (Mutual Funds)

இதுவரை ஷேர்களில் முதலீடு செய்வதைப் பற்றிப் பார்த்தோம். அந்த முதலீட்டிலே Primary Market எனப்படும் பொது விநியோகத்தில் கலந்துகொண்டு ஷேர்கள் வாங்குவது, அல்லது அதனுடன், வெளிச் சந்தையிலும் பங்குகள் வாங்குவது என்பதைப் பற்றியும் பார்த்தோம்.

இந்த முதலீட்டில் மற்றொரு வகையுள்ளது. அதுதான் 'மியூச்சுவல் ஃபண்ட்ஸ்' எனப்படுவது.

நாம், நம்மால் முடிந்த அளவு, பணத்தினைக் கொண்டு நமக்குக் கிடைத்த தகவல்கள்படி, முதலீடு செய்யலாம். செய்து லாபமோ நஷ்டமோ பார்க்கலாம்.

ஷேர் மார்க்கெட்டில் சரியாகச் செயல்படுவதற்கு ஏகப்பட்ட தகவல்கள் தேவைப்படுகின்றன என்று பார்த்தோம். எல்லா சரியான தகவல் களையும் நேரத்தே பெறுவது எல்லோருக்கும் சாத்தியமா? இல்லை.

மியூச்சுவல் ஃபண்ட் எனப்படும் 'பரஸ்பர நிதி' உருவாவதற்கு இது ஒரு காரணம். நமக்கு எல்லாம் தெரியாது. எல்லாம் தெரிந்தவர்கள் நடத்தும் 'நிதி'யில் நாம் முதலீடு செய்து, பலனடைந்து விட்டுப் போகலாமே! நம்மைப்போல உள்ள பலரிடமும் பணத்தை வாங்கி, அவர்கள் சார்பாக, நிபுணர்கள் ஷேர் மார்க்கெட்டில் முதலீடு செய்தால்? நன்றாகத்தான் இருக்கும். செய்கிறார்கள். அதற்குப் பெயர்தான் மியூச்சுவல் ஃபண்ட்.

இந்த மியூச்சுவல் ஃபண்டுகளின் யூனிட்டுகளை (பங்குகள் போலத்தான்) அவர்கள் வெளியிடும்போதோ அல்லது பிறகோகூட வாங்கிக் கொள்ளலாம். வெளியிடும்பொழுது முகப்பு விலைக்கு கிடைக்கும். பின்னர் அந்த நிதியினைக் கொண்டு வாங்கிய பங்குகளின் விலை ஏற்ற இறக்கங்களைப் பொறுத்து, யூனிட்டுகளின் விலை மாறுபடும். அதற்கு Net Asset Value - NAV என்று பெயர்.

ஒரு மியூச்சுவல் ஃபண்ட் நிறுவனம், தங்கள் ஒரு திட்டத்தில் சேர்ந்த நிதியினைக் கொண்டு சுமார் 70 வெவ்வேறு நிறுவனங்களின் பங்கு களை வாங்கியிருக்கிறார்கள் என்று ஓர் உதாரணத்துக்கு வைத்துக் கொள்வோம். ஓர் ஆண்டு முடிவில் அந்தப் பங்குகளின் மொத்த விலை எப்படியிருக்கிறது என்று கணக்கிடுவார்கள். 1 கோடி ரூபாய்க்கு வாங்கிய பங்குகளின் விலை, 1½ கோடியாகிவிட்டது. மேலும் அந்த பரஸ்பர நிதி வாங்கியுள்ள நிறுவனப் பங்குகளுக்கு டிவிடெண்ட் ஒரு 10 லட்சம் வந்துள்ளது. மொத்தத்தில் 1 கோடி என்பது 1.60 கோடி ஆகிவிட்டது.

அந்த நிறுவனம் தனது மொத்தப் பணத்தினையும் இத்தனை (70 நிறுவனப்) பங்குகளாக வைத்துள்ளதால், அவைதான் சொத்துக்கள். அந்தச் சொத்துக்களின் நிகர மதிப்பு என்ன? ஒரு அலகு (Unit)க்கான நிகர மதிப்பினைத்தான் Net Asset Value (NAV) என்கிறார்கள்.

NAV என்பது முகப்பு விலையைக் காட்டிலும் கூடுதலாக இருந்தால், அந்த நிதி நன்றாகச் செயல்படுவதாகப் பொருள். அந்த நிதியில் பங்கு பெறப் போட்டி நடக்கும். அந்த நிதியின் யூனிட்டுகளின் விலை ஏறும்.

○ பரஸ்பர நிதிகளின் வகைகள்

பரஸ்பர நிதிகளில் பல்வேறு நோக்கங்கள் கொண்ட பல நிதிகள் உள்ளன.

1. ஒன்று, வருடா வருடமெல்லாம் வருமானம் வேண்டாம். சில வருடங்களுக்குப் பிறகு நல்ல தொகையாகச் சேர்த்துக் கொடுங்கள் அதுபோதும் என்போர், அவற்றுக்கு குரோத் ஃபண்டுகள் (Growth Funds) - வளர்ச்சி நிதிகள் என்று பெயர். இந்த நிதியை, நிதி நிர்வாகி (Fund Manager), வளரும் நிறுவனங்களின் பங்குகளில் முதலீடு செய்வார். மேலும் இந்த முதலீட்டில் இருந்து கிடைக்கும் வட்டி, டிவிடெண்ட் ஆகியவற்றையும் மேற்கொண்டு மறுமுதலீடு (Reinvest) செய்வார். அதனால் ஆண்டுக்காண்டு என்று முதலீட்டா ளர் கைக்கு எந்தப் பணமும் வராது. ஆனால் அந்த யூனிட்டினை விற்கும்போது, மதிப்பு உயர்ந்து நல்ல தொகையாகக் கிடைக்கும்.

2. அடுத்த வகை, அவ்வப்பொழுது வட்டி போல வருமானம் வேண்டும். இதற்கான Income Fund-களும் - வருமான நிதிகள் - சந்தையில் உண்டு. அவை செய்யும் முதலீடு அதற்கு ஏற்றாற் போலக் கட்டாய வட்டி கொடுக்கும் ஃபண்டுகளில் இருக்கும். இதில் முதலீட்டின் பாதுகாப்பு முக்கியம், தொடர்ந்து வரும் வருமானமும் அவசியம். இவ்வகை நிதிகளின் நோக்கம்,

தொடர்ந்த வருமானமே ஒழிய சில வருடங்களுக்குப் பிறகு வரும் முதல் பெருக்கம் அல்ல.

3. மேற்சொன்ன இரண்டுக்கும் இடைப்பட்ட நிதிகளும் உண்டு. அவை ஓரளவு அவ்வப்பொழுது வருமானமும் தரும். அதேபோல, அதன் முதலும் பெருகி வளர்ச்சியடையும். இவற்றுக்கு Balanced Funds என்று பெயர்.

4. அடுத்து Liquid Funds. அதாவது எப்பொழுதும் விலை போகும் விதம், செய்யப்படும் முதலீடு. வருமானம், முதல் பெருக்கம் இவற்றைவிட, உடனடியாகத் திரும்பப் பணம் என்பதே இதில் பிரதான நோக்கம். இங்கு முதலுக்குக் கெடுதல் வராது.

5. அடுத்து ஒருவகை இருக்கிறது. இந்த வகை நிறுவனங்கள் மிக மிகப் பாதுகாப்பானவை. முதலுக்கு மோசமே வராது. ஆனால் வருமானமும் அதற்கேற்றாற் போலக் குறைவாகவே இருக்கும். காரணம், இந்த நிதிகள் நேரடியாக மைய, மாநில அரசுகளின் டிரெஷரி பில்ஸ் போன்றவற்றில்தான் முதலீடு செய்யப் பட்டிருக்கும். இவற்றுக்கு Gilt Funds (கில்ட் ஃபண்ட்ஸ்) என்று பெயர்.

6. அடுத்து இன்டெக்ஸ் ஃபண்ட்ஸ் (Index Funds). மும்பை பங்குச் சந்தைக் குறியீட்டு எண்ணான சென்செக்ஸ் (BSE Index - Sensex), தேசியப் பங்குச்சந்தை குறியீட்டு எண்ணான நிஃப்டி (NSE-50 Index - Nifty) ஆகியவை பற்றி நாம் கேள்விப்பட்டுள்ளோம்.

இந்தக் குறியீட்டு எண்ணில் என்னென்ன பங்குகளுக்கு என்ன 'எடையோ' (Weightage) அதே விகிதத்தில் இந்த நிதி நடத்துபவர்களும் பங்குகள் வாங்குவார்கள். இன்டெக்ஸ் ஏறினால் இவர்கள் NAV-யும் ஏறும். இறங்கினால் இறங்கும்.

இதுதவிர, நிப்டி இண்டெக்சையே வாங்கும் நிதிகளும் உண்டு. பங்கு களுக்கு பதில் நிப்டியை வாங்குவது. ஏறினால் இறங்கினால் NAV உயரும் அல்லது குறையும்.

முதலீட்டாளர்களின் குணாதிசயமும், தேவையும் பலவாறாக இருக்கிறது. சிலருக்குப் பணத்தினை சில வருடங்கள் விட்டு வைத்திருக்க முடியும். சிலரால் முடியாது. சிலருக்கு ரிஸ்க் எடுத்தாலும் பரவாயில்லை, முதல் பெருக வேண்டும். வேறு சிலருக்கோ, கொஞ்சமாகப் பெரு கினாலும் பரவாயில்லை, முதலுக்கு மோசம் வந்துவிடக் கூடாது.

இது இரண்டும் இருவேறு கோடிகள்... இரண்டுக்கும் இடையில் ஏதாவது உண்டா என்றால், அதற்கும் தேவை உள்ளது.

111

இந்தக் காரணங்களுக்காகப் பலவித மியூச்சுவல் ஃபண்டுகள் இவற்றைச் சொல்லியே விளம்பரம் செய்து, பணம் வசூலித்து அதேபோல முதலீடு செய்கிறார்கள்.

எக்னாமிக் டைம்ஸ், 'வெல்த்' என்ற 24-31 அக்டோபர் வார இணைப்பில் (2011) மியூச்சுவல் ஃபண்டுகள் பற்றிக் கொடுக்கப்பட்டுள்ள தகவல் இது:

மிகச் சிறப்பாக (அது சமயம்) செயல்பட்டு முதலீட்டாளர்களைத் திருப்தி செய்த நிறுவனங்கள் அதாவது 1 வருடத்தில் அவை தந்த வருமானம் / முதல் பெருக்கம் வருமாறு:

இந்தப் புள்ளி விவரங்கள் எடுக்கப்பட்ட நேரம் பங்குச்சந்தைகள் பிரமாதமாக இருந்த நேரம். அதனால்தான் இவ்வளவு 'ரிடர்ன்', அதாவது வருமானம். இது எப்பொழுதும் இதேபோல இவ்வளவு அள்ளித் தரும் என்று சொல்ல முடியாது, ஜாக்கிரதை. இதுவே அக்டோபர் 15, 2011 கணக்கின்படி (valueresearchonline.com) முந்தைய ஒரு வருடத்தில் கிடைத்த வருமானம்:

		கடந்து காலத்தில் தந்த வருமானம் சதவிகிதங்களில்		
ஃபண்டு வகைகள்	**ஃபண்டின் பெயர்**	**கடந்த ஓராண்டில்**	**கடந்த மூன்று ஆண்டு களில்**	**கடந்த ஐந்து ஆண்டு களில்**
ஈக்குவிட்டி லார்ஜ் கேப்	ICICI புருடென்சியல் போகஸ்டு புளுசிப் ஈக்குவிட்டி ரீடெயில்	(-) 8.25	28.99	-
	பிராங்க்ளின் இண்டியா புளுசிப்	(-) 8.96	24.12	11.02
ஈக்குவிட்டி லார்ஜ் & மிட்கேப்	மிர்ரே அசெட் இண்டியா ஆபர்சூனிட்டீஸ் ரெகுலர்	(-) 11.43	32.17	-
	UTI ஆபர்சூனிட்டீஸ்	(-) 5.47	29.35	13.83
ஈக்குவிட்டி மல்டி கேப்	ரிலையன்ஸ் ஈக்குவிட்டி ஆபர்சூனிட்டீஸ்	(-) 11.52	33.95	12.07
	HDFC ஈக்குவிட்டி	(-) 16.31	28.18	12.65

ஈக்குவிட்டி மிட் & ஸ்மால் கேப்	மேக்னம் மௌர்ஜிஸ் பினினஸ்	(+) 1.07	37.52	10.26
	ICICI புருடென்சியஸ் டிஸ்கவரி	(-) 15.04	36.70	10.48
ஈக்குவிட்டி இன்பரா ஸ்டிரக்சர்	கனரா ரெப்போக்கோ இன்ப்ராடிரக்சர்	(-) 13.57	25.67	10.78
	டாரஸ் இன்ப்ராடிரக்சர்	(-) 28.19	20.19	-
ஈக்குவிட்டி டேக்ஸ் பிளானிங்	கனரா ரெப்போக்கோ ஈக்குவிட்டி டேக்ஸ் ஷேர்	(-) 11.09	31.28	15.79
	ICICI புருடென்சியஸ் டேக்ஸ்பிளான்	(-) 12.78	29.74	7.71
ஹைபிரிட் ஈக்குவிட்டி ஓரியண்ட்	HDFC புருடென்ஸ்	(-) 7.23	28.44	14.09
	HDFC பேலண்ஸ்டு	(-) 2.77	26.89	12.35
ஹைபிரிடு டெட் ஓரியண்ட் கன்சர்வேட்டிவ்	HDFC மல்டிபிள் ஈல்டு பிளான்	(+) 6.8	12.63	9.49
	பிர்னா சன்லைப் MIP II சேவிங்ஸ் 5	(+) 6.66	8.99	9.98
ஹைபிரிடு ஆர்பிட்ராஜ்	SBI ஆர்பிட்ராஜ் ஆபர்சூனிட்டிஸ்	(+) 8.43	6.82	7.79
	UTI ஸ்பிரெட்	(+) 9.02	8.94	9.56
டெட் இன்கம்	சகாரா இன்கம்	(+) 9.02	8.94	9.56
	பிர்லா சன் லைப் மீடியம் டர்ம் ரீடெயில்	(+) 8.91	-	-
	LIC நொமுரா MF பாண்டு	(+) 18.18	9.01	7.90

பண்டு வகை	பண்டு	தந்த வருமானம் %களில்
ஈக்குவிட்டி	ICICI புருடென்சியஸ் FMCG	17.72
டெட்	சகாரா ஷார்ட்டர்ம் பாண்டு	13.62
ஈக்குவிட்டி பேங்கிங்	ரிலையன்ஸ் பேங்கிங் ETF	(-) 17.13
ஈக்குவிட்டி ஃபார்மா	UTI ஃபார்மா & ஹெல்த்கேர்	1.02

பண்டு வகை	பண்டு	தந்த வருமானம் %களில்
ஈக்குவிட்டி டெக்னாலஜி	மேக்னம் IT	- 3.24
கோல்டு பண்டுகள்	ரிலையன்ஸ் கோல்டு ETF	41.54
டெட்-கில்ட் ஷார்ட்டர்ம்	HSBC கில்ட்	7.78
ஹைபிரிடு ஆர்பிட்ராஜ்	IDFC ஆர்பிட்ராஜ் பிளான்-B	8.78
ஹைபிரிடு டெட் ஓரியண்ட் அக்ரசிவ்	ICICI புருடென்ஷியஸ் அட்வைசர் அக்ரசிவ்	2.87
ஹைபிரிடு டெட் ஓரியண்ட் கன்சர்வேட்டிவ்	எஸ்கார்ட்ஸ் இன்கம் பாண்டு	30.32

இந்தியாவின் முதல் மற்றும் மிகப்பெரிய மியூச்சுவல் ஃபண்டாக பல வருடங்கள் இருந்தது UTI-யின் Unit 64 (யூனிட் 64) ஆகும். (பெயர், சிக்கன் 65-யின் தம்பிபோல இருக்கிறதா!) இந்த Unit 64 என்பது, பல வருடங்களுக்குத் தொடர்ந்து நல்ல வருமானம் தந்தது. பலரும் இதில் பணம் போட்டார்கள். மிகப்பெரிய நிறுவனங்களே நூற்றுக் கணக்கான கோடிகளில் பணம் போட்டார்கள். இந்த யானைக்கும் அடி சறுக்கியது. குறிப்பாக, 2000 வருடம் சாஃப்ட்வேர் செக்டர் பெரிய பலூனாக விரிந்து, பொத்தென்று பொத்துக்கொண்டு விழுந்த போது அடிபட்டது.

யானை விழுந்தால் குதிரை மட்டம் (உயரம்) என்றுபோல தப்பித்துக் கொண்டு அதற்குப் பின்பும் சில ஆண்டு UTI தான் முதல் இடத்தில் இருந்தது. 2003-ம் ஆண்டுக் கணக்கின்படி, UTIக்கு மட்டும் 82 லட்சம் முதலீட்டாளர்கள் (உங்களையும் என்னையும் போல) உள்ளார்கள். அடுத்த இடத்தில் (ஆனால் வெகுதூரத்தில்) இருந்தது ப்ராங்க்ளின் டெம்பிள்டன் (Franklin Templeton). அவர்களது முதலீட்டாளர்கள் எண்ணிக்கை எட்டு லட்சத்து எண்பதாயிரம்.

ஆனால், தனியாற்றி நிறுவனங்களா கொக்கா? விடுவிடுவென்று வேலைசெய்து மளமளவென்று வளர்ந்து, UTIயை இரண்டாவது மூன்றாவது அல்ல, ஐந்தாவது இடத்திற்கு தள்ளிவிட்டு விட்டார்கள்!

அக்டோபர் 2011-ன் கணக்கின்படி, நம் தேசத்தில் மொத்தம் 53 மியூச்சுவல் ஃபண்டு நிறுவனங்கள் இருக்கின்றன. அவற்றில் மொத்தம் சுமார் 4,85,373. அவற்றின் மொத்தச் சொத்து மதிப்பு என்ன தெரியுமா? (கொஞ்சம் தண்ணீர் குடித்துக் கொள்ளுங்கள்) 7,12,000 கோடிகளுக்கு மேல்.

செப்டெம்பர் 2011 கணக்குப்படி (தகவல் AMFI இணையதளம்) 91827 கோடி ரூபாய்களுடன் HDFC MF முதல் இடத்திலும், 90660 கோடி ரூபாய்களுடன் ரிலையன்ஸ் MF இரண்டாம் இடத்திலும், 75,217 கோடிகளின் ICICI புரு மூன்றாம் இடத்திலும், 64,217 கோடிகளுடன் பிர்லா சன்ஸ் நான்காம் இடத்திலும், 62,579 கோடி ரூபாய்களுடன் UTI பரஸ்பர நிதி ஐந்தாம் இடத்திலும், மொத்த நிதிகணக்கில் (அசெட்ஸ் அண்டர் மேனேஜ் மெண்ட் AVM) இருக்கின்றன.

○ நல்ல, நம்பத் தகுந்த நிறுவனமா என்று எப்படி கண்டுபிடிப்பது?

- Association of Mutual Funds in India (AMFI) என்று பரஸ்பர நிதி நிறுவனங்களின் கூட்டமைப்பு ஒன்று உள்ளது. அது சான்றளிக்

கும் ஆலோசகர்கள் உள்ளனர் (Certified Advisors). இதனை http://www.sebi.gov.in/ என்னும் இணையத்தளத்தில் பார்க்கலாம். இந்த AMFI மற்றும் CRISIL, CARE, ICRA போன்ற நிறுவனங்கள் பரஸ்பர நிதிகளுக்கு என்ன ரேட்டிங் தருகின்றன என்பதைப் பார்க்க வேண்டும்.

- பங்குகள் போலவே, இங்கும் பணத்தைப் பரவலாக, வெவ்வேறு ஃபண்டுகளில் போட வேண்டும். ஒரே குதிரையை(!) நம்பக்கூடாது.

- அதேபோல, ஒரே திட்டத்தில் (இன்கம் அல்லது வரி தவிர்த்தல்) எனப் போகக்கூடாது. பலவகை ஃபண்டுகளிலும் கலந்திருத்தல் நல்லது.

❍ **எப்படி வாங்கலாம்?**

சில பரஸ்பர நிதிகள் தொடர்ந்து நடக்கக்கூடியவை. அவற்றுக்கும் பங்குகள் போல தொடக்க காலம் உண்டு. முடிவுபெரும்பாலும் கிடையாது. இவற்றுக்கு Open ended schemes (ஓபன் என்டட் ஸ்கீம்ஸ்) என்று பெயர். இவற்றின் யூனிட்டுகளை எப்பொழுது வேண்டுமானாலும், நிறுவனத்திடமிருந்தே வாங்கலாம். அதே நிறுவனத்திடம் விற்கலாம். இதற்குக் கட்டணமாக, நம்மிடமிருந்து ஒரு தொகையை நாம் அந்த யூனிட்டினை வாங்கும்போதோ (Entry load), அல்லது விற்கும் போதோ (Exit load), அல்லது இரண்டு நேரத்திலுமோ 2008-09 ஆண்டு என்டிரி லோட் கட்டணம் SEBI யால் தடை செய்யப்பட்டு விட்டது. தற்சமயம் ஓர் ஆண்டுக்குள் திரும்பப் பெறப்படும் (ரிடம்ஷன்) பணத்திற்கு மட்டும் Exit Load கட்டணம் உள்ளது. கிட்டத்தட்ட மொத்தப் பணத்தில் 1% நவம்பர் 2009 முதல் NSEயிலேயே MFகளை வாங்கலாம். விற்கலாம். வழக்கமான தரகர் கட்டணம் செலுத்தினால்போதும்.

பழைய தங்க நகைகளை நகைக் கடைகளில் கொடுத்துவிட்டு, புது தங்க நகை வாங்கினால் என்ன செய்கிறார்கள்? நம்மிடம் வாங்கும் தங்கத்துக்கு ஒரு விலை, அவர்கள் விற்கும் தங்கத்துக்கு அதைவிடக் கூடுதல் விலை. இரண்டும் போகக் கூலி, சேதாரம் வேறு!

அதே கதைதான் இங்கும். இதில் முக்கியமான விஷயம், தங்கத்தை எப்படியும் விற்றுக் காசு பார்க்கலாம். இந்த மியூச்சுவல் ஃபண்டுகளும் அப்படியேதான் (100-க்கு 99). பிறகு நம் அதிர்ஷ்டம்!

வேறு சில பரஸ்பர நிதிகள் Close-ended funds (குளோஸ் என்டட் ஃபண்டுகள்) வகையைச் சார்ந்தவை. இந்த நிதிகள் 5 முதல் 7 ஆண்டுகள் வரை நடத்தப்படும் (சீட்டுபோல). அந்நிறுவனம் வெளியிடும்

பொழுது வாங்கிக் கொள்ளலாம், அல்லது பிறகு பங்குகளை வெளிச் சந்தையில் வாங்குவதுபோல, யூனிட்டுகளை வாங்கிக் கொள்ள வேண்டியதுதான். அந்த நிதி, செயல்படும் முறையினைப் பொருத்தும் அதன் NAVயைப் பொருத்தும் வெளி மார்க்கெட்டில் அவற்றின் விலை அமையும்.

மொத்தத்தில் மியூச்சுவல் ஃபண்டுகள், பங்குகளைவிட ஆபத்து குறைந் தவை. ஆனால் சில பங்குகள் அளவுக்கு இந்த மியூச்சுவல் ஃபண்டுகள் லாபத்தை அள்ளித் தராதவை.

பரஸ்பர நிதிகளில் பணத்தை முதலீடு செய்யும்பொழுது கவனிக்க வேண்டியவை:

1. இது வேகமாகப் பணம் செய்வதற்கான வழி (அல்லது குறுக்கு வழி) அல்ல.

2. சந்தை மிகவும் பரபரப்பாக இருக்கும் நேரமா, சாதாரணமாக இருக்கும் நேரமா என்று பார்த்து நாம் முதலீடு செய்யவேண்டிய தில்லை. எப்பொழுது வேண்டுமானாலும் உள்ளே நுழையலாம். Systematic Investment Plan எனப்படும் முறையின் மூலம் நாம் மாதா மாதம் கொஞ்சம் கொஞ்சமாக முதலீடு செய்யலாம். (மாதம் நூறு ரூபாய் என்பதுபோல). இதனால் பலவிதமான விலைகளிலும் யூனிட்டுகளை வாங்க முடியும். லாபமோ, தவறவிட்ட லாபமோ பரவலாகிவிடும் (Averaging out). செப்டெம்பர் 2011 கணக்கின்படி, நம் நாட்டில் மாதம் ஒன்றுக்கு சுமார் 1200 முதல் 1300 கோடி ரூபாய்கள் வரை இப்படி SIP மூலம் பரஸ்பரநிதிக்கு முதலீட்டாளர் களால் அனுப்பப்படுகிறது.

3. நாம் வாங்கும் யூனிட்டின் NAV என்ன என்று தெரிந்து வாங்க வேண்டும்.

4. நாம் முதலீடு செய்யும் ஸ்கீம் எது, அவர்கள் முதலீடு செய்யும் போர்ட்போலியோ என்ன என்று தெரிந்து வாங்க வேண்டும்.

5. அதேபோல, அந்தத் திட்டத்தினை நடத்துவதற்கு அவர்கள் விதிக்கும் கட்டணம் என்ன (Exit load) என்று தெரிந்து வாங்க வேண்டும்.

இந்த பரஸ்பர நிதி என்கிற முதலீட்டு முறை, அமெரிக்கா போன்ற நாடுகளில் வந்து சுமார் 80 வருடங்கள் ஆகின்றன. இந்த முறை இந்தியா வில் அரசு நிறுவனமான யூனிட் டிரஸ்ட் ஆஃப் இந்தியாவால் (UTI) 1964-ல் அறிமுகப்படுத்தப்பட்டது. (அதனால்தான் அந்தத் திட்டத்துக்கு Unit 64 என்ற பெயர்.)

இவ்வளவு லட்சம் கோடி ரூபாய்களையும் முதலீடு செய்வது, முதலீட்டின் மூலம், பணம் போட்டவர்களுக்கு கணிசமான வருமானம் கொடுப்பது எல்லாம் சுலபமான வேலை என்ன? இதனை செய்பவர்கள் 'பண்டு மேனேஜர்கள்' ஒவ்வொரு பண்டுக்கும் தனித்தனி பண்டு மேனேஜர்கள் உண்டு. குதிரை ரேசில் ஜெயிக்கிற குதிரையின் ஜாதகத்தையே அலசுவதுபோல், இவர்களைப் பற்றியும் அலசல்கள் உண்டு. இவர்கள் சம்பளங்கள் மாதத்திற்கே பல லகரங்கள். மிக அதிகமான பணத்தை (அசட் அண்டர்மேனேஜ்மெண்ட் AVM) கையாள்பவர்கள், அதிக வருமானம் ஈட்டியவர்கள் என்பதற்கெல்லாம் விருதுகளும் உண்டு. பிரசாந்த் ஜெயினுக்கு வயது 43தான். இவர் 2010-ல் HDFC யின் பண்டு மேனேஜர் (9வது ஆண்டாக தொடர்வது). அவர் ஆள்வது ரூ. 91 ஆயிரம் கோடி (தான்!) HDFC ஈக்குவிட்டி & HDFC டாப் 200 பண்டுகள் கடந்த 10 ஆண்டுகளில் ஆண்டுக்கு 28% வருமானம் தந்திருக்கின்றன என்றால் இவரை விடுவார்களா என்ன?

இந்தியாவில் பரஸ்பர நிதிகளின் வளர்ச்சியினை மூன்று பகுதிகளாகப் பிரிக்கலாம். முதலாவது, 1964 முதல் 1987 வரை. அது சமயம் அரசின் UTI மட்டுமே பரஸ்பர நிதியில் இயங்கி வந்தது; அனுமதிக்கப்பட்டது. அதன் Assets எனப்படும் சொத்து மதிப்பு ரூபாய் 67,000 கோடியாக இருந்தது.

எண்	நிறுவனம்	மொத்தப் பணத்தில் முதலீடு செய்திருக்கும் அளவு
1	ஸ்டேட் பேங்க் ஆஃப் இந்தியா (SBI)	6.27%
2	ஐசிஐசிஐ வங்கி	5.51%
3	இன்போசிஸ்	5.09%
4	ITC	4.84%
5	ரிலையன்ஸ் இண்டஸ்டிரீஸ் (RIL)	3.87%
6	பார்தி ஏர்டெல்	3.86%
7	டாடா கன்சல்டன்சி சர்வீசஸ் (TCS)	3.82%
8	கோல் இந்தியா (CIL)	3.28%
9	பேங்க் ஆஃப் பரோடா (BOB)	3.15%
10	டாடா மோட்டார்ஸ் (DVR)	2.72%

இரண்டாவது கட்டம் 1987 முதல் 1993 வரை. அது சமயம் ஆறு அரசுடைமையாக்கப்பட்ட வங்கிகளும் LIC மற்றும் GIC-யும் ஆளுக்கொரு பரஸ்பர நிதியைத் தொடங்கினர். 1994-ன் இறுதியில் Assets Under Management எனப்படும் மொத்த முதலீட்டுத் தொகை ரூபாய் 6,10,000 கோடிகளாக உயர்ந்தது. இவை மொத்தமாக 167 திட்டங்களில் பணத்தை முதலீடு செய்திருந்தனர்.

1994-க்குப் பிறகான காலகட்டம் தனியார் துறையினருக்கும் அனுமதி வழங்கப்பட்ட காலம். இதில் வெளிநாட்டு நிறுவனங்களும் அடங்கும். 2005-ல் 400 வெவ்வேறு திட்டங்களும் ரூபாய் 15,00,000 கோடிகளும் பரஸ்பர நிதியில் இருந்தன. இது இந்தியாவின் GDP-ல் 5% ஆகும். ஆக, அமெரிக்காவுடன் ஒப்பிடும்போது, இன்னமும் வளர்ச்சி பாக்கி இருக்கிறது.

2011 ஜூன் வரை உள்ள கணக்குப்படி பரஸ்பர நிதிகளிடம் இருக்கும் மொத்தத் தொகை 7,43,000 கோடி ரூபாய்கள்.

தனியார் மற்றும் வெளிநாட்டு நிறுவனங்களும் பரஸ்பர நிதிகள் நடத்தினாலும் கூட, இன்னமும் (2006 அக்டோபர் வரை) அரசின் யூ.டி.ஐ. தான் நெம்பர் 1. அடுத்த இடத்தில் புருடென்ஷியல் ஐ.சி.ஐ.சி.ஐ. பட்டியலைப் பாருங்கள்.

நமது பணத்தைப் பெரிய நிபுணர்களிடம் கொடுக்கிறோம். அவர்கள் அதனை எதில் முதலீடு செய்கிறார்கள் என்று பார்க்க ஆவலாக இருக்கிறதா? அதற்கென்ன? ஒரு சாம்பிள் பார்த்துவிட்டால் போச்சு!

2011 அக்டோபர் நிலவரப்படி இந்தியாவின் மிக அதிகமான அளவு பணத்தை (AVM) கையாளும் HDFC பரஸ்பர நிதி நிறுவனத்தின் சிறப்பான திட்டங்களில் ஒன்றான HDFC Top 200 பண்டு விபரங்களை (அவர்கள் இணைய தளத்தில் www.hdfcfund.com கொடுத்தபடி பார்ப்போம்.

பண்டு	:	HDFC Top 200 பண்டு (குரோத் ஆப்ஷன்)
வேல்யு ரிசர்ச் நிறுவனத்தின் தரம் (ரேட்டிங்)	:	★★★★★
கிரிசில் ரேட்டிங்	:	நம்பர் 1
முதலீட்டு நோக்கம்	:	BSE 200 இண்டெக்ஸ்சில் உள்ள பங்குகளில் முதலீடு செய்து நீண்டகாலத்தில் முதல் பெருக்கம் செய்வது.

பண்டின் தன்மை	:	ஓப்பன் எண்டட் (எப்போது வேண்டுமானாலும் முதலீட்டாளர்கள் வாங்கலாம்)

யூனிட்டுகளை விற்கும்போது (Exit) செலுத்த வேண்டிய கட்டணம் : ஓராண்டுக்கு மேல் - ஏதுமில்லை

ஓராண்டுக்குள் : 1%

குறைந்தபட்ச தொகை : ரூ. 5000

பண்டு முதலீடு செய்வது : பங்குகளில் (F&O விலும் கூட ஹெட்ஜ் செய்வதற்காக)

பண்டு மேனேஜர் : பிரசாந்த் ஜெயின்

பண்ட கையாளும் மொத்த தொகை : சுமார் பத்தாயிரம் கோடி

பண்டு முதலீடு செய்திருக்கும் பங்குகள் : 10,50,76,074

ஷேர் மார்க்கெட்டில் இரண்டு வகைகளில் முதலீடு செய்யலாம்.

1. பங்குகளில் நேரடி முதலீடு

2. பங்குகள், பாண்ட்களில் முதலீடு செய்யும் பரஸ்பர நிதிகளில் முதலீடு

முதல் முறையான பங்குகளில் முதலீட்டினை,

1. IPO மற்றும் பப்ளிக் இஷ்யூவின்பொழுது (மட்டும்) செய்வது

2. வெளிச் சந்தையிலும் (Secondary Market) செய்வது

என எப்படி வேண்டுமானாலும் செய்யலாம் என்று பார்த்தோம். அடுத்தது, பங்கு மார்க்கெட்டில் டிரேடிங் (Trading) செய்வது பற்றிப் பார்ப்போம்.

5

பங்குகளில் டிரேடிங்

நாம் தொடக்கத்திலேயே ஷேர் வியாபாரத்தைச் சமைக்கும் புளியோடு ஒப்பிட்டுப் பார்த்திருக்கிறோம்.

காய்கறி, புளி அல்லது பழம் அல்லது பூ. இல்லாவிட்டால் பங்குகள் அவ்வளவுதான். வாங்கிய விலையைவிட அதிக விலைக்கு விற்றால் லாபம். அதேபோல், விற்ற விலையைவிடக் குறைந்த விலைக்குத் திரும்ப வாங்கினாலும் ஷேரில் லாபம்தான்.

முன்பு பார்த்தோம், கையில் இருப்பதை விற்பது, கையில் இல்லாம லேயே விற்பது.

முதலாவது செல்லிங் (Selling). இரண்டாவது கோயிங் ஷார்ட் (Going short). பின்னால் 'கவர்' பண்ணி விடுவது. வித்தியாசம், லாபம். விற்றதைப் பிடிக்க முடியாவிட்டால் கொஞ்சம் அடிபடும்தான். இதுதான் டிரேடிங்.

முதலீட்டிலும் இதேதானா செய்கிறோம்?

சந்தேகம் இருக்காது என்று நினைக்கிறேன். 'இன்வெஸ்ட்மெண்ட்டி'ல் காலம் நீண்டது. வாங்கிக் கொஞ்ச நாள் அல்லது மாதம், வருடங்கள் வைத்திருந்து விட்டுத்தான் விற்போம். இங்கு அப்படியல்ல.

நம் பெயருக்கு மாற்றுவதுகூடக் கிடையாது. காய்கறி வியாபாரி மாதிரிகூட இல்லை. கமிஷன் மண்டிக்காரர் மாதிரி. பெரும்பாலான சமயங்களில் 'பொருளை' நாம் நம் கண்ணால் பார்ப்பதுகூட இல்லை. ஆனால், லாபமோ நஷ்டமோ நம்மை அடையும். அதுதான் டிரேடிங். அதுதான் அதன் போதை!

இந்த டிரேடிங் என்பது, முன் எப்போதையும் விட, இந்த NSE எனப்படும் தேசியப் பங்குச்சந்தை வந்ததும் அதிகமாகி விட்டது. சுலபமாகவும் ஆகிவிட்டது.

புரோக்கர் அலுவலகங்களில் டிரேடிங் டெர்மினல் (Trading Terminal) உள்ளது. அது ஒரு கம்ப்யூட்டர்போல. அதன் திரையில் காலையில் ஒன்பதே கால் மணிக்குச் சந்தை தொடங்கியதும் அத்தனை ஷேர்களும் தென்படும். அதன் விலைகள் என்ன? வாங்க வேண்டுவோர், விற்க விரும்புவோர் எவ்வளவு, அது இது என்று எல்லாம் தெரியும்.

பலவித ஆலோசனைகள், சொந்த யோசனைகளுடன் வருபவர்கள் அன்று காலையில் ஏதோ வாங்குவார்கள். அல்லது எதையோ விற் பார்கள். அன்று மாலையேகூட கணக்கினை நேர் செய்து கொள்வார்கள். விலையில் உள்ள வித்தியாசங்கள் அவர்களைச் சார்ந்தது.

இதனைச் செய்து கொடுப்பதற்கு NSE புரோக்கர்களுக்குப் பங்கு விற்ற அல்லது வாங்கிய தொகை ஏதாவது ஒன்றில் நூறு ரூபாய்க்கு 10 காசு. இந்த கமிஷன் அளவு, அன்றன்றே கணக்கு நேர் செய்து கொண்டால் (Squaring up on the same day).

அன்றைக்கே முடிக்காமல், ஒரு நாள் விட்டுச் செய்தால்கூட (இன்றைக்கு வாங்கி இன்றைக்கு விற்கவில்லை, பிறகு விற்கிறோம்) அதற்கு டெலிவரி எடுத்து விற்பது என்று பெயர். அப்படிச் செய்தால், அதற்கு 100 ரூபாய்க்கு 25 காசு முதல் 60, 70 காசு வரை புரோக்கரேஜ்.

○ **டிரேடிங் செய்வது எப்படி?**

கையில் கொஞ்சம் பணம், ஒரு புரோக்கரின் அறிமுகம் மற்றும் நம்பிக்கை, தங்களிடம் ஒரு டிமேட் கணக்கு, ஒரு வங்கிக் கணக்கு இவை வேண்டும்.

பின்பு, சரியான செய்திகள் தெரிந்திருக்க வேண்டும். அதேபோலச் சந்தை போகிற போக்கைக் கணிக்கத் தெரிந்திருக்க வேண்டும். மூன்றா வதாகச் சரியான நேரத்தில் சரியான முடிவுகள் (வாங்குக, விற்றுவிடுக) எடுக்கத் தெரிந்திருக்க வேண்டும்.

அத்துடன் நேரமும் சரியாக இருந்தால்(!) பணம் பண்ணி விடலாம்தான். பேராசை படுகுழியில் தள்ளிவிடும். பலர் விழுந்திருக்கிறார்கள். இதில் தொடர்ந்து பணம் சம்பாதித்தவர்களை நான் அதிகம் பார்த்ததில்லை. இருந்தாலும் விளக்குகிறேன்.

இன்வெஸ்ட்மெண்ட் என்பது 10,000 மீட்டர் ஓட்டப் பந்தயம் போல. கொஞ்சம் விட்டுவிட்டாலும் பின்பு பிடித்துக் கொள்ளலாம், அவகாசம் கிடைக்கும். இந்த டிரேடிங் என்பது 100 மீட்டர் ஓட்டப் பந்தயம் போல. தொடர்ந்து உஷாராகவே இருக்க (ஓட!) வேண்டும். 'ரிலாக்ஸ்' ஆகவே கூடாது. கவனம் மிகமிக அவசியம். இல்லாவிட்டால் உடனடி நிச்சய தோல்வி.

இந்தக் காரணத்தால் முழுக் கவனம் செலுத்தக்கூடியவர்கள்தான், அதற்குத் திறமையும், நேரமும் இருப்பவர்கள்தான் இந்தப் பக்கம் வர வேண்டும். செய்வது டிரேடிங்தான் என்றாலும், இசகுபிசகாக மாட்டிக் கொண்டு நஷ்டப்படாமல் இருக்க, கையில் 'டெலிவரி' எடுக்கக்கூடிய அளவு பணமும் டிமேட் கணக்கும் வைத்திருப்பது அவசியம்.

❍ டிரேடிங்கில் 'புல்' போவது

மார்க்கெட்டில் தொடர்ச்சியாக விலைகள் ஏறுகின்றன, வரும் செய்திகள் எல்லாம் நன்றாகத்தான் இருக்கின்றன என்றால், புல் பேஸ் (Bull Phase) தொடங்கி விட்டது என்று பொருள். ஏப்ரல் 2003-ல் இருந்து தற்சமயம் 2008 ஜனவரி வரை தொடர்ந்து அப்படித்தான் இருந்தது.

முதலில் 'A' குரூப் ஷேர்கள் (NSE என்றால் Nifty-50 பங்குகள்) ஏறத் தொடங்கும். டிரேடிங் செய்பவர்கள் தினம் காலையில் நன்கு பரிவர்த்தனை நடக்கும் ஷேர்களாகப் பார்த்து 'குவான்டிடி' வாங்குவார்கள். ஒரு ஷேருக்கு *3* ரூபாய், *5* ரூபாய், சமயத்தில் *10, 15* ரூபாய் வரைகூட அவற்றின் விலை ஏறும். உடனே விற்று விடுவார்கள். அன்றையத் தேதிக்கு லாபம்தான். அன்றைய கணக்கு முடிந்தது. வீட்டுக்குப் போகையில் கவலைப்பட வேண்டாம், மறுநாள் மார்க்கெட் நிலவரம் எப்படியோ, என்ன புதிய செய்தி வந்து குழப்புமோ என்று. அவர்களைப் பொறுத்தவரை Clean slate. எல்லாவற்றையும் வித்தாச்சு!

அடுத்த நாள் அதே ஷேரோ அல்லது ஏறக்கூடிய வேறெதுவோ. ஒவ்வொரு ஷேரும் ஒரு குறிப்பிட்ட அளவு ஏறும். பிறகு அனைவர் கவனமும் அதை விட்டுவிட்டு வேறு 'நல்ல', ஏறாத ஷேர் பக்கம் திரும்பும். அடுத்து ஏறப்போவது எந்த ஷேர் என்பதைச் சரியாகக் கணிப்பதில்தான் வெற்றியின் ரகசியம் உள்ளது. எவ்வளவு நல்ல ஷேராலும், டிரேடிங் செய்பவருக்கு அதனால் பயன் இல்லை. ஏறும் ஷேரால்தான் அவருக்குப் பயன், அதுவும் கைமேல்!

ஆப்பரேட்டர்ஸ் (Operators) எதில் இறங்குகிறார்கள் என்று சரியாகக் கவனித்து அதை வாங்கி விற்பது ஒரு தந்திரம். அதேபோல, ஆபரேட்டர்களின் கவர்ச்சி குறைந்துபோன ஷேர்களுடன் நாம் தொடர்ந்து அமர்ந்திருப்பதும் வேஸ்ட். எல்லா நல்ல ஷேர்களும் ஏறிவிட்டால், மார்க்கெட்டுக்கு ஏற இன்னும் வாய்ப்பிருந்தால் அடுத்து எது ஏறாமல் இருக்கிறது என்று பார்த்துப் பார்த்து ஏற்றுவார்கள். கவனமாகக் கூடவே 'டிரேடிங்'கில் ஓடலாம். தெம்பு வேண்டும்!

❍ டிரேடிங்கில் பேர் (Bear) போவது

அதேபோல, ஒரு 'கவுண்ட்டர்' இறங்கத் தொடங்கியிருக்கிறது என்றால், நாம் விற்று வைத்துவிட்டு, இன்னும் கொஞ்சம் இறங்கியதும்

அன்றே திரும்ப வாங்கிவிடலாம். ஒரே தினத்துக்குள் முடியா விட்டால் நான்கைந்து தினங்களுக்குள். இதற்கு அதே கவுண்ட்டர் ஷேர்கள் கையிருப்பு வேண்டும். F&O எனப்படும் பியூட்சர்ஸ்-ல் விளையாடலாம்(!) இதைச் செய்யவும் தேர்ந்த அனுபவம் வேண்டும்.

சப்போர்ட் லெவல்

ஒவ்வொரு ஷேருக்கும் ஒரு முந்தைய குறைந்த விலை (Previous low), முந்தைய அதிக விலை (Previous high), ரெசிஸ்டென்ஸ் (விலை ஏற்றத்துக்கு, இறக்கத்துக்கு எதிர்ப்பு), சப்போர்ட் லெவல்ஸ் எல்லாம் உண்டு. அதன் ஜாதகம் தெரிந்திருக்க வேண்டும். பிறகு யார் வாங்கு கிறார்கள்? யார் விற்கிறார்கள். எதனால் என்பனவற்றையும் தெரிந்து கொள்ள வேண்டும். தினம் டிரேடிங் செய்பவர்களுக்கு இவை தெரிய வரும். சிலர் கவனிப்பார்கள். பலர் விட்டுவிடுவார்கள்.

வரி

டிரேடிங் செய்வதில் கிடைக்கும் லாபத்துக்குக் காப்பிடல் கெயின்ஸ் டாக்ஸ் (Capital Gains Tax) உண்டு.

வால்யூம்ஸ்

டிரேடிங் செய்பவர்கள், விலை ஏறும் ஷேர்களையும், விலை இறங்கும் ஷேர்களையும் கவனிக்கும்பொழுது எவ்வளவு ஷேர்கள் விற்கப் படுகின்றன, வாங்கப்படுகின்றன என்றும் பார்க்க வேண்டும். பெரிய எண்ணிக்கை என்பது வலுவான செய்தி சொல்லும். இதன் விவரங்கள் எக்கனாமிக் டைம்ஸ், பிசினஸ் லைன், பிசினஸ் ஸ்டாண்டர்ட் போன்ற தினசரிகளில் வருகிறது.

அதேபோல, அந்தத் தினசரிகளில் What is going up, What is going down என்று ஏறும் ஷேர்கள், இறங்கும் ஷேர்கள் பற்றி விவரம் போடுவார்கள்.

மொத்தத்தில் டிரேடிங் என்பது, இன்வெஸ்ட்மெண்ட் என்பதைவிட ஆபத்தானது. கயிறுமேல் நடப்பது போன்றது. கரணம் தப்பினால் ... தான். ஆனால் மிகவும் கவர்ச்சியானது. சுலபம் போலத் தெரியும். ஆளை மயக்கும், உள்ளே இழுக்கும். உங்கள் இஷ்டம்...

நிபுணர்கள் சொல்வதைக் கேட்பது

ஒவ்வொரு பங்கு வர்த்தகம் செய்யும் பெரிய நிறுவனமும் பங்குகளை ஆராய்வதற்கு என்றே ஆராய்ச்சியாளர்களைத் (Research Heads) தனியாக வைத்திருப்பார்கள்.

அவர்களுக்கு, அதிகமாகப் பரிவர்த்தனை நடக்கும் முக்கியமான பங்குகளின் சரித்திரம், ஜாதகம், குணநலன்கள் எல்லாம் அத்துப்படி. மேலும் உலகச் சந்தை, தேசப் பொருளாதாரம், பங்குச்சந்தைச் செய்திகள், தனிப்பட்ட பங்குகளின் போக்கு (Technical Analysis), நாட்டு நடப்பு என்று எல்லாவற்றையும் முனைந்து தெரிந்து கொள்வார்கள்.

அதன்பின் அவர்கள் இன்றைக்கு 'இந்த விலை'யில் இந்தப் பங்கினை வாங்கலாம், அல்லது விற்கலாம் என்று குறிப்பாகச் சொல்வார்கள். ஒவ்வொரு பங்கு தரகு நிறுவனமும் வெவ்வேறாகச் சொல்லலாம். யார் சொல்வது சரியாக வருகிறது என்று பார்த்தபின் நாம் முடிவெடுக்கலாம். இந்த நிபுணர்கள் சொல்லும் யோசனைகளில் அன்றைக்கு வாங்கி அன்றைக்கே விற்கும், அல்லது விற்று வாங்கும் யோசனைகளும் உண்டு. இவற்றை Intra-day calls என்பார்கள்.

இதுபோன்ற ஸ்டாக் புரோக்கிங் நிறுவனங்கள், தம் வாடிக்கையாளர்களுக்கு மேற்படித் தகவல்களை மின்னஞ்சல் மற்றும் குருஞ் செய்திகள் (SMS) வழியாக இலவசமாகவே வழங்குவார்கள். இவர்களது நோக்கம், தங்கள் வாடிக்கையாளர்கள் பணம் சம்பாதிக்கவேண்டும் என்பதே. இதில் இவர்களது நலனும் சேர்ந்தே இருக்கிறது. வாடிக்கையாளர்கள் வாங்கி விற்க, இவர்களுக்கு புரோக்கரேஜ் கமிஷன் கிடைக்கும். மேலும், தொடர்ந்து நன்றாக இருக்கும் வாடிக்கையாளர் தானே தொடர்ந்து சந்தையில் இருப்பார், அவர்களிடம் வியாபாரம் செய்வார்?

இதுபோன்ற தொழில்முறை நிபுணர்களின் அறிவுரைகளைக் கேட்கலாம்... நிபுணர் அல்லாதோருடைய அறிவுரையைக் கேட்காமல் இருப்பதே நல்லது.

போர்ட்போலியோ மேனேஜ்மெண்ட் சர்வீசஸ் (PMS)

நாமே தனியாளாகப் படித்துப் பார்த்து, யோசித்து இதை வாங்கலாம், அதை விற்கலாம் என்பது ஒருமுறை. பலரும் இப்படித்தான் ஆரம்பிக்கிறோம். இன்னும் சிலர் இருக்கிறார்கள். நிறையப் பணம் (லட்சங்களில்) வைத்திருக்கிறார்கள். அவர்களுக்கு பங்குச் சந்தையின் ஏற்ற இறக்கங்களில் பணம் செய்யமுடியும் என்ற நம்பிக்கையும் இருக்கிறது. ஓரளவு அதைப்பற்றித் தெரியும். ஆனால் அதனையே தொழிலாகச் செய்பவர்கள் தம்மைவிடச் சிறப்பாகச் செய்யமுடியும் என்று நினைக்கிறார்கள்.

தங்களுக்குத் தெரிந்த பங்கு வர்த்தகம் செய்யும் ஒரு நிறுவனத்தை அணுகி, 'என்னிடம் (உதாரணத்துக்கு) பத்து லட்ச ரூபாய் இருக்கிறது. இதோ, வைத்துக்கொள்ளுங்கள். எனக்காக நீங்களே பார்த்து

வாங்குங்கள், விற்பனையும் செய்யுங்கள். எனக்கு லாபம் வேண்டும்' என்று சொல்வார்கள்.

நிறுவனங்கள் இதற்காகவே போர்ட்போலியோ மேலாளர்கள் (Portfolio Managers) சிலரை வைத்திருப்பார்கள். அவர்கள் முதலீட்டாளர்கள் சார் பாகப் பங்குகளை வாங்கும் விற்கும் முடிவுகள் எடுப்பார்கள், வர்த்தகம் செய்வார்கள். உடனுக்குடன் நமக்குத் தகவலும் கொடுப்பார்கள்.

இதற்குக் கட்டணம் உண்டு மேலும் வரும் லாபத்தில் பங்கும் எடுத்துக் கொள்வார்கள். வரும் லாபத்தைப் பொறுத்து கட்டண சதவிகிதம் மாறும். 'நஷ்டத்தில்...?' என்கிறீர்களா? நல்ல ஆள் சார்... நீங்கள்!

❍ டிரேடிங் ஃபியூச்சர்ஸ் & ஆப்ஷன்ஸ் (F&O)

F&O (எஃப் அண்ட் ஓ) என்பது ஷேர் மார்க்கெட்டில் சமீப ஆண்டுகளில் வந்த ஒரு புதுமுறை. இதற்குமுன் பத்லா (Badla) என்று ஒரு முறை, இது போல இருந்தது. ஆனால், அதிகம் முறைப்படுத்தப்படாமல் இருந்தது. அது 2001-ல் தடை செய்யப்பட்டது. இந்த F&O எனப்படும் ஃபியூச்சர்ஸ் மற்றும் ஆப்ஷன்ஸ் (Futures & Options) முறைப்படுத்தப்பட்டது, தேசியப் பங்குச் சந்தை மற்றும் மும்பை பங்கு சந்தைகளில் நடத்தப்படுகிறது.

பங்குச்சந்தையில் நாம் பங்குகளை வாங்கலாம், விற்கலாம் என்று பார்த்தோம். விற்றால் பங்குகளை டெலிவரி கொடுக்க வேண்டும், வாங்கினால் டெலிவரி எடுக்க வேண்டும் இல்லையா? இதுதானே முறை? ஆமாம், அல்லது அன்றையத் தினத்துக்குள் மாற்றிச் செய்து இந்தக் கணக்கை நேர் செய்துவிட வேண்டும்.

அதாவது, கையில் பங்கு இல்லாமலேயே விற்றால், அன்றைய தினத்துக்குள் அதைத் திரும்ப வாங்கிவிட வேண்டும். அதேபோல கையில் காசில்லாமல், அல்லது டெலிவரி எடுக்க விரும்பாமலேயே ஒரு பங்கினை வாங்கிவிட்டால், அன்றைய தினத்துக்குள்ளாகவே அதனை விற்றுவிடலாம்.

இரண்டிலும் வரும் லாபமோ நஷ்டமோ நம்மைச் சாரும். இவை அன்றன்றைக்கே கணக்கு முடிக்கும் முறைகள்.

சில நிறுவனங்கள் (ICICIdirect போன்றவை) BTST என்ற முறையை அறிமுகப்படுத்தியுள்ளன. Buy Today, Sell Tomorrow - அதாவது 'இன்றைக்கு வாங்கி நாளைக்கே விற்பது' என்று பெயர். அதுவும் கேஷ் மார்க்கெட் முறைதான். இது தவிர, கணக்கைத் தள்ளி முடித்துக் கொள்ளலாம் என்பதுதான் F&O.

இதனை NSE-யின் டிரேடிங் மெம்பர்கள் (TM) என்ற புரோக்கர் மற்றும் BSE புரோக்கரிடம் செய்ய முடியும், செய்ய வேண்டும்.

இதனைச் செய்வதற்கும் சில ஒப்பந்தங்களில் கையெழுத்து இட்டு, தேவையான 'மார்ஜின்' பணமும் முன்கூட்டியே கட்டிவிட வேண்டும்.

இந்த வாங்குதல் விற்றலை சில பங்குகள் (Shares) தவிர S&P CNX Nifty முதலியவற்றிலும் செய்யலாம். உதாரணமாக இன்ஃபோசிஸ், ரிலையன்ஸ் போன்ற பங்குகளையோ, அல்லது தேசிய பங்குச் சந்தையில் S&P CNX Nifty என்ற குறியீட்டு எண்ணையோ(Index) (ஆமாம், வெறும் இன்டெக்சினை) கூட விற்று வைக்கலாம், வாங்கி வைக்கலாம். விற்று வைத்தது விலை இறங்கினால் நமக்கு லாபம், வாங்கி வைத்தது விலை ஏறினால் லாபம். மாற்றி நடந்தால்?

இங்குதான் F&O-வின் விஷயம் இருக்கிறது. இதில் நஷ்டம் ஓரளவுக் குத்தான். அதுவும் நாம் முன்கூட்டியே தெரிந்து ஒப்புக் கொண்ட அளவுதான். சுவாரஸ்யமாக இருக்கிறது அல்லவா!

ஃபியூச்சர்ஸ் (Futures)

ஃபியூச்சர்ஸ் காண்ட்ராக்ட் என்றால் வருங்காலம் குறித்த ஒப்பந்தம் என்று பொருள் கொள்ளலாம். ஒரு குறிப்பிட்ட 'சொத்தினை' குறிப் பிட்ட விலையில் குறிப்பிட்ட வருங்காலத்துக்குள் (அதிகபட்சம் மூன்று மாதம்)வாங்கவோ விற்கவோ இருவர் ஒப்புக்கொள்வது தான் இது. இந்த வருங்காலத்திய ஒப்பந்தத்தைப் பணம் கொடுத்து தான் முடித்துக் கொள்ள வேண்டும் (To be settled in cash).

இதில் 'சொத்து' என்பது, பங்குகள் அல்லது Nifty இன்டெக்ஸ் முதலிய வற்றைக் குறிக்கும்.

Cash மார்க்கெட்டுக்கும், Futures மார்க்கெட்டுக்கும் உள்ள முக்கிய வித்தியாசம், இங்கே பெரிய 'லாட்'(Lot)களைத்தான் வாங்க முடியும். இன்ஃபோஸிஸ் என்றால் 200, BOI என்றால் 3,800 என்பது போல.

ஆப்ஷன்ஸ் (Options)

ஆப்ஷன்ஸ் என்றால், வெவ்வேறு வாய்ப்புகள் என்று சொல்லலாம். 'சாய்ஸ்' என்ற ஆங்கில வார்த்தைக்கு உள்ள பொருள் போலவேதான். இந்த ஆப்ஷன் என்ன வாய்ப்பினை முதலீட்டாளருக்கு (நமக்கு) கொடுக்கிறது? பார்க்கலாம். அதற்குமுன் ஆப்ஷன் என்றால்...

குறிப்பிட்ட விலையில், குறிப்பிட்ட காலத்துக்குள் ஒரு 'சொத்தினை' வாங்கவோ அல்லது விற்கவோ உரிமை (Right) கொடுக்கும். ஆனால் வாங்கவோ அல்லது விற்கவோ வேண்டும் என்று கட்டாயப்படுத்தாது (No obligation).

உதாரணத்துக்கு, நான் இந்த F&O வில், 100 இன்ஃபோசிஸ் பங்குகளை, ஒரு பங்கு ரூ.2,900 என்ற விலைக்கு வாங்கும் ஆப்ஷனை வாங்கு கிறேன். வேறு ஒருவர் அந்த ஆப்ஷனை விற்கிறார். ஒரு மாதத்துக்கு ஒப்பந்தம். நான் இந்தப் பங்கினை ரூ.2,900 விலையில் ஒரு மாதத் துக்குள் எப்பொழுது வேண்டுமானாலும் அவரிடமிருந்து வாங்கலாம். அது என் உரிமை. ஆனால் நான் வாங்கித்தான் ஆகவேண்டும் என்ப தில்லை. வாங்காமல் விட்டும் விடலாம். நான் 2,900-க்கு காண்ட்ராக்ட் போட்ட ஷேர் விலை சந்தையில் 2,900 ரூபாய் போய் விட்டால் நான் சந்தோஷமாக 3,000-க்கு அவரிடமிருந்து வாங்கிக் கொள்வேன். அது என் உரிமை. அதே ஷேர் வேறு காரணங்களுக்காக ரூ.2,900-க்கும் கீழே வந்து விட்டது என்றால், நான் ஒரு மாதம் பார்த்துவிட்டு அதனை வாங் காமலேயே விட்டுவிடுவேன் (வாங்க வேண்டுமென்ற அவசியமில்லை). ஆனால் அதனை முன்கூட்டியே வேண்டாம் என்று சொல்லிவிட வேண்டும்.

இதென்ன! மிகவும் சுலபமாகவும் ஆதாயமாகவும் இருக்கும் போலிருக் கிறதே என்று பார்க்கிறீர்களா? இதற்கும் ஒரு விலை உண்டு. அதன் பெயர் ஆப்ஷன் பிரைஸ் (Option Price). இதனை முன்பே கட்டியிருப் போம். அதனை இழக்க வேண்டும். அவ்வளவுதான். இது இன்ஷூ ரன்ஸ் பிரிமியம் போல.

உதாரணத்துக்கு நாம் ஓர் ஏலத்துக்குப் போகிறோம். ஏலம் எடுக்க விரும்புகிறவர்கள் எல்லாம் ஒரு குறைந்தபட்சத் தொகையைக் கட்ட வேண்டும். அது திருப்பித் தரப்பட மாட்டாது என்கிறார்கள். உள்ளே போகலாம். லாபமாக இருந்தால் ஏலம் எடுப்போம். இல்லையேல் சும்மா வந்துவிடுவோம். கட்டிய கட்டணம் திரும்ப வராது.

இந்த ஆப்ஷன் இரண்டு வகைப்படும். ஒன்று 'கால் ஆப்ஷன்' (Call option), மற்றொன்று 'புட் ஆப்ஷன்' (Put option).

கால் ஆப்ஷன் என்பது வாங்கும் உரிமை. புட் ஆப்ஷன் என்பது விற்கும் உரிமை. இதில் விற்கவோ, வாங்கவோ எவரும் தங்கள் விருப்பத்தை 'டிரேடிங் ஸ்கிரீனில்' திரையில் போடலாம். அதைப் பெற வேறு ஒருவர் முன்வர வேண்டும். அப்படி வந்தால் ஒப்பந்தம் உருவாகும். அதாவது Buy order-ம், Sell order-ம் 'மேட்ச்' ஆனால்தான், லட்சக்கணக்கில் ஒப்பந்தம் உருவாகும். தினம் தினம் உருவாகிக் கொண்டுதான் இருக்கின்றன.

இன்றைக்கு நாம் நிறையப் பங்குகள் வாங்கி வைத்திருக்கிறோம். ஆனால் தாற்காலிகக் குழப்பம் காரணமாக, மார்க்கெட் வீழ்கிறது. நாமும் வேறு வழியின்றி விற்கிறோம். ஆனால் நாம் விற்று முடித்த பிறகு ஏறிவிட்டால்?

அதற்குத்தான் ஆப்ஷன்ஸ். கொஞ்சம் பணம் கட்டி, நாம் விற்ற ஷேரின் Call option-ஐ அந்தக் குறைந்த விலையை ஒட்டி வாங்கி வைத்துக் கொள்ளலாம். ஏறிவிட்டால் காண்ட்ராக்ட் போட்ட குறைந்த விலையில் வாங்கிக் கொள்ளலாம். ஏறாவிட்டால் விட்டுவிடலாம். கட்டிய கொஞ்சப் பணம் போகட்டுமே!

இதேபோலத்தான், நாம் நிறைய வாங்கும்பொழுதும். பங்குச் சந்தையில் வாங்கிவிட்டு F&O-வில் Put option-இல் விற்று வைக்கலாம்.

நாம் பயந்தபடி மார்க்கெட் இறங்கினால், ஆப்ஷனைப் பயன்படுத்தி நாம் ஏற்கெனவே போட்டிருந்த கூடுதல் விலையில் தள்ளிவிடலாம். தப்பித்தவறி நாம் விற்றது ஏறிவிட்டால், கட்டிய கட்டணத்துடன் விட்டது தொல்லை என்று வெளியே வந்துவிடலாம்.

வருங்காலம் என்பது எவ்வளவு நாள்கள்?

இந்த ஒப்பந்தங்களை ஒரு மாதம் அல்லது இரண்டு மாதம் அல்லது மூன்று மாதம் என்று ஏதாவது ஒரு வகையில் போடலாம். எத்தனை மாதம் என்று போடுகிறோமோ அந்த இறுதி மாதத்தின் கடைசி வியாழக் கிழமை, அந்த ஒப்பந்தம் முடிந்துவிடும். அன்று டிரேடிங் விடு முறையாக இருந்தால், அதற்கு முதல் நாளே ஒப்பந்தம் முடிவுக்கு வந்து விடும். புதிய ஒப்பந்தங்கள் அதற்கு அடுத்தநாள் தொடங்கும்.

அமெரிக்கன் ஆப்ஷன் என்பது ஒருமுறை. இதில் ஒப்பந்தக்கால முடிவுக்குள் எந்த நாள் வேண்டுமானாலும் வாய்ப்பை (Option) பயன் படுத்திக் கொள்ளலாம்.

யுரோப்பியன் ஆப்ஷன் என்ற முறையில் ஒப்பந்தம் முடியும் நாளில்தான் வாங்கும், விற்கும் உரிமையைப் பயன்படுத்தலாம். NSE-யில் உள்ள S&P CNX Nifty Option இந்த யுரோப்பியன் முறையைப் பின்பற்றுகிறது. அதனால்தான் மாதத்தின் கடைசி வியாழக்கிழமைகள் முதலீட்டாளர் களை, சமயத்தில் நடுங்க வைக்கின்றன. பலரும் அன்று கணக்கு நேர் செய்வார்களே?

டெரிவேட்டிவ்ஸ் (Derivatives)

நேரடியான விஷயங்கள் (பங்குகள், பாண்டுகள்) முதலியவற்றை வாங்குவது, விற்பது போக, இவற்றிலிருந்து கிடைக்கும் வேறு விஷயங்களையும் வியாபாரம் செய்யலாம் என்ற யோசனைதான் டெரி வேட்டிவ்ஸ். 'அதிலிருந்து வருவன' என்ற பொருளில்.

அதிக லிக்விடிட்டி (Liquidity) உள்ள 50 பங்குகளைத் தேர்வு செய்து அதிலிருந்து ஓர் இன்டெக்ஸ் செய்துள்ளார்கள். அதனை S&P CNX Nifty

என்கிறார்கள். அந்த ஐம்பது பங்குகளின் விலை ஏற்ற இறக்கங்களைப் பொறுத்து இந்தக் குறியீட்டு எண் (Index) ஏறும், இறங்கும்.

இந்த இன்டெக்ஸ், அக்டோபர் 28, 2001-ல், 5,360 ஆக இருக்கிறது. இது இன்னும் மூன்று மாதங்களில் என்ன ஆகும்? எனக்குத் தெரியாது. நீங்கள் இது 5,360-ஐ தாண்டும் என்று நினைத்தால், இதனை 5,360-ல் வாங்கி வைக்கலாம். இதுவே செப்டெம்பர் 2011-ல் 4850 ஆகவும் இருந்திருக்கிறது. எவ்வளவு ஏற்ற இறக்கம் பாருங்கள்!

❍ **ஸ்பெக்குலேஷன் (Speculation)**

இன்வெஸ்ட்மெண்ட் என்பது, வெளிவட்டம். டிரேடிங் என்பது, உள்வட்டம். ஸ்பெக்குலேஷன் என்பது அதையும் தாண்டி உள்ளே இருக்கும் நெருப்பு. உள்வட்டத்துக்கும் உள்ளே இருப்பது. பொசுக்கி விடும். பொசுங்கியிருக்கிறார்கள். பார்க்க அழகாக, சிவப்பாக, தகதக வென்று இருக்கும். டெம்பரேச்சர் என்ன தெரியுமா? 120 டிகிரிக்கும் மேல்...

முதலீடு செய்வது என்பது, ஆதாரமான செய்தி கொண்டு, தாற்காலிக ஏற்ற இறக்கங்களால் பாதிக்கப்படாமல், ஒரு பங்கினை வாங்கி வைத்திருந்து, பின்பு விற்று லாபம் பார்ப்பது.

டிரேடிங்கில் அன்றன்றைக்கு வாங்கி, விற்று, லாபமோ நஷ்டமோ பார்ப்பது. அத்தோடு போயிற்று.

ஸ்பெக்குலேஷனில் அடிப்படையான நம்பத் தகுந்த செய்தி கிடையாது. ஆதாரபூர்வமான செய்திகளின் அடிப்படையில் செய்வ தல்ல இது.

இது மனத்தால் ஆனது. அறிவால் அல்ல. ஆனால் அறிவு போலப் பேசுவார்கள். நூறு ரூபாய் கொடுத்தால் இருநூறு ரூபாய் தருகிறேன் என்பது போல. பலர் நம்புவார்கள், ஏமாறுவார்கள். மீண்டும் மீண்டும் நடக்கும். சிட்ஃபண்ட், பெனிபிட் ஃபண்ட் 36%, 48% வட்டி மோசடிகள் போல... மீண்டும் மீண்டும் அதேபோல.

உப்புப் பெறாத கம்பெனிகளின் ஷேர் விலைகளை ஏற்றுவார்கள், வான் உச்சிக்கு. அவர் வாங்குகிறார், இவர் வாங்குகிறார் என்று காற்றில் கயிறு திரிப்பார்கள் (மணலில்கூட இல்லை). இரண்டு ரூபாய்க்குச் சீந்த ஆளில்லாமல் கிடக்கும் ஷேர்களை உருட்டிப் புரட்டி ஏற்றுவார்கள். 10, 20, 30 ரூபாய் என்று ஏறும். நூறு ரூபாய் போகும் என்பார்கள்.

1994 பூம் என்று ஞாபகம்.. கர்நாடகா பால் பேரிங் என்று ஒரு டப்பா கம்பெனி. லாக் அவுட்டில் மூடிக் கிடந்த கம்பெனி. ஏற்றினார்கள்

பாருங்கள்! இந்த ஹர்ஷத் மேத்தாதான் ஏற்றினார் என்றார்கள். பலரும் வாங்கினார்கள். 5 ரூபாயில் கிடந்த ஷேர் 175 ரூபாய் வரை போனதாக ஞாபகம். பங்குச்சந்தை குமிழ் உடைய, பிறகு அந்த ஷேர் வியாபாரமே ஆவதில்லை. அந்த விலைக்கு வாங்கியவர்கள் பணம்? கோவிந்தாதான்!

ஊகத்தின் அடிப்படையில், வெறும் ஆசை நம்பிக்கை கொண்டு, விஷயமில்லாத ஷேர்களை வாங்குவது, அதனால் லாபமடைய முயற்சிப்பது. இதுதான் ஸ்பெக்குலேஷன்.

பெயர் ராசி, எண் ராசி, தனக்கு நல்ல நேரம் என்று இதெல்லாம் பார்த்து ஷேர் வாங்குபவர்கள்கூட உண்டு. முதல்முறை தற்செயலாகச் சரியாக வந்து விட்டதோ, அவர்களைப் பிடித்தது சனி என்று வைத்துக் கொள்ளலாம்.

நானும் நிறைய மாட்டியிருக்கிறேன். Zillion Pharma என்று ஒரு ஷேர். மற்ற பார்மா (மருந்து) கம்பெனிகளின் விலைகளைச் சொன்னார்கள். பின்பு இது எய்ட்ஸுக்கு மருந்து கண்டுபிடித்து விட்ட நிறுவனம் என்றார்கள்! எல்லாம் 10, 15 வருடம் முன்பு!! ஏகப்பட்ட விலை. இப்பொழுது அந்த ஷேர் விற்பனையே கிடையாது. 10 ரூபாய் பங்கு, 90, 100 போயிற்று என்று ஞாபகம். 200 வாங்கினேன். இப்பொழுது 1 ரூபாய்க்குக் கூட விற்க முடியாது.

பேப்பர்... பழைய பேப்பர்...

மினி டைமண்டு (Mini Diamond), GM மிட்டல் SS, SS லீசிங் ஃபைனான்ஸ், மைக்ரோ ஆக்சசரீஸ், மைக்ரோ எலக்ட்ரானிக்ஸ், லீபின் இண்டியா என்று வெறும் பேப்பர்களாக என்னிடம் கால் கிலோவுக்கு மேல் தேறும். எல்லாம் ஸ்பெக்குலேட்டிவ் ஷேர்கள். போயிந்தே... It's gone! போயே போச்சு.

இதுபோல 15, 20 வருடங்களாக ஷேர் செய்பவர்கள் அனைவரும் ஆளுக்கு ஒரு கத்தை வைத்திருப்பார்கள். அதேபோல, இன்வெஸ்ட்மெண்ட்டுக்கு என்று வாங்கிவிட்டு, அதைத் தொடர்ந்து பொறுமையாக வைத்திருக்காமல் உடனே விற்று விடுவார்கள். இதனாலும் நஷ்டம் தான். இது ஏன் வருகிறது?

தினம்தினம் வாங்குவதற்கு பங்குகளின் ஒரு பட்டியல் தயாராவதால் தான். நம்மிடம், தினசரி ஷேர் வாங்க, பணம் விளையுமா என்ன? ஓரளவுதான் உண்டு. அதையும் Invest செய்தாயிற்று என்றால் தினசரி புதிது புதிதாக ஷேர் வாங்க ஏது பணம்? இருக்காது... அதனால், இன்னும் புதிய புதிய நல்ல ஷேர்கள் வாங்குகிறேன் என்று,

ஏற்கெனவே தேடி வாங்கியதை விற்று, திரும்ப வாங்கி, பின் அதையே மன்னிக்கவும்... இதனால் நஷ்டம்தான் வரும். இதுவும் ஒருவித ஸ்பெக்குலேஷன்தான். வேண்டாம். ஆகவே, எவ்வளவு வந்தாலும் அல்லது வராவிட்டாலும் பரவாயில்லை என்று இந்த ஸ்பெக்குலேஷன் பக்கம் மட்டும் போகவே கூடாது.

○ அனுபவப்பட்டவர்கள் சொல்வது

அ. இன்வெஸ்ட்மெண்ட்

தங்களிடம் உள்ள பணத்தை ஷேர் வியாபாரத்தில் முதலீடு செய்ய விருப்பமா? சரி, அப்படியென்றால்

1. முதலில் இதற்காக எவ்வளவு பணம் என்று ஒரு தொகையினை, தெளிவாக முடிவு செய்து கொள்ளவும்.

2. அந்தப் பணம் நிச்சயமாகச் சொந்தப் பணமாகத்தான் இருக்க வேண்டும்.

3. அதாவது வட்டிக்குக் கடன் வாங்கி ஷேர் வியாபாரம் செய்ய வேண்டாம்.

4. அதேபோல, முடிவு செய்த பணத்துக்கு மேல் கட்டாயம் போக வேண்டாம்.

5. எந்த நிறுவன ஷேர்களை வாங்குவது என்று நன்கு ஆராய்ந்து, தகவல்களின் அடிப்படையில் முடிவு எடுக்க வேண்டும் (Informed decisions). இது முக்கியம்

6. உங்கள் பணத்தை எவ்வளவு நாள்கள் இதில் விட்டு வைக்கலாம் என்பதைப் பொறுத்தே வாங்கும் ஷேர்கள்

7. ஒரே நிறுவன ஷேரில் எல்லாவற்றையும் போட்டுவிட வேண்டாம். ஓரளவேனும் பரவலான முதலீடு செய்ய வேண்டும்.

8. கண்காணிக்கக் கூடிய எண்ணிக்கையிலான நிறுவன ஷேர்கள் மட்டுமே (Number of counters) வாங்க வேண்டும். 'வதவத' என்றல்ல. இதுவும் முக்கியம்.

9. வாங்கிய பிறகும், அவற்றின் (அந்த நிறுவனச் செயல்பாடுகள், பங்குச்சந்தை நிலைமை, அந்தத் தொழில் நிலைமை) போக்கு பற்றித் தொடர்ந்து கண்காணிக்க வேண்டும். 'நன்கு ஆராய்ந்து பார்த்து வாங்கியாகி விட்டது. இனி வருமானம்தான்' என்று விட்டுவிடக் கூடாது.

10. நாம் எதிர்பார்த்த அளவு முதல் பெருக்கம் (Capital Appreciation) கிடைத்ததும், அந்தப் பங்கினை விற்றுவிட்டு வெளியில் வந்து விடலாம்.

11. நமது முடிவுகளில் தவறு என்று தெளிவாகத் தெரிந்தால், லாபமோ நஷ்டமோ தயங்காமல் உடனே விற்றுவிட்டு வெளியே வந்துவிட வேண்டும் (Exit).

12. மிக நல்ல (குறைந்த விலை) சந்தர்ப்பங்களைச் சரியாகப் பயன் படுத்திக் கொண்டு வாங்க வேண்டும், நல்ல விலைகளில் (உயர்ந்த விலைகளில்) விற்றுவிட வேண்டும். இதில் சென்டிமெண்ட்ஸ் தேவையில்லை.

13. 'இன்வெஸ்ட்மெண்ட்' செய்ய முடிவுசெய்துவிட்டு, அதற்கேற்ற நிலையான, நிதானமாக விலை ஏறக்கூடிய பங்குகளைப் பார்த்து வாங்கி விட்டு, வருத்தப்பட வேண்டாம். அவை உடனே விலை ஏறாமல் போகலாம். ஏன் உடனே கொஞ்சம் இறங்கினாலும் இறங் கலாம். தகவல்கள் அடிப்படையிலான முடிவு என்றால், தைரிய மாகக் காத்திருக்கலாம். இங்கு இன்வெஸ்ட்மெண்டில் 'டிரேடிங்' (வாங்குவது, விற்பது, பின்பு வேறு எதையாவது வாங்குவது, அதையும் உடனே விற்பது) என்று செய்ய வேண்டாம்.

14. அதேபோல, இன்வெஸ்ட்மெண்ட் செய்ய முடிவு செய்துவிட்டால், பின் ஸ்பெக்குலேஷன் வேண்டாம். ஊகங்கள், வதந்திகள், நம்பத் தகுந்த வட்டாரக் கசிவுகள் என்று எதன் அடிப்படையிலும் முடிவுகள் எடுக்க வேண்டாம். உண்மைத் தகவல்கள் மட்டுமே தேவை. ஸ்பெக்கு லேஷன் செய்யாததால், எப்பொழுதாவது கொஞ்சம் லாபம் விட்டுப் போகலாம். ஆனால் எப்பொழுதுமே நிச்சயமாகப் பெரிய அளவுகளிலான நஷ்டம் தவிர்க்கப்படும்.

ஆ. டிரேடிங்

டிரேடிங் செய்ய முடிவு செய்திருக்கிறீர்களா? சரி, அப்படிஎன்றால்,

1. இதற்கான மனநிலை உள்ளவரா நாம்?

2. சரியான முடிவுகள் எடுக்கத் தெரிந்தவரா நாம்? அல்லது அதற்கான நிபுணர் / நிறுவன உதவி நமக்கு உண்டா?

3. பேராசைப்படாதவரா நாம்? நமக்கு ஒரு தொகை கிடைத்ததும் வெளியில் வரத் தெரிய வேண்டும்.

4. விரலுக்குத் தகுந்த வீக்கம் தேவை. சக்திக்கு மீறி அகலக்கால் வைத்துவிடக்கூடாது. இதில் 'குவாண்டிட்டி' செய்வது சுலபம். தவறாகி விட்டால் ஆபத்து.

5. விட்டதைப் பிடிக்கிறேன் என்று அளவுக்கு அதிகமாகப் போய் மாட்டிக் கொண்டு விடக்கூடாது.

6. ஒத்துவராவிட்டால், தொடர்ந்து தப்பாக வந்தால், ஓர் இடைவெளி எடுத்துக்கொண்டு, தள்ளி நிற்பது நலம். கொஞ்சம் 'பிரேக்' விட்டு விட்டு பின்பு நிதானத்துடன் மீண்டும் உள்ளே வர வேண்டும்.

7. விவரம் தெரிந்து ஒன்றை விற்பதோ, வாங்குவதோ செய்ய வேண்டும். ஊகத்தின் பேரில், ராசிகள், எண்கள் போன்றவற்றின் அடிப்படையில் அல்ல.

இ. ஸ்பெக்குலேஷன்

முன்பே சொன்னதுதான். வேண்டாம்.!

6

எதற்கெல்லாம் ஷேர் மார்க்கெட் முக்கியத்துவம் கொடுக்கும்?

இந்த ஷேர் மார்க்கெட் என்பது, ஒரு ஸ்விட்ச் போட்டால் எரியும் (ஒளிரும்) விளக்கல்ல. அது ஒளிரப் பல காரணங்கள் (கனெக்ஷன்ஸ்) வேண்டும். அதேபோல, எந்தக் காரணம் குறைந்தாலும் அதன் ஒளி மங்கும். இதனைச் சரியாகக் கணிப்பது 'படா பேஜாரான' விஷயம். அதனால்தான் இதற்கு இவ்வளவு 'மவுசு'! எந்தெந்த விஷயங்களுக்கு ஒரு நிறுவனத்தின் பங்கு விலை ஏறும் அல்லது இருப்பதிலிருந்து இறங்கும் என்பதை முதலில் பார்ப்போம்.

எதற்கெல்லாம் விலை ஏறும்?

1. **நல்ல ரிசல்ட்:** அந்த நிறுவனம் அந்தக் காலாண்டிலோ, அரை ஆண்டிலோ, முழு வருடத்திலோ, முன்பை விட நன்கு செயலாற்றியிருந் தால், அதனால் லாபம் அதிகரித்திருந்தாலோ, அல்லது நஷ்டம் குறைந்திருந்தாலோ... (ஆமாம் அதுவும் நல்ல அறிகுறிதானே) பின்னால் லாபமீட்டும் என்ற நம்பிக்கையில்...

2. **நல்ல டிஸ்ட்ரிபியூஷன்:** டிஸ்ட்ரிபியூஷன் என்றால் இங்கு வேறு பொருள். சினிமாத் துறை போலல்ல. பங்குதாரர்களுக்குப் பகிர்ந்து அளிப்பது. நல்ல டிஸ்ட்ரிபியூஷன் என்றால், நிறைய என்று பொருள். நிறைய டிவிடெண்ட், போனஸ்... அதேபோல குறைந்த விலையில் உரிமைப் பங்குகள் (Rights) கொடுத்தாலும், அதுவும் நல்ல டிஸ்ட்ரிபியூஷன்தான்.

3. **பை பேக் (Buy back):** நிறுவனம் நடத்தும் முதலாளிகள் (அவர்கள்தான் நிறையப் பங்குகள் வைத்திருக்கும் புரோமோட்டர்ஸ்) வெளிச் சந்தையில் இருந்து தங்கள் நிறுவனப் பங்குகளை வாங்க முன்வருவது 'பை பேக்'(Buy back) அதாவது 'திரும்ப வாங்குதல்.' இது ஒரு நல்ல அறிகுறி. சமீபத்தில் ஹிந்துஸ்தான் யூனிலீவர் நிறுவனம் தங்களது 2,28,83,204 பங்குகளை நிறுவனம் 'பை பேக்' செய்தது.

4. **வரிச் சலுகைகள்:** *அரசாங்க அறிவிப்புகளில் (பட்ஜெட் போல) இந்த நிறுவனத்துக்குச் சாதகமான வரிக் கொள்கை மாற்றங்கள், வேறு கொள்கை மாற்றங்கள் வருதல் (Export policy).*

5. **மெர்ஜர் (Merger):** *வேறு ஒரு நல்ல நிறுவனத்துடன் இந்த நிறுவனத்தை இணைப்பதாகச் செய்தி வருதல்.*

6. **பங்குகளைப் பிரித்தல் (Splitting of shares):** *10 ரூபாய் முகப்பு விலையுள்ள பங்கினை, ரூபாய் 5 அல்லது 2 அல்லது 1 ஆக்குவது. சமீபத்தில் டைட்டான் இண்டஸ்டிரீஸ் 10 ரூபாய் பங்கு 1 ரூபாய் பங்கானது. ஹெச்டிஎஃப்சி பேங்க், ரெயின் கமாடிட்டீஸ், ஹிந்துஸ்தான் சிங்க் போன்ற பங்குகளும் இப்படிப் பத்து ரூபாய் பங்குகளிலிருந்து இரண்டு ரூபாய் பங்குகளாக ஆயின.*

7. **பங்குச்சந்தையில் குரூப் மாற்றுவது:** *தற்சமயம் சுமாரான குரூப்பில் 'லிஸ்ட்' ஆகியிருந்து, அடுத்த நல்ல குழுவுக்குப் பங்குச்சந்தையின ரால் மாற்றப்பட்டால், அதாவது BSE-யில் B1-ல் இருந்து A குரூப் போவது போல, NSE-யில் Nifty Junior-ல் இருந்து Nifty-க்குப் போவது போல. அக்டோபர் 2011-ல் மும்பை பங்குச் சந்தையானத. பிரிட்டானியா, கிரிசில், கீதாஞ்சலி ஜெம்ஸ், காட்ரெஜ் உட்பட 22 நிறுவனங்களை குரூப் B-லிருந்து குரூப் A-க்கு மாற்றியது.*

8. *அதேபோல Cash மட்டும் இல்லாமல் F & O-வுக்கும் அனு மதிக்கப்படுவது.*

9. **FII வாங்குவது:** *Foreign Institutional Investors எனப்படும் அந்நிய நாட்டு நிதி நிறுவனங்கள் இந்தப் பங்கினைத் தொடர்ந்து வாங்கினால். அதேபோல இந்த நிறுவனத்தின் பங்குகளை தாங்கள் வாங்கிக் கொள்ளக்கூடிய அளவு உயர்த்தப்பட்டால்.*

10. **பெரிய வியாபார வாய்ப்புகள்:** *நிறுவனத்துக்கு ஏதும் பெரிய, புதிய வியாபார லாப வாய்ப்புகள் கிடைத்தல்.*

11. *Nasdaq, NYSE முதலிய அமெரிக்கப் பங்குச்சந்தைகளில் இந்நிறுவனங்களின் பங்குகள் 'லிஸ்ட்' செய்யப்படுதல். அங்கு அந்தப் பங்குகளின் விலை உயர்தல்.*

12. **ஷார்ட் கவரிங் (Short covering):** *நிறுவனம் நல்ல நிலையில் உள்ளபொழுது தவறுதலாக (Speculation) நிறையப் பேர் நிறைய ஷேர்களை விற்று விட்டால், அவற்றை அவர்கள் அவசரமாகத் திரும்ப வாங்கும்பொழுது (while covering).*

13. **யாராவது 'டேக் ஓவர்' முயற்சி செய்தால்:** *இந்நிறுவனத்தைக் கைப்பற்றுவதற்காக, வேறு எவராவது வெளிச் சந்தையில்*

கிடைக்கும் இந்நிறுவனப் பங்குகளை முரட்டுத்தனமாகக் கண்ட விலை கொடுத்து வாங்கத் தொடங்குகையில், வாங்குகையில்.

14. **பப்ளிக் இஷ்யூ/ரைட்ஸ் இஷ்யூ காலத்துக்குச் சற்றுமுன்:** அந்தப் பொது மற்றும் உரிமைப் பங்கு விநியோகங்கள் வெற்றியடைய வேண்டும் என்பதற்காக, சில நிர்வாகங்களே தங்கள் பங்குகள் விலை ஏறக் காரணமாக இருக்கும். அதுபோன்ற சமயங்களில்.

15. ஏதாவது பெரிய பணம் வர வேண்டிய வழக்குகளில் நிறுவனம் வெற்றி பெற்றால்

16. நிறுவனம் ஏதாவது நல்ல லாபகரமான உரிமம் பெற்றால்

17. நிறுவனம் ஏதாவது தனி 'பேடண்ட்' பெற்றால்

18. அதே தொழிலில் உள்ள வேறு நிறுவனங்கள் நன்கு செய லாற்றினால். (Sympathy-யில் இதுவும் நன்றாகத்தான் லாபமீட்டும் என்ற பொது நம்பிக்கையில்)

19. நிறுவனத்தில் நடந்து கொண்டிருந்த வேலைநிறுத்தம் முதலியவை நிறுத்தப்பட்டால்.

20. இவர்கள் தயாரிக்கும் பொருள்களுக்குச் சந்தையில் 'தட்டுப்பாடு' ஏற்பட்டால்.

21. இவர்களுடைய இடுபொருள் (Raw material) விலை வீழ்ந்தால், கிடைப்பது சுலபமானால்.

22. இவர்களுடைய முக்கியப் போட்டியாளர்களுக்குப் பெரிய சிரமம் ஏற்பட்டால்.

23. மொத்த பங்கு மார்க்கெட் நல்ல நிலைக்குப் போனாலும், நல்ல நிறுவனங்களின் பங்குகள் விலை ஏறும்.

நிறுவனம் சாராத விஷயங்கள் கூட ஷேர் விலைகளை ஏறச் செய்யும். அவை...

24. நாட்டின் அரசியல் ஸ்திரத் தன்மை அதிகரித்தால்

25. அமைதி, போர் இல்லாமை, உள்நாட்டுக் கலகங்கள் இல்லாமை.

26. சரியான பருவ மழை. (ஆண்டு தோறும் ஜூன் 1 - ஆம் தேதி கேரளாவில் தென்மேற்குப் பருவமழை வரவேண்டும். வானிலை நிபுணர்கள் அப்படி கணிப்பு வெளியிட்டால்...)

27. நல்ல விவசாய உற்பத்தி. இது GDP வளர்ச்சியை முடிவு செய்யும்.

28. நல்ல தொழில் முன்னேற்றம் (இதற்கும் இன்டெக்ஸ் உள்ளது. Index for Industrial Production - IIP).

29. கணிசமான அந்நியச் செலாவணி (Foreign exchange) கையிருப்பு அக்டோபர் 2011-ல் இது பில்லியன் டாலராக இருந்தது. ஜனவரி 2007-ல் 175 பில்லியன் டாலர்தான்.

30. அரசிடமிருந்து, தொழில்களுக்குச் சாதகமான கொள்கை அறிவிப்புகள்

31. இறங்கும் விலைவாசி (Inflation குறைய வேண்டும்).

32. இறங்கும் கடன் வட்டி விகிதங்கள் (தொழில் முனைவோருக்கு அதிக பலன்)

33. அரசின் சுலபமான Capital goods இறக்குமதிக் கொள்கை

34. நிறுவனங்களுக்கு லாபமளிக்கும் அரசின் ஏற்றுமதிக் கொள்கை

35. குறைக்கப்படும் வருமான வரி, கலால் வரி மற்றும் விற்பனை வரி விகிதங்கள்

36. அமைதியான அண்டை மற்றும் வெளிநாடுகள்

37. உலக அளவில் இறங்கும் கச்சா எண்ணெய் விலை

38. ஏறும் ரூபாய் மதிப்பு, இறங்கும் வெளிநாட்டு நாணய மதிப்பு. ஆனால் இதனால் ஏற்றுமதியை நம்பியிருக்கும் தொழில்களின் லாபம் பாதிக்கப்படும். அதனால் அவற்றின் பங்கு விலைகள் குறையும்!

39. ஏற்றுமதிக்குச் சாதகமான வெளிநாட்டு உலக அமைப்புகளின் (WTO) கொள்கைகள்.

40. நம் நாட்டுக்கு வரும் FDI (Foreign Direct Investment) அளவு அதிகமானதால்.

41. மைய அரசின் வரவுக்கும் செலவுக்கும் இடையே உள்ள இடை வெளி குறைவதால் (Reduction fiscal deficit)

42. தேசப் பொருளாதாரம் பற்றிய நல்ல புள்ளி விவரங்கள் (Statistics) வெளிவருதல்.

43. விவரம் தெரிந்தவர்கள், தேசப் பொருளாதாரம் பற்றி நம்பிக்கை தெரிவித்தல்.

மேற்சொன்னவை சரியாக இருந்தால் பங்குச்சந்தை ஏறும், அந்த நிறு வனங்களின் பங்கு விலைகளும் ஏறும். அவை சரியாக, சாதகமாக இல்லாவிட்டால் இறங்கும். அதுதவிர வேறு எதற்கெல்லாம் இறங்கும். கவனிக்க... அவை தவிர, பிற காரணங்கள் கீழே.

இன்னும் எதற்கெல்லாம் இறங்கும்:

1. அரசிலோ, நிறுவனத்திலோ, பங்குச்சந்தையிலோ பெரிய ஊழல்.

2. பங்கு புரோக்கர்கள் மோசடி

3. பெரிய பங்கு புரோக்கர்கள் திவாலாகி, சந்தைக்குப் பணம் கொடுக்க முடியாது போவது. (தற்போது NSE-ல் கொண்டு வரப்பட்டுள்ள மார்ஜின் முறைகளால் இவற்றின் சாதியம் மிகக் குறைவு.)

4. திடீர் நஷ்டங்கள் (புயல், வெள்ளம், நில நடுக்கம், தீவிரவாதிகள் தாக்குதல்)

5. எதிர்பார்த்த அளவு நிறுவனத்தின் வியாபார லாப 'ரிசல்ட்' வராதது.

6. ஆண்டுக் கணக்கு முடித்தல் (FII என்றால் டிசம்பர். இந்திய நிறுவனங்கள் என்றால் மார்ச்). அவர்கள் தங்களிடம் இருக்கும் பங்குகளை பெரிய விலைகளில் விற்று அந்த ஆண்டு பெரிய லாபத்தைக் கணக்கில் காட்டுவதற்காக.

7. நிறையப்பேருக்குப் பணம் தேவைப்படும் நேரம் (வருமான வரி கட்ட...)

8. பெரிய, நல்ல பப்ளிக் இஷ்யூஸ் வரும் நேரம் (Dredging Corp., ONGC, GAIL, Petronet, Power Trading Corp எல்லாம் ஒன்றாக மார்க்கெட்டில் வந்தது.). காரணம், பலரும் அதற்காக ஏற்கெனவே தங்களிடம் இருக்கும் ஷேர்களை விற்றுவிடுவார்கள். அதிலிருந்து வந்த பணத்தை இந்தப் புதிய இஷ்யூக்களில் போடுவார்கள்.

9. குறுகிய காலத்தில் விலைகள் நிறைய ஏறிவிட்டால் (Over bought). அது சமயம் profit booking வரும். இந்த நல்ல விலையில் விற்று லாபம் பார்க்கலாமே என்று பலரும் விற்கத் தொடங்குவார்கள். அதனால்.

10. மைய அரசின்/மாநில அரசின் பட்ஜெட்டுக்கு முன்போ, பின்போ. புதிய வரிவிதிப்புகள், வரி விலக்குகள் பாதகச் சூழ்நிலைகளை உருவாக்கும் என்ற பயத்தால்.

பிப்ரவரி 2005-ல் நிதி அமைச்சர் ப.சிதம்பரம் பட்ஜெட் தாக்கல் செய்தார். வளர்ச்சி மற்றும் சமூக அக்கறை உள்ள பட்ஜெட்டாக அது பார்க்கப்பட்டது. அடுத்த ஐந்து பரிவர்த்தனை நாள்களில்

மொத்த மார்க்கெட் கேபிடலைசேஷன் 70,000 கோடி ரூபாய்கள் அதிகமானது. மார்ச் 3, 2005-ல் பத்துக்கு ஒரு ஷேர் life-time high விலை களில்.

11. இடையில் அதிகமான விடுமுறை நாள்கள் வந்தால். ஆமாம், அடுத்து சனி, ஞாயிறு உடன் வேறு விடுமுறைகள் வந்தால், மார்க்கெட் கொஞ்சம் இறங்கும். பின்பு ஏறிவிடலாம், அது வேறு விஷயம்.

12. நாடாளுமன்றத் தேர்தல் நெருங்கும்போது... புதிய அரசு எப்படியிருக்குமோ என்ற பயத்தில்.

13. நாடாளுமன்றத் தேர்தல் முடிவுகளுக்குப் பிறகு, நிலையான ஆட்சி அமையுமோ அமையாதோ என்ற பயத்தில். இது ஒரு முக்கியமான காரணி.

மே 2004 நாடாளுமன்றத் தேர்தலில் பாரதீய ஜனதா கட்சி நிச்சயம் ஜெயித்துவிடும் என்று, பங்குச்சந்தை எதிர்பார்த்தது. ஆனால் பாரதீய ஜனதா கட்சி தோற்றதோடு மட்டுமல்லாமல் எந்தக் கட்சிக்கும் பெரும் பான்மை கிடைக்கவில்லை. காங்கிரஸ் (ஐ), கம்யூனிஸ்ட் கட்சிகளின் உதவியோடுதான் ஆட்சி அமைக்கும் என்ற நிலை. அதுவும்கூட உடனடியாக முடிவாகவில்லை.

கம்யூனிஸ்ட் கட்சிகளின் சில தலைவர்கள் பாரதீய ஜனதா கட்சி நிகழ்த்தி வந்த disinvestment-க்கு எதிராகச் சில அறிக்கைகளை வெளியிட, பங்குச் சந்தையில் பெருத்த கலவரம். அடுத்தடுத்த நாள்களில் BSE Sensex ஒரேயடி யாகக் கீழே விழுந்தது. மே 6 அன்று 5757 என்று இருந்த சென்செக்ஸ் குறியீடு, தேர்தலில் யார் ஜெயிப்பார்கள் என்ற குழப்பம் காரணமாக, மே 11-ல் 5326 என்று விழுந்தது. தேர்தலில் காங்கிரஸ் வெற்றி பெறும், கம்யூ னிஸ்டுகள் உதவியுடன்தான் ஆட்சி இருக்கும், பொதுத்துறை நிறுவனங் களின் பங்குகள் பொதுமக்களுக்கு விற்கப்படாது என்ற எண்ணம் தோன்றியதும் மே 14-ல் 5070 ஆக விழுந்தது.

சனி, ஞாயிறு விடுமுறைக்குப் பின் திங்கள், மே 17-ல் வெளிநாட்டு நிறுவனங்கள் அனைத்தும் போட்டி போட்டுக்கொண்டு விற்றதில் சென்செக்ஸ் 4506-ஐத் தொட்டது. பங்குச்சந்தை நிர்வாகங்கள் தலையிட்டு வர்த்தகத்தை முடக்கிவைக்க வேண்டி வந்தது.

அடுத்த நாள், மே 18, மன்மோகன் சிங் பிரதமராவார் என்று செய்தி வந்ததும் மீண்டும் சென்செக்ஸ் 4877 என்று மேலே ஏறியது.

அடுத்த சில வாரங்களுக்கு 5000-ஐ ஒட்டியே மேலும் கீழுமாக ஆடியது. இரண்டு மாதங்களுக்குப் பிறகுதான், பொருளாதார நிலைமைகள்

நன்றாகவே இருக்கின்றன என்று கொஞ்சம் கொஞ்சமாக மேலே ஏறிக்கொண்டே போனது 2008.

2009 மே மாதம் வந்த தேர்தல் முடிவுகள் இந்தியாவில் மட்டுமல்ல, உலகத்தில் எந்தப் பங்குச் சந்தையிலும் இதுவரை நடக்காத அதிசயத்தை நடத்திகாட்டின.

தனிப் பெரும்பான்மை இல்லாமல் 'ஆதரவு' தரும் கட்சிகளுடன் ஆட்சி அமைத்து எந்த முடிவும் எடுக்க முடியாமல் திண்டாடிக் கொண்டிருந்த காங்கிரஸ் கட்சி, வலுவான கட்சியாக ஜெயித்தது மட்டுமல்ல, எதையும் செய்யவிடாமல் தடுத்த கம்யூனிஸ்ட் கட்சி ஆதாவின்றியே ஆட்சி அமைப்பாளர்கள். ரிசல்ட் சனிக்கிழமை வெளி வருகிறது. அன்றைக்கு பங்கு சந்தை கிடையாது. ஞாயிறுப் பின் திங்கட்கிாமை. காலை 9.15 மணி. பரவாயில்லை. இன்றைக்கு விலைகள் ஓரளவு உயரும் என்ற எதிர் பார்ப்புடன் பெரும்பாலான முதலீட்டாளர்கள் உள்ளே வந்தார்கள். நடந்தது என்ன தெரியுமா? பிரீஸ். Freeze என்றால் பியூஸ் போய்விட்டது என்று அர்த்தம். ஒரேயடியாக 10%-க்கும் அதிகமாக பங்கு விலைகள் எகிறியதால் (ஆமாமாம்... உயர்ந்தது என்பதெல்லாம் அதற்கு சாதாரண வார்த்தை) பங்கு வர்த்தகம் நிறுத்தப்பட்டது. எவருக்கும் எதுவும் புரியவில்லை. F20-ல் பெரும்பாலான நல்ல பங்குகள் பையர் பிரீஸ்!

NSE-ல் மட்டுமல்ல BSE-யிலும் இதில் வேடிக்கை என்னவென்றால், கையில் பங்குகள் இல்லாமலே 'ஷார்ட்' அடிக்கும் கரடிகள், அந்த முறை, தேர்தல் முடிவுகளால் பங்கு சந்தைகளில் கண்டிப்பாக இறக்கம் இருக்கும் என்று 'கணித்து' இரக்கமில்லாமல் (கைகளில் பங்குகளும் இல்லாமல்) இஷ்டத்திற்கு விற்று வைத்திருந்தார்கள். ஆனால் வந்த ரிசல்ட்டோ சில கட்சிகளுக்கு மட்டுமல்ல, இவர்களுக்கும் வயிற்றில் புளியை கரைத்தது. திங்கட்கிழமை வர்த்தகம் தொடங்கிலும் முதல் வேலையாக 'ஷார்ட்'டை கவர் செய்துவிடலாம் என்று முயற்சிக்க, அதேநேரம், மதில் மேல் பூனையாக அது வாங்காமல் வரை காத்திருந்த முதலீட்டாளர்களும், வாங்க முயற்சிக்க, பங்கு சந்தை முழுக்க வாங்குபவர்களால் நிறைந்து விட்டது. விற்பாரில்லை. 'கம்பிளீட்டாக ஏன் சைடு மேட்ச்' ஆகிவிட்டது. அதனால் பிரீஸ்.

சிலமணி நேரங்கள் இடைவெளிவிட்டு மீண்டும் வர்த்தகத்தை தொடங் கினால், அடேயப்பா திரும்பவும் ஒரு 'டமால்'. ஆமாம் இன்னொரு பிரீஸ். 'சரி, இதோடு இன்றைக்கும் ஆட்டம் போதும்' என்று கடைகளை மூடிவிடாதீர்கள்.

அன்றைக்கு ஒருநாள் (18 மே 2009) மட்டும் நிப்டி 636 புள்ளிகள், அதாவத 17.33 %மும் சென்செக்ஸ் 2099 புள்ளிகளும் உயர்ந்தன. ரிலையன்ஸ் பங்கு

349 ரூ (17.92%), பார்தி ஏர்டெல் 26%, ஐசிஐசிஐ பேங்க் 26%, ஹெச்டிஎஃப்சி 28%, டிஎல்எஃப் 25%, ஹீரோ ஹோண்டா 26% என்று எல்லாம் இன்டெக்ஸ் பங்குகளின் விலைகளும் வான்உயரத்தில் வாங்கி வைத் திருந்தவர்களுக்கு அமாவாசை சோறேதான். சாதா அமாவாசை அல்ல, மாலயபட்ச அமாவாசை!

முன்பெல்லாம் தேர்தல் அறிவிப்பு வந்ததும் மகேந்திரா - மகேந்திரா ஷேர்கள் ஏறும். அதிக ஜீப்புகள் விற்குமாம். பட்ஜெட்டில், சிகரெட்டுக்கு வரிகூட்டியிருந்தால் ITC ஷேர்விலை இறங்கும். அதேபோல, பெட்ரோல் மீது வரி அதிகரித்தால் சைக்கிள் கம்பெனிகள் (TI) ஷேர்விலை கூடும்! நல்ல மழை பெய்தால், டிராக்டர் கம்பெனிகள், உரக் கம்பெனிகளின் ஷேர்கள் விலை ஏறும்!

ரிசர்வ் வங்கி CRR விகிதத்தை ஏற்றினால் வங்கி பங்குகள் விலைக் குறையும். அவை வட்டிக்குக் கொடுத்து வாங்கக்கூடிய பணம் குறையுமே!

ஏற்றப் போகிறார்கள் என்று பயந்து கொண்டிருக்கையில், ஏற்றாமல் விட்டாலே பங்கு விலைகள் உயரும். அதிலும் குறிப்பாக வட்டி விகிதங் களுடன் கூடுதல் மற்றும் நேரடி தொடர்புடைய வங்கி பங்குகள், ஆட்டோமொபைஸ் மற்றும் கட்டுமான நிறுவனம் பங்கு விலைகள். CRR. Reporates போன்றவற்றை ஏற்றுவார்கள் என்று எதிர்பார்க்கையில், இறக்கி விட்டார்களோ, அவ்வளவுதான் மீண்டும் ஒரு 'மே 18, 2009' தான்.

7

ஷேரில் பணம் சம்பாதிக்க பல்வேறு வழிமுறைகள்

பணம் சம்பாதிக்க பல்வேறு வழிமுறைகள் உண்டு என்பதை நாம் ஏற்கெனவே பார்த்தோம். அவற்றைக் குறிப்பாகவும் விரிவாகவும் பார்ப்பதற்குமுன்...

நம்முடைய சூழ்நிலை / நிலைமை என்ன? நம்முடைய தேவை என்ன? என்பவற்றைக் கவனித்து, கணித்த பின், நமக்கு ஏற்றதொரு வழி முறையைப் பின்பற்றலாம்.

நம்மில் சிலர் வேலையில் இருக்கிறோம். மாத வருமானம் வருகிறது. வேறு சிலருக்கு கணவனோ, மனைவியோ நன்கு சம்பாதிக்கிறார்கள். சிலருக்கு விவசாயம் அல்லது வியாபாரம் என்று எதிலிருந்தாவது வருமானம் வருகிறது.

இவர்கள் எல்லாம் ஒருவகை. இவர்கள் தங்கள் மாதாந்திரச் செலவுக்குத் தேவையான பணத்துக்கு வழி வைத்திருக்கிறார்கள். அதனால் ஷேர்களில் இவர்களுடைய எதிர்பார்ப்பு என்பது ஒரு குறிப்பட்ட மாதிரி மாதாமாதம் இதிலிருந்து சம்பாதிக்க வேண்டும் என்று கட்டாய மில்லாதவர்கள்.

வேறு சிலருக்கு நிரந்தரமான மாத வருமானம் கிடையாது. அல்லது கொஞ்சம்தான் வருகிறது. ஷேரில் ஏதாவது வழி கிடைக்குமா என்று பார்க்கிறார்கள். இவர்கள் எதிர்பார்ப்பு வேறு. இவர்களின் அணுகு முறையும் வேறாகத்தான் இருக்கும்.

சிலர் வயதானவர்களாக, பணி ஓய்வு பெற்றவர்களாக இருக்கலாம். கையில் கணிசமாகப் பணம் இருக்கும். ஆனால் அவ்வளவுதான். இனிப் புதிதாக வருமானம் தரக்கூடிய வாய்ப்புகள் ஏதுமில்லை என்ற நிலையில் இருக்கலாம். ஆக இவர்களுக்கு இருக்கும் பணம், பத்திரமாக இருக்க வேண்டியது மிக அவசியம்.

143

இவற்றைப் பொறுத்து ஒருவர் தன் பணத்தை எதில் (ஷேர்களில் உள்ள பல வகையானவற்றில் அல்லது டிபென்ச்சர்களில் அல்லது மியூச்சுவல் ஃபண்டுகளில்) போடலாம் என்று முடிவெடுக்க வேண்டும். தொடர்ச்சியாக, சீராக வரும் வருமானமா(Regular Income) அல்லது முதல் பெருக்கமா (Capital Appreciation) அல்லது வருமானம் குறைந்தாலும் ரிஸ்க்கே இல்லாத பாதுகாப்பான முதலீடா? அதுவும் Long term-ஆ, Short term-ஆ?

இவற்றைப் பொறுத்துதான் அணுகுமுறை அமைய வேண்டும். இப்பொழுது பல்வேறு அணுகுமுறைகள்.

❍ **'IPO-க்கு' விண்ணப்பிப்பது**

இது நாம் ஏற்கெனவே பார்த்தது. செகண்டரி மார்க்கெட்டில் நாம் கொஞ்சம் மயங்கிவிடுவோம், சரியாக யோசிக்காது, Impulsive-வாக எதையாவது செய்து விடுவோம் என்ற பயமிருந்தால், அப்படிப்பட்டவர்களுக்கு இந்த முறைதான் சிறந்தது.

நல்ல பொது விநியோகத்திற்காகக் காத்திருப்பது. பொதுவாக ஷேர் மார்க்கெட் நன்றாக இருக்கையில், விலைகள் ஏறுமுகமாக இருக்கையில்தான் பெரும்பாலும் இதுபோலப் புது இஷ்யூக்கள் வரும். ஆனால் வருவது எல்லாம் நல்ல இஷ்யூக்கள் என்று சொல்லிவிட முடியாது.

2011-12ன் முதல் 9 மாதங்களில் வெளியிடப்பட்ட 38 பப்ளிக் ஆபர்களின் மூலம் ரூ. 6004 திரட்டப்பட்டது. 38 வெளியீடுகளில், 11 நிறுவனங்களின் விலைகள் மட்டுமே அக்டோபர் 2011-ல், வெளியிடப்பட்ட விலையை விட கூடுதல் விலைக்கு பரிவர்த்தனை ஆகிறது. 22 நிறுவன பங்குகளின் விலை, வெளியீட்டு விலையைவிட குறைவு.

வெளிமார்க்கெட்டே தேவலாம் என்பதபோல, நிறுவனங்கள் வைக்கும் விலைகள் தெரிகின்றன. உதாரணத்திற்கு சிலவற்றைப் பார்த்தால் வயிறு எரியும்.

அடப்பாவிகளா! வெளியிட்ட விலையைவிட 85% குறைவா! அடுக்குமா இது என்றுதான கேட்கத் தோன்றுகிறது.

இதில் என்ன வேடிக்கை என்றால (நாம் போடவில்லையல்லவா, அதனால்தான். இல்லாவிட்டால் வயிற்றெரிச்சல்தான்!) இப்படி பொது வினியோகம் செய்யப்படும் 180களை ஆராய்ந்து அவற்றுக்கு கிரேடு கொடுக்கும் முறையும் வழக்கத்திற்கு வந்தாகிவிட்டது.

சில்பி கேபிள் என்கிற நிறுவனம் பெற்ற கிரேடு 1. மட்டம் என்று அர்த்தம். ஆனால் அந்த வெளியிடு மிகுந்த வரவேற்பு பெற்றது!

IPO வெளியிட்ட நிறுவனங்கள்	வெளியிட்ட விலை	அக். 11-ல் விலை	உயர்வு %
பாரதீய குளோபல்	82	12	15
செர்வலக்ஷ்மி பேப்பர்	29	6.32	22
புரூக்ஸ் லேப்	100	22	22
RDB ரசாயனா	79	21	27
சாங்கவி போர்ஜிங் & இஞ்சினீயரிங்	85	24	28

நிறுவனம் கேட்டதைப் போல 6 மடங்கு ஓவர் சப்ஸ்கிருப்ஷன்!! பின்னர் அதன் விலை எவ்வளவு வீழ்ந்தது தெரியுமா? 79% டிம்பர்ஹோம் என்கிற நிறுவனம் இதைவிட கில்லாடி போல. அதுவும் கிரேடு 1 வாங்கிவிட்டு, 14 மடங்கு சப்ஸ்கிருப்ஷன் பெற்றிருக்கிறது. விலை பாதிக்குபாதி. (நம்ம பணத்தில் வேறு எவருக்கோ பாதி!)

ஆமாம். அப்படித்தான் சொல்லப்படுகிறது. சில நிறுவனங்கள் தங்கள் வெளியிடும் பங்குகளுக்கு கூடுதல்விலை வைத்துவிட்டு, அவற்றை சில குறிப்பிட்ட நபர்களிடம் தள்ளுபடி விலையில் தள்ளிவிடு வார்களாம். அவர்கள் கண்டவர்கள் பெயர்களிலும் (இருக்க நபர்கள் தான். இல்லாத நபர்களில்லை) விண்ணப்பம் செய்து, சப்கிருப்ஷன் அதிகமாவதுபோல காட்டி, மற்றவர்களையும் விண்ணப்பிக்கச் செய்வார்களாம். தவிர, அப்படி இப்படி என்று செய்திகளையும் கிளப்பி விடுவார்களாம்.

பின்பு லிஸ்ட் செய்யப்படும் அன்று அவர்கள் பெற்ற பங்குகளை வந்த விலைக்கு விற்றுவிட்டு ஓடுவார்களாம். அவர்களுக்கு குறைந்த விலைக்குத்தானே தரப்பட்டது. உதாரணத்திற்கு RDB நிறுவன பங்கு வெளியிடப்பட்டது. ரூ. 79க்கு முதல் நாள் அது தொட்ட விலை ரூ.18.5 (கொலை!)

ஆகவே, IPOகளில் கவனம் தேவை. நல்ல இஷ்யுக்களும் வரும். அவற்றின் அடையாளம், அந்த IPOவில் முதல் ஒன்றிரண்டு நாட்களில் 'இன்ஸ்டிரூஷன்ஸ் பகுதி' எவ்வளவு சப்ஸ்கிரைப் ஆகிறது என்றுதான்.

LIC, UTI பரஸ்பர நிதிகள், FII கள் போன்ற பெரிய பெரிய நிறுவனங்களும் IPOகளில் விண்ணப்பிக்கும். ஆனால் அவற்றிற்கான

அளவும் பகுதியும் தனி. அது எவ்வளவு வியாபாரம் ஆகிறது. என்ன கவனத்தால் நல்ல இஷ்யு, சுமார் இஷ்யுவை அடையாளம் கண்டு கொண்டு விடலாம்.

சிலர் மிக சாமர்த்தியமாக ஒதுங்கியிருப்பார்கள். இஷ்யு முடிந்து, லிஸ்டில் தினம் வரும் வரை காத்திருப்பார்கள். அன்று விலை ஏறினால் வாங்குவார்கள். ஆனால் அதிலும் பிரச்னைகள் வந்து விட்டன. முதல்நாள் ஆகா ஒஹோ என்று விலை ஏற்றி (ஏமாற்றி) விட்டு, ஒன்றிரண்டு நாட்களில் அன்று அதேநாளின் பிற்பகுதியில் டமாரென்று போட்டு உடைப்பார்கள். சங்வி போர்ஜிங், பிறந்த நாள் அன்று (லிஸ்டிங் தினம்தான்) வெளியிடப்பட்ட விலைவைவிட 32% கூடுதல். பின்னால் 72% குறைவு. டிம்பர்ஹோம் வெளியிடப்பட்ட விலை 63. முதல் நாள் லிஸ்டிங் போது விலை 91. தற்சமயம் (அக்டோபர்' 11ல்) ரூ. 33.

மொத்த மார்க்கெட்டிலும் சென்டிமெண்ட் சரியில்லை என்றால் IPOவுக்கு பிறகு விலைகள் விழத்தான் செய்யும். ஆனால் நல்ல நிறுவன பங்குகளின் விலைகள் ஓரளவேவிழும். ஒரேயடியாக விழாது. L&T பைனான்ஸ் 1245 கோடிக்கு பங்குகள் வெளியிட்டது. அதன்விலையும் அதே ஒப்பிடக்கூடிய காலத்தில் விழுந்தது. எவ்வளவு? 7% அவ்வளவு தான்.

சில IPOகள் அள்ளிக் கொடுப்பதும் உண்டு. அவற்றையும் பார்த்து விடலாம்.

அவ்வப்பொழுது எதைச் சொன்னால் வியாபாரம் ஆகுமோ அதைச் சொல்லி பப்ளிக் இஷ்யூ வெளியிடுவார்கள். தங்கள் கம்பெனிகளின் பேர்களையும் இஷ்டத்துக்கு மாற்றுவார்கள். முன்பெல்லாம் பெட்ரோ கெமிக்கல்ஸ், அதன்பின் சாஃப்ட்வேர், பயோ டெக்னாலஜி சில சமயங்களில் சிமெண்ட், இல்லையென்றால் கம்யூனிகேஷன். 2005-ல் கட்டுமானம் (Infrastructure), உலோகங்கள் (Metals), சர்க்கரை (Sugar). 2006-ல் மின்உற்பத்தி (Power Generation).

புது இஷ்யூக்களில் அதன் 'பிராஸ்பெக்டஸ்' வாங்கி முழுமையாகப் படிப்பது நல்லது. கடந்த ஆண்டுகளில் அதன் வியாபாரம் எப்படி இருந்தது? யாரெல்லாம் நிர்வாகத்தில் இருக்கிறார்கள்? எவ்வளவு லாபம் ஈட்டியுள்ளது? சமீப ஆண்டுகளில் லாபம் கூடியிருந்தால் அது எதனால் என்ற விவரம் உள்ளதா? முகப்பு விலை என்ன? ஷேர் பிரிமியம் என்ன?

மார்க்கெட்டில் இருப்பது எல்லாம் பத்து ரூபாய் முகப்பு விலை (Face value) உள்ள ஷேர்கள் அல்ல. உதாரணத்துக்கு சில ஆண்டுகளுக்கு முன் மாருதி

IPO வெளியிட்ட நிறுவனங்கள்	வெளியிட்ட விலை	அக். 11-ல் விலை	உயர்வு %
பிர்லா பாசிபைஸ்	10	18	80
ஆஞ்சனேயா லைப்கேர்	234	411	74
டிரி அவுஸ்	135	176	30
பிரகாஷ் கான்ஸ்டிப்ராவெல்	138	178	29
இன்வென்ச்சர் குரோத் செக்யூரிட்டீஸ்	117	148	26

கார் நிறுவனம் ஷேர் வெளியிட்டார்கள். ரூ.125 என்று பிரிமியத்தில் கொடுத்தார்கள். இது எத்தனை ரூபாய் ஷேர் தெரியுமா? 5 ரூபாய் ஷேர்! வெளிவந்த ஓராண்டுக்குள் அது ரூ.475ஐத் தொட்டது வேறு கதை. அதன் பிறகு இண்டியா புல்ஸ் ரூ.29க்குக் கொடுத்தார்கள். ரூ.2-ன் முகமதிப்பு உள்ள ஒரு ஷேர் ரூ.640 வரை போயிற்று. பிற்பாடு தலைகுப்புற விழுந்தது.

நல்ல பப்ளிக் இஷ்யூக்களாகப் பார்த்து விண்ணப்பிப்பது, அலாட்மெண்ட் பெற்று லாபம் கிடைக்கும் பொழுது விற்றுவிடுவது ஒருமுறை. கவனமாக செய்தால் இதிலும் பணம் செய்யலாம்.

2006-ல் முதலீட்டாளருக்கு அள்ளிக் கொடுத்த IPO க்களும் நிறையப் பேர் வந்தனர். அள்ளி என்றால் உண்மையிலேயே அள்ளிவிட்டவை.

○ பப்ளிக் இஷ்யூ லிஸ்ட் செய்யப்பட்டதும் வாங்குவது

நாம் பப்ளிக் இஷ்யூவுக்கு விண்ணப்பிக்கவில்லை. அல்லது, விண்ணப்பித்தும் நமக்குக் கிடைக்கவில்லை. அது நல்ல ஷேர் என்று தெரிகிறது (சில ஆண்டுகளுக்கு முன்பு வெளியிடப்பட்ட டெக் மகேந்திரா போல). கவலைப்பட வேண்டாம். கத்தரிக்காய் விளைந்தால் சந்தைக்கு வந்து தானே ஆக வேண்டும்? வந்ததும் சரியான விலையாக இருந்தால் வாங்கி விட வேண்டும்.

உதாரணமாக, கோல் இந்தியா ஐ.பி.ஓ.வில் விண்ணப்பித்தவர்கள் அனைவருக்கும் அது கிடைக்கவில்லை. அது மார்க்கெட்டுக்கு விற்பனைக்கு வந்ததும் 340 ரூபாய் அளவில் விலை போனது என்று

ஞாபகம். அலாட்மெண்ட் கிடைத்தவர்கள் சிலர் சந்தோஷமாக விற்றார்கள். பின்னே, அவர்களுக்குச் செலவு ரூ.232.75, வரவு ரூ.340. அதுவும் ஒரே மாதத்துக்குள்! பின்னால் ஏறுகிறதோ, இறங்குகிறதோ எனக்கென்னாச்சு? இன்றைக்கு லாபம் ஒரு ஷேருக்கு ரூ. 100-க்கு மேல். சூப்பரல்லவா அவர்கள் அணுகுமுறை! (போன எண் 1-ல் சொன்ன அணுகுமுறை)

நாம் இப்பொழுது பார்ப்பது இரண்டாம் வகை. கோல் இந்தியா ஷேருக்கு விலை ரூ.552 தானா! இல்லை. இது, இதுவும் தரும். இதற்கு மேலேயும் தரும். விலை நிச்சயம் ஏறும் என்று உடனே வெளிச் சந்தையில் ரூபாய் 340-க்கு வாங்கி விடுவார்கள். பின்னர் டென் மகேந்திரா பங்கு விலை 900-க்கு மேல் போனது.

இவர்கள் அணுகுமுறை சரியாகவும் வரலாம். சரியில்லாமலும் போகலாம். எல்லாம் கோல் இந்தியா 2010-ல் ஆனதைப்போல ஆக வேண்டும் என்றில்லை. அது பல விஷயங்களைப் பொறுத்தது.

உதாரணத்துக்கு, பார்தி டெலி ஷேர்கள் அலாட் ஆனது 45 ரூபாய்க்கு. லிஸ்ட் செய்தது அதே விலையில் கொஞ்ச நாளில் விலை ரூபாய் 35, 25 என்று இறங்கி விட்டது. லிஸ்ட்டிங்கின்போது ரூபாய் 45-க்கு வாங்கி யிருந்தால், 25 வந்தபோது நொந்து போயிருப்பார்கள். அதே ஷேர் பிற்பாடு 2001-ல் (பத்து ரூபாய் பங்கு இரண்டு 5 ரூபாய் பங்குகள் ஆன பிறகு, ஒவ்வொன்றும் விலை ரூ. 420. மொத்தத்தில் ரூ. 840. 700 ரூபாய்க்கு மேல்.

சில ஆண்டுகளுக்கு முன் வெளியிடப்பட்ட மாருதி, லிஸ்டிங்கின்போது 270, பின்பு ஒருமுகமாக ஏறி ஏறி, 480, 500 என்று போனது. பின்பு 1600 என்று ஆனது. அவரவர் அதிர்ஷ்டம் என்பார்கள். ஹூம் நேரம்! ஆமாம் மார்க்கெட் மொத்தமாக ஏறுமுகமா, இறங்குமுகமா அதையும் பொருத்தது இவை.

இதற்கு சரியான உதாரணம் ப்ரமிட் சமீரா ஷேர். அது வெளியிடப்பட்ட விலை ரூ.140. லிஸ்ட் செய்யப்பட்டது ரூ.100-ல். அடுத்த சில நாள்களி லேயே 200 ரூபாய்க்குப் போய்விட்டது. பின்பு அதன் விலை ரூ.290, 314.

சிலர் சொல்வதுண்டு, 'பப்ளிக் இஷ்யூ வேண்டாம் சார், ஏன் அவசரப் பட்டு மாட்டிக்கணும்? இஷ்யூ சைஸ் பெரிசு. எப்படியும் அலாட் மெண்ட் முடிஞ்சதும் மார்க்கெட்டுக்கு வரும். எல்லாம் விற்பார்கள். விலை இறங்கும். அப்ப வாங்கிக்கலாம்.' சமயங்களில் இப்படியும் நடந்திருக்கிறது. உதாரணம் ரிலையன்ஸ் பவர் 2008-ம் ஆண்டு ரூ. 430க்கு வெளியிடபட்டது. பட்டியலில் இடப்பட்ட அன்றே அடி. தொடக் கத்தில் 530 போன ஷேர், அன்றைய தினமே ரூ. 386க்கு வந்தது.

உலகத்திலேயே பெரிய இஷ்யு (விவகாரம்) ஆகிவிட்டது. அதன் 2011 விலை வெறும் 75.

○ கூடுதலாக வாங்குதல்

நியூ இஷ்யூவில் கிடைத்தாயிற்று. நல்ல ஷேர் என்று தெரிகிறது. அதனால் கிடைத்தது போக, மேலும் மேலும் அதே ஷேர் வாங்கலாம். பல விலைகளிலும் வாங்கலாம். சமயம் வரும்போது விற்று விடலாம். இது மூன்றாவது முறை.

○ டிவிடெண்ட் கொடுக்கும் கம்பெனிகள்

இதுவரை பார்த்த முறைகள், பொதுவிநியோகம் அல்லது அது முடிந்ததும் அந்த ஷேர்களை வாங்குவது. இப்பொழுது பார்க்க இருப்பது 'செகண்டரி மார்க்கெட்' எனப்படும் சந்தையில் ஏற் கெனவே வெளியிடப்பட்டு பரிவர்த்தனை நடந்து கொண்டிருக்கும் பங்குகளை வாங்குவது பற்றியது. அதில் ஒரு முறை.

நல்ல டிவிடெண்ட் கொடுக்கும், நல்ல கம்பெனி ஷேர்களாகப் பார்த்து வாங்கிக் கொள்ள வேண்டியது. அதன் முதல் பெருக வேண்டும் (Capital Appreciation) என்று அவசியமில்லை. டிவிடெண்ட்தான் (Dividend) வருடாவருடம் நிரந்தரமாக வரும். அதற்கு வரியும் இல்லை.

2010-2011 நிதியாண்டுக்கு ஹீரோ ஹோண்டா நிறுவனம் கொடுத்துள்ள டிவிடெண்ட் எவ்வளவு தெரியுமா? மூர்ச்சை ஆகிவிடாதீர்கள். 5250 சதவிகிதம்... ஆமாம் 100 ரூபாய் முதலுக்கு 5250 ரூபாய் வட்டி போல! அதற்கு முந்தைய இரண்டு வருடங்களில் 5500% மற்றும் 1000% கொடுத்துள்ளது அதே நிறுவனம்.

வங்கி வைப்புகள் (ரூபாய் ஒரு லட்சத்துக்கும் மேல்) முதலிய நாம் முன்பு பார்த்த பலவித வட்டிகளுக்கும் வருமான வரி உண்டு. அதுவும் Tax Deducted at Source - TDS என்று சொல்வார்கள். வட்டி தருபவரே வரியினைப் படித்துக் கொண்டுதான் தருகிறார். டிவிடெண்டில் அந்தத் தொல்லை இல்லை.

தற்பொழுது வட்டி விகிதங்கள் மிகவும் குறைந்து 8.5 - 9% உள்ளன. அதே நேரம், 6 - 7% வரை வருமானம் வருவதுபோல டிவிடெண்ட் தரும் நிறுவனங்கள் உண்டு. உதாரணத்திற்கு 90ரூ விற்கும் IOB பங்குகள் 23 ரூபாய் விற்கும் அசோக் லேலண்டு பங்குகள்.

நிறுவனங்கள் தரும் டிவிடெண்ட் நல்ல வருமானமாகிறது. இதுபோக ஷேர் விலையும் கூடினால் கூடுதல் லாபம்தானே! பாங்கில் டெப்பா

சிட்டாகப் போட்டு வைப்பதைவிட, நன்கு நடைபெறும் நிறுவனங் களாக, நல்ல டிவிடெண்ட் தரும் நிறுவனங்களாகப் பார்த்து அவற்றைச் சரியான விலையில் வாங்கி வைத்துக் கொள்ள வேண்டும். ஏதோ 'கன்னாபின்னா' வென்று விலைக்கு வாங்கக் கூடாது. காமெடி டயலாக் சொல்லும்போது தேவைப்படுவதுபோல, ஷேர் வாங்குவதிலும் 'டைமிங்' முக்கியம்.

❍ **முதல் பெருகுவதற்காக ஷேர்கள் வாங்குவது**

எனக்கு இந்த வருடா வருடம் வரும் டிவிடெண்ட் எல்லாம் முக்கியம் இல்லை. நான் எதிர்பார்ப்பது ஒரு சாலிடான (Solid) அதிகரிப்பு என்பவர்கள் இந்த வகையினர்.

50,000 ரூபாய்க்கு ஷேர் வாங்கி அது 70,000, 80,000 ரூபாய் ஆக வேண்டும். 20, 30 ஆயிரம் லம்ப்பாகப் பார்க்க வேண்டும் என்று நினைப்பவர்கள் உண்டு.

நன்றாக வேலை செய்யும், நல்ல தொழிலில் இருக்கும், நல்ல நிர்வாகம் உள்ள நிறுவனத்தின் பங்குகளை, சரியான விலையில் வாங்கி வைத்து விடலாம் (நான்கும் முக்கியம்).

நாம் வாங்கிய பிறகு அதன் விலை ஏறும், விலை இறங்கும், மார்க்கெட் நிலவரத்தைப் பொறுத்து. நமக்கென்ன, நாம் வாங்கி வைத்திருப்ப தென்னவோ நல்ல Solid-ஆன கம்பெனி ஷேர்கள். பேசாமல் இருக்க வேண்டும்.

நல்ல கணிசமான தொகை வாங்கிய கொஞ்ச நாட்களிலேயே கூட லாபமாகக் கிடைக்கும் வாய்ப்பிருந்தால் கண்ணை மூடிக் கொண்டு விற்று லாபம் பார்த்து விடுங்கள்.

பங்குகள்	குறைந்தபட்ச மற்றும் அதிகபட்ச விலைகள்				
	2008	2009	2010	2011	2014
ICICI	282-1465	252-983	773-1277	762-1157	189-366
HDFC	1202-3257	1116-2875	2920-3139	2910-3690	755-1178
பாரதி ஏர்டெல்	484-1010	459-990	508-763	608-889	282-420
TCS	418-1078	355-805	692-1179	902-1247	1995-2840

இன்ஃபோஸிஸ், டிசிஎஸ், விப்ரோ, கல்ஸ், சில டிவிஎஸ் நிறுவனப் பங்குகள், சில முருகப்பா குழுமப் பங்குகள், சில டாடா குரூப் நிறுவன ஷேர்கள் உள்ளன. இவை மட்டுமல்ல. இவற்றை வாங்கச் சரியான நேரம் மார்க்கெட் தொடர்ந்து வீழும் நேரம்தான்.

குறிப்பிட்ட ஆண்டுகளுக்கு ஒருமுறை இவை தாழ வந்துவிட்டு மீண்டும் உயரப் பறக்கின்றன. இது தொடர்ந்து நடந்து கொண்டுதான் இருக்கிறது. சிலர் இந்த முறையில் நிதானமாகப் பணம் பார்த்துக் கொண்டுதான் இருக்கிறார்கள்.

உதாரணங்கள் பார்க்க வேண்டுமா? ஏராளமாகவே இருக்கின்றன.

ஒவ்வொரு ஆண்டும் எவ்வளவு வாய்ப்புகள் வருகின்றன பார்த்தீர்களா?

❍ வாங்கி, வாங்கி விற்றல்

இந்த முறை 'முதலீடு' என்ற Investment வகை இல்லை. இது Trading முறையைச் சேர்ந்தது. இதைச் செய்வதற்குத் தொடர்ந்து சந்தையுடன் இருக்கும் பொறுமையும், நேரமும், மனோபாவமும் வேண்டும். இருப்பவர்கள் மட்டும் முயற்சிக்கலாம். நாம் முன்பு சொன்னதுபோல, நல்ல நிறுவன ஷேர்களாக, அதே நேரத்தில் நிறைய நபர்களின் கவனத்தைக் கவர்ந்த ஷேர்களாக இருக்க வேண்டும். அதாவது ஹை வால்யூம் (High volume).

மும்பை பங்குச்சந்தையில் 'A' குரூப்பில் பரிவர்த்தனை நடக்கும் ஷேர்கள் மற்றும் NSE-ல் 50 Nifty ஷேர்களும் இதற்கு நன்கு பொருந்தும். முதலில் நம்மால் எவ்வளவு பணம் இதற்கென்று ஒதுக்கிவிட முடியுமென்பதை முடிவு செய்துகொள்ள வேண்டும்.

இல்லையென்றால், சமயத்தில் நம்மைப் பெரிய வம்பில் கொண்டு மாட்டிவிடும். நாமே நம் மீது ஒரு கட்டுப்பாட்டை ஏற்படுத்திக்கொள்ள வேண்டும்.

இதற்கான தொகை என்பது நபருக்கு நபர் மாறுபடலாம். தாங்கக் கூடிய அளவு மட்டுமே பணத்தை இதில் போட்டுப் புரட்ட வேண்டும். (எதிலும் அப்படித்தான், இதில் இன்னும் கூடுதல் கவனத்துடன்).

ஆயிற்றா, இப்பொழுது நம்மிடம் 1,00,000 ரூபாய் இருக்கிறது. என்ன செய்வது? எந்த ஷேர், இல்லை இல்லை எந்த நல்ல ஷேர் நிறைய வாலட்டைலாக (Volatile) ஆக உள்ளது என்று பார்க்க வேண்டும்.

தினம் தினம் நிறைய ஏறி இறங்கும் ஆக்டிவ்வான, நல்ல கணிசமான தொகை ஏறி இறங்கும் ஷேர்தான் இந்த வகைக்குச் சரி.

உதாரணத்துக்கு ரிலையன்ஸ், இன்ஃபோசிஸ், ONGC முதலிய பங்குகளை எடுத்துக் கொள்வோம். இந்த ஷேர்களின் (அல்லது உங்களுக்கு சரி என்று தோன்றும். வேறு இதுபோன்ற ஷேர்களின்) விலைகளை ஒரு வாரத்து தினசரி பேப்பர் எடுத்துப் பாருங்கள்.

தினசரி அதிகம் (Day's high) தினசரியின் குறைவு விலை (Day's low) என்ன? என்று பாருங்கள்.

	குறைந்த விலை	அதிக விலை
உதாரணத்துக்கு ரிலையன்ஸ்		
(திங்கள்)	830	840
(செவ்வாய்)	822	835
(புதன்)	836	840

என்பதுபோல இருக்கும். இதிலிருந்து என்ன தெரிகிறது? தினம் தினம் பல்வேறு விலைகளில் ரிலையன்ஸ் பங்கு பரிவர்த்தனை செய்யப் படுகிறது.

நாம் என்ன செய்யலாம்?

நாம் 175 ரிலையன்ஸ் ஷேர், சரியான விலையில் வாங்கி வைத்துக் கொள்ளலாம். காலையில் பார்க்கிறோம், ரிலையன்ஸ் ஷேர் ஏறியிருக்கிறது. என்ன செய்யலாம்? நம்மிடம் உள்ளதில் (175ல்) 25ஐ விற்றுவிடலாம். வாங்கியதைவிடக் கூட விலைக்கு. அப்பொழுதே, புரோக்கரிடம் நாம் விற்ற விலையைவிட அன்றே திரும்பவும் அந்த ஷேர் விலை இறங்கினால், இன்ன விலையில் மீண்டும் வாங்கவும் என்று சொல்லி விடலாம்.

அதாவது நாம் முன்பு வாங்கிய விலை	ரூ. 820
நாம் இன்று 25 ஷேர் விற்ற விலை	ரூ. 832
நாம் திரும்ப வாங்கப் போட்டிருக்கும் விலை	ரூ. 824

என்ன ஆகும்? ஒன்று நமக்கு மீண்டும் அந்த 25 ஷேர் நாம் போட்ட விலையில் கிடைக்கலாம். கிடைத்தால்! நம்மிடம் பழையபடி 175 ரிலையன்ஸ் ஷேர் வந்துவிடும். இடையில் 832-க்கு விற்று மீண்டும் 824-க்கு வாங்கியதில் 1 ஷேருக்கு 8 ரூபாய் வீதம் 25 ஷேருக்கு 200 ரூபாய் கிடைக்கும். இதில் நூறு ரூபாய்க்கு 10 பைசா வரை புரோக்கரேஜில் போய்விடும். மீதம் நமக்கு லாபம். நம் ஷேர் வைத்திருக்கும் நிலைமையில் மாற்றமில்லை. இதையே 25-க்குப் பதிலாக ஐம்பதோ, நூறோ கூடச் செய்திருக்கலாம். அந்த அளவு லாபம் கிடைக்கும்.

152

இன்னொரு விதமாகவும் மார்க்கெட்டில் நடக்கும். நாம் நல்ல விலை என்று விற்றுவிட்டால் குறைந்த விலையில் மீண்டும் வாங்கிவிடலாம் என்று போட்டு வைக்கிறோம். ஆனால் அன்றைக்கு அந்த ஷேர் தொடர்ந்து விலை ஏறுகிறது.

என்னாகும்? நமக்குக் கிடைக்காது. போகட்டும், நாம் ஏற்கெனவே வாங்கிய விலையை (820) விட அதிகமான விலைக்கு அதாவது ரூ.832 க்குத்தான் விற்றிருக்கிறோம். மீதம் 150 நம் வசம் உள்ளது.

மேலும் மார்க்கெட்டைப் பார்ப்போம். விற்ற 25ஐ புரோக்கர் டெலிவரி எடுத்துக் கொள்ளட்டும். மீண்டும் அடுத்த நாள், அதற்கு அடுத்த நாள், ஏதாவது ஒருநாள் அதன் விலை இறங்கும். அல்லது இதற்குமேல் நிறைய ஏறும் என்ற தகவல் கிடைக்கும். முடிவெடுத்து மீண்டும் வாங்கலாம். அல்லது கையில் இருக்கும் 150-ல் இன்னொரு 25 அல்லது 50-ஐ விற்கலாம். ஏறிய விலையில்தானே விற்கிறோம்.

இப்படியாக ஏறினால் விற்பது, இறங்கினால் வாங்குவது. ஆனால் கையில் எப்பொழுதும் ஐம்பதாவது, நூறாவது வைத்துக் கொண்டு விற்பது. அதேபோலக் கூடுதலாக வாங்கினால், கையில் உள்ள liquid cashல் ஒரு பத்தாயிரத்துக்கு மட்டும் வாங்குவது. இப்படியே கவனமாகச் செய்வது. இதுபோலவே செய்து மாதா மாதம் ஒரு தொகை பார்த்து விடுகிறார்கள் சிலர். இன்னொரு விஷயம், டிரேட் செய்கிற அந்த ஒரு கவுண்ட்டர் (ஷேர்) பற்றி எல்லா விவரங்களும் சேகரித்து வைத்துக் கொள்வது கூடுதல் பலம்.

திறமையிருந்தால், ஒரே சமயத்தில் ஒன்றுக்கு மேற்பட்ட கவுண்ட்டர்களில் (ஷேர்களில்) டிரேட் செய்யலாம்!

- **செய்தி தெரிந்ததும் முதலில் வாங்கி,**

  முடிவதற்குள் விற்று விடுதல்

ஒரு நிறுவனத்தின் ஷேர் ஏறுவதற்கும், இறங்குவதற்கும் நிறைய காரணங்கள் உள்ளன. அந்தக் காரணங்களைச் சரியாக முன்கூட்டித் தெரிந்து கொள்வது இதில் தேவையான ஒன்று.

2001-ன் முடிவில் எனக்குத் தெரிந்த ஒருவர் சொன்னார். 'பொதுத்துறை நிறுவனங்களின் பங்குகளை மைய அரசு பொது விநியோகம் (Public issue) செய்யப்போகிறது. அதனால் இப்பொழுது அவற்றின் விலை ஏறும்.'

எனக்கு நினைவிருக்கிறது. அவர்கள் சொல்லிய போது இந்துஸ்தான் சிங்க் (Hindustan Zinc) என்ற நிறுவனத்தின் பங்குகள் விலை ரூபாய் 17. பின்பு 2004-ல் பூம் சமயத்தில் அது ரூபாய் 115 வரை உயர்ந்தது. மார்ச்

2005-ல் ரூ.189. ஜனவரி 2007ல் 767 ரூபாய் அசூர வளர்ச்சி. என்ன அற்புத வளர்ச்சி, அசுர வளர்ச்சி.

இது ஒரு சரியான அனுமானம், அல்லது செய்தி கண்டறிதல். சரியாகப் பயன்படுத்தினால் லாபம்.

டைட்டான் இன்டஸ்ட்ரீஸ் சில் போனஸ் கொடுக்கப் போகிறார்கள். டாடா நிறுவனம் ரியல் எஸ்டேட் வியாபாரத்தில் இறங்கப் போகிறார்கள். கச்சா எண்ணெய் விலை மேலும் உயரப் போகிறது என்று, செய்தி எதுவாகவும் இருக்கலாம்.

செய்தி எப்படிக் கிடைக்கும்? பலவிதமான பத்திரிகைகள், இண்டர் நெட், முதலியவற்றைப் படித்தல், பெரிய நிறுவனங்களுடன் தொடர்பு என்று பலவிதங்களிலும் கிடைக்கும்.

கிடைத்த செய்தியைச் சரியாக Interpret செய்து, கம்பெனி மீது அதன் தாக்கத்தை (Market impact) சரியாகப் புரிந்து கொள்வது. அதன்பிறகு சரியான விதத்தில், நேரத்தில் செயல்படுவது. இவையெல்லாம் சேர்ந்து லாபம் ஈட்டித் தரும்.

இதேபோல நிறுவனத்துக்கோ, பொருளாதாரத்துக்கோ சாதகமில்லாத (உறுதியான) செய்திகள் முன்கூட்டித் தெரிந்தால், கையில் இருக்கும் அந்த நிறுவனப் பங்குகளை விற்றுவிட்டு நஷ்டத்தைத் தவிர்த்திடலாம். அல்லது Futures & Option-ல் கையில் பங்குகள் இல்லாமலேயே விற்று வைக்கலாம். பின்னர் நாம் எதிர்பார்த்தபடி, அந்தப் பங்குகளின் விலை குறைய நமக்கு லாபம்தான்.

இந்த விற்று வைப்பதில் நம்மிடம் இருக்கும் பங்குகளை என்று மட்டுமல்ல, சிலர் நல்ல பெரிய நிறுவனத்தின் ஷேர்களையும், தன் கையில் இல்லாமலேயே விற்று வைப்பார்கள்.

உதாரணத்துக்கு, செப்டம்பர் 11 தாக்குதல், அரசு பத்திரங்களை S&P-டவுன் கிரேட் செய்தது போன்ற செய்திகள், அவற்றால் பங்கு சந்தைகளில் ஏற்படப் போகும் தாக்கம், மிகப் பெரியது என்பது சிலருக்குத் தெரிந்துவிடும். இதனால் பங்கு மார்க்கெட்டுகள் பெரிய அளவில் வீழும் என்று ஊகித்துவிடுவார்கள். உடனடியாக, மிகவும் அதிகப்படியாக 'மூவ்மெண்ட்ஸ்' உள்ள 'வாலட்டைல்' பங்குகளை அதிக அளவில் அவர்கள் விற்று வைப்பார்கள்.

இதுபோன்ற நட்டம் ஏற்படுத்தல், போகும் தகவல்கள் சிறிது சிறிதாய் வெளிவர, புரிய ஆரம்பிக்க, பலரும் ஜாக்கிரதை உணர்வு காரண மாகவும்கூட தங்களிடம் உள்ள பங்குகளை விற்கத் தொடங்க, விற்பதில் நெரிசல் மிகுந்து பீதியும் குழப்பமுமாகச் சந்தையில் விலைகள்

154

கடுமையாகச் சரியும். அப்பொழுது முன்பு விற்றவர்கள் மீண்டும் வாங்கி சரிக்கட்டி விடுவார்கள்.

❍ *சந்தை மனப்பான்மையைச் சாதகமாக்கிக் கொள்வது*

இந்தச் 'சந்தை மனப்பான்மை'யையே தங்களுக்குச் சாதகமாகப் பயன் படுத்திக் கொள்பவர்களும் உண்டு. நல்ல செய்தியோ, கெட்ட செய்தியோ அதன் வீச்சு எவ்வளவு? யாராலும் சொல்ல முடியாது. ஆனால் பலரும் அந்தக் களத்தில் இறங்குவார்கள்.

இந்தக் கூட்டத்திலும், சிலர் முன்னால், சிலர் பின்னால். எப்பொழுதும் முன்னால் செல்பவர்களுக்கு வாய்ப்பு அதிகம்தானே! Low hanging fruits (தாழத் தொங்கும் கனிகள்) சுலபமாகக் கிடைக்கும் என்று சொல் வார்களே அப்படி முதலில் போகும் அவர்களுக்கு வாய்ப்பு அதிகம்.

தேசத்துக்கோ அல்லது பங்கு மார்க்கெட்டுக்கோ அல்லது குறிப்பட்ட ஒரு தொழிலுக்கோ குறிப்பட்ட ஊரில் உள்ள நிறுவனங்களுக்கோ 'தீமை' எனச் செய்தி கிடைத்ததும், அதனால் பாதிக்கக்கூடிய நிறுவன ஷேர்களை விற்று வைக்கலாம். (விற்று 'வைக்கலாம்' என்றால் விலை குறைந்ததும் மீண்டும் வாங்கி விட வேண்டும் என்று பொருள்).

முதன்முதலாக இப்படி விற்று வைப்பவர்கள் ஒரு குழு. அதேபோல ஒரு நல்ல செய்தி. அந்தச் சில நிறுவனங்களின் ஷேர்களை வாங்கலாம், அல்லது வாங்கி 'வைக்கலாம்'.

நாம் எதிர்பார்த்தபடி விலைகள் வீழும், அல்லது ஏறும். ஒரு குறிப்பிட்ட அளவு வந்ததும் நாம் விற்றிருந்தால் வாங்கியோ, வாங்கியிருந்தால் விற்றோ அதே தினத்தன்று கணக்கை நேர்செய்து விட்டு வெளிவந்து விடலாம். லாபம்தான்.

இப்படிச் சம்பாதிப்பது ஒருவிதம். இதைத்தான் முன்பு பார்த்தோம். இந்தச் சூழ்நிலையில் வேறு விதமாகவும் சம்பாதிக்கலாம். எப்படி?

ஒரு கெட்ட செய்தியென்றால் விற்பார்கள். நேரம் போகப் போக, போகிறவர் வருகிறவர் எல்லாம் விற்பார்கள். என்னாகும்? விலை படுபாதாளத்துக்கு (Rock bottom) போய்விடும். தரையைத் தொட்ட பந்து மேலே வரும். உற்றுக் கவனித்துக் கொண்டேயிருந்து எல்லோரும் ஒரேயடியாக விற்க, 'இது ரொம்ப ஓவர்' என்று சரியாகத் தோன்றுகிற சமயம் நாம் வாங்கலாம்.

அந்தக் குறிப்பிட்ட அளவுக்குக் கீழ் அந்த விலைக்கு ஆதரவு (Support) வரும். அது சமயம் நாம் வாங்க வேண்டும். அந்த ஆதரவு நிலையும் ஓர் அலையாகி, விலை ஏறும். ஏறும், ஆனால் கெட்ட செய்தி கெட்ட

செய்திதான். அதுதான் ஏறுகிறதே என்று மல்லாந்து விடாமல், ஒரு குறிப்பிட்ட தொகை நமக்கு லாபம் கிடைக்கும் போலிருந்தால், 'சடார்' என்று விற்றுவிட்டு நாம் வெளியே வந்து விடலாம்.

❍ **எதிர்நீச்சல் போடுவது**

எல்லோரும் தொடர்ந்து வாங்கினால், நாம் தொடர்ந்து விற்பது, எல்லோரும் தொடர்ந்து விற்றால், நாம் வாங்குவது. இது என்ன சம்பாதிக்கும் வழிதானா என்று சந்தேகம் வருகிறதா? வரும்.

எதற்கும் ஓர் உச்சகட்ட விலையுண்டு. இவர்கள் பாட்டுக்கு ஏற்றிக் கொண்டே போவார்கள். பிறகு இறக்குவார்கள். நாம் முன்பே பார்த்தோம். விலைகள் ஏறி இறங்கி ஏறி இறங்கி என்று மாறி மாறித்தான் நடக்கிறது, பெரும்பாலும்.

'புல்' மார்க்கெட் வந்துவிட்டது. எல்லோரும் வாங்குகிறார்கள். விலைகள் 'தாறுமாறாக' ஏறுகின்றன. நம்மிடம் உள்ள ஷேர்களுக்கு (கவனிக்க: நம்மிடம் உள்ள ஷேர்களுக்கு) நல்ல விலை (கவனிக்க). என்ன செய்யலாம்? விற்று விடலாம். அதற்குப் பின்னும் ஏறினால்! ஏறட்டும் எனக்கென்ன? நாம் சாப்பிட்டாச்சு. போதும்!

மீண்டும் கொஞ்ச நாள் கழித்து இறக்குவார்கள். நல்ல ஷேர் என்று தெரிந்தால், நாம் விற்ற விலையைவிட மறுபடி கீழே வந்தால் வாங்கிக் கொள்ளலாமே! அதேபோல, 'பேர்' (Bear) மார்க்கெட். 'ஆச்சு போச்சு!', 'துண்டைக் காணோம், துணியைக் காணோம்' என்று எல்லோரும் விழுந்தடித்துக் கொண்டு விற்கிறார்கள். (வளைகுடாப் போர், இந்தியா - பாகிஸ்தான் அணு ஆயுத யுத்த ஆபத்து, கார்கில் யுத்தம் பொருளாதார தாராளமயமாக்கலுக்கு எதிரான அரசு தேர்ந்தெடுக்கப்படுதல், பட்ஜெட்டில் வரிச் சலுகைகள் வராத ஏமாற்றம்).

சிலர் என்ன செய்கிறார்கள்? விலைகள் நன்கு இறங்கியதும், மார்க்கெட்டுக்குத் தொடர்ந்து பிரச்னைகள் இருந்தாலும் பரவாயில்லை என்று 'அடிமாட்டு' விலைக்குக் கிடைக்கும் 'நல்ல ஃபண்டமெண்டல்ஸ்' உள்ள ஷேர்களாகப் பார்த்து வாங்கிப் போட்டு விடுகிறார்கள்.

இரவு ஒரேயடியாக நீடிக்காதே! சூரிய உதயம் உண்டே! இப்படியாக ஒரேயடியாக ஏற்றுவதும், இறக்குவதும் மூன்றிலிருந்து நான்கு ஆண்டுக்கு ஒருமுறை இதுவரை வந்துகொண்டுதான் இருக்கிறது, இனியும் வரும்.

நாம் வாங்கி விற்கும் Cycle time மூன்று அல்லது நான்கு ஆண்டுகளுக்கு மேலாக இருந்தால் கேட்கவா வேண்டும் லாபத்துக்கு!

ஓர் எச்சரிக்கை. எதை விற்கிறோம், எதை வாங்குகிறோம் என்பது அந்த அந்த ஷேர்களின் தனித் தன்மையைப் பொறுத்தது. கஷ்டகாலத்திலும் சுமாரான ஷேர்களை வாங்கக்கூடாது. நல்லதே தாழ்ந்த விலைக்குக் கிடைக்கும்பொழுது, அவற்றைத்தான் வாங்க வேண்டும்.

அந்தந்த சீசனில் அந்தந்தப் பழங்கள் மலிவாகக் கிடைக்கும்; அப்பொழுதுதானே குறைந்த விலைக்கே உயர்ந்த தரமுள்ளதாக வாங்கலாம்! அப்போது போய் அதனினும் குறைந்த விலைக்கு சுமாரான பழத்தை வாங்குவானேன்!

○ அளவால் அடித்தல் (Quantity செய்தல்)

சில கடைகளுக்கு 'மார்ஜின் ஷாப்ஸ்' (Margin Shops) என்றே பெயர். தங்களுக்குக் கிடைக்கும் லாபத்தினைக் குறைத்துக் கொண்டு எதையும் குறைந்த விலைக்குக் கொடுப்பார்கள். அவர்கள் அதில் இழக்கும் லாபம், இதனால் அவர்களுக்குக் கிடைக்கும் கூடுதல் வியாபாரத் தினால் சரியாகிவிடும்.

ஷேர் மார்க்கெட்டிலும் இந்த டெக்னிக்கினை பயன்படுத்தலாம்.

கையில் ஒரு பெரிய தொகை வைத்துக் கொள்ள வேண்டியது. அன்றையத் தினம் கொஞ்சமாவது ஏறக்கூடிய ஷேராகப் பார்த்து அல்லது கொஞ்சமாவது இறங்கக்கூடிய ஷேராகப் பார்த்து ஒரு பெரிய அளவு (Quantity) செய்து விடுவது. ஒரு ஷேர் வாங்கி விற்றதில் 4 ரூபாய் கிடைத்தால்கூட போதும், நாம்தான் 1,000 ஷேர் செய்து இருக்கிறோமே, 4,000 ரூபாய் ஆயிற்றே.

விலை பெரிதாக ஏறவோ இறங்கவோ பல சமயத்தில் வாய்ப்பு இருக்கலாம். அப்பொழுது இந்த முறை நிச்சய பலன் கொடுக்கும்.

○ செய்தியை முன்கூட்டியே கணிப்பது - வாங்கிக் காத்திருப்பது

செய்தி இன்னும் வரவில்லை. கூடிய விரைவில் வராமல்கூடப் போய் விடலாம். ஆனால் சற்றுத் தள்ளியாவது வந்துதான் தீரும். இப்படி யொரு நிலையா! விடலாமா?

சில நிறுவனங்கள் குறிப்பிட்ட ஆண்டுகளுக்கு ஒருமுறை அல்லது 'புக் வேல்யூ' குறிப்பிட்ட அளவினைத் தொட்டால், போனஸ் கொடுக்கும் வழக்கம் உடையன. இதைக் கணிக்க முடியும். (இன்ஃபோசிஸ், விப்ரோ போன்ற நிறுவனங்கள் 3, 4 ஆண்டுகளுக்கு ஒருமுறை போனஸ் கொடுத்துள்ளனர்.)

இதுபோல டிவிடெண்ட் கொடுக்கும் நேரம், ரைட்ஸ் ஷேர் வரக்கூடிய நேரம். அதன் லாபம்கூட வேண்டிய நேரம் (உலக, தேசச் சந்தைகளை,

அரசின் கொள்கைகளைப் பொறுத்தது). முன்கூட்டிக் கணிக்க முடிந்தால் Early bird ஆக முன்சென்று, விலை ஏறும் முன் நாம் வாங்கி விடலாம். செய்தி உண்மையாகி, அது நடந்து பலரும் வாங்க, அந்நேரம் நாம் சந்தோஷமாக விற்றுவிட்டு வெளியே வரலாம்.

- **'கவர்ச்சி' குறையும்பொழுது வாங்குவது**

அந்த நிறுவனம் அப்படி இப்படி, இது நல்ல செய்தி, அது நல்ல செய்தி என்று விரட்டி விரட்டி விலையேற்றுவார்கள். செய்திகளை ஊன்றிக் கவனித்தபடி பேசாமல் (வாங்காமல்) இருப்பது. பின்பு, இந்த 'புல்ஸ்' இந்த நிறுவன ஷேர் என்ற பொம்மை போரடித்து, தூக்கிப் போட்டு விட்டு வேறு பொம்மை (வேறு நிறுவன ஷேர்) பக்கம் போய் விடுவார்கள். அவர்கள் கவனம் மாறிவிடும். Steam குறையும் நேரம், வேறு எந்தக் கெட்ட செய்தியுமில்லை என்று உறுதிப்படுத்திக் கொண்டு, நாம் அந்த நிறுவன ஷேரை வாங்கி விடலாம். மீண்டும் ஏதாவது ஒரு நல்ல செய்தி வந்து பழையபடி 'புல்ஸ்' கவனம் வந்து விலையேற, நாம் வெளியேறிவிடலாம். ஆமாமாம், விற்று விட்டுத்தான்.

- **பிள்ளை பிறந்ததும், வாங்குவது**

ஒரு நிறுவனம் போனஸ் அல்லது ரைட்ஸ் ஷேர் கொடுப்பதற்குமுன், அதன் விலை பெருத்து இருக்கும். அந்த 'போனஸ்' பற்றி கவர்ச்சி. பின்பு போனஸ் அல்லது ரைட்ஸ் தந்து முடிந்ததும் அதற்கு ஏற்ப அதன் விலை வீழும்.

சமீபத்திய உதாரணம் KSB பம்ப்ஸ். அந்நிறுவனம் ஒன்றுக்கு ஒன்று போனஸ் அறிவித்தபோது இருந்த உச்சகட்ட விலை, ரூபாய் 614-க்கும் மேல். ஒன்றுக்கு ஒன்று இலவசமாகக் கொடுத்தபிறகு, ஒரு ஷேர் நியாயமாகப் பார்த்தால் ரூபாய் 307 ஆவது இருக்க வேண்டுமல்லவா!

போனஸ் கொடுத்ததும் அதன் விலை Ex-bonus-ல் இறங்கி இறங்கி ரூ.219க்கே (20, மே 2011). அதனை போனஸுக்காக வாங்கியவர்கள், ஆனால் நிரந்தரமாக சில காலம் வைத்திருக்கப் பிரியப்படாதவர்கள், அந்த கவுண்ட்டரில் இருந்து போனஸ் அறிவிக்கப்பட்டதும் வெளியேறி விடுவார்கள். அப்போது விலை இறங்கும். அதுதான் நமது நேரம். 219-க்குப் பிறகு மெல்ல மெல்ல ஏறத் தொடங்கி, 246 பதினான்கு ஜுலை 2011-ல் (பின்னர் இறங்கியது)

- **குறிப்பிட்ட தொகையை 'மெயின்டெய்ன்' பண்ணுவது**

ஷேர் செய்ய ரூ.50,000 (உதாரணம்) எடுத்து வைத்துக் கொள்வது, விவரம் தெரிந்தவர்களைக் கேட்டு, ஷேர்களில் முதலீடு செய்வது,

அல்லது Trade செய்து, லாபம் கிடைத்ததை ஷேரில் இருந்து எடுத்து விடுவது. தொடர்ந்து முதலீடு செய்வது ரூ.50,000 ஆக மட்டும். இப்படியே தொடர்ந்து கிடைக்கிற லாபம் எல்லாம் உடனே வெளியே எடுத்துவிட, கொஞ்ச காலத்தில் (அதிர்ஷ்டம் இருந்தால்!) போட்ட ஐம்பதாயிரத்தினை முழுவதுமே எடுத்து விடலாம்.

ஷேரில் தொடர்ந்து இருக்கும் மீதம் ரூ.50,000 என்பது லாபம் மட்டுமே. அதிலும் தொடர்ந்து லாபம் கிடைக்கக் கிடைக்க வெளியில் எடுத்துவிட பின்னாள்களிலும் மார்க்கெட்டில் எது நடந்தாலும் நமக்கு நஷ்டம் வரவே வராது; நாம்தான் போட்ட காசையெல்லாம் எடுத்தாயிற்றே!

ஒருக்கால் முதலிலேயே நஷ்டம் வந்துவிட்டால், முதல் ஐம்ப தாயிரத்துடன் நிறுத்திக் கொள்ள வேண்டும். அதற்குள்ளாகவே தொடர்ந்து வியாபாரம் செய்து, அதில் லாபம் செய்து, இழந்ததை மீட்டு, மீண்டும் லாபம் ஈட்டி, பழைய கதைதான். கொஞ்சம் நாள்களாகலாம். ஆனால் சாத்தியம்தான்.

நஷ்டம் அதிகமாகாமல் பார்த்துக் கொள்வது. மொத்த ஐம்பதாயிரமும் நஷ்டமாகி விட்டால்? என்று கேட்காதீர்கள். ஆகாது. அப்படி ஆனால் பின்பு உங்களுக்கு ஷேர் வேண்டாம், விட்டுவிடுங்கள்.

○ இறங்க இறங்க வாங்குக, ஏற ஏற விற்க

ஒரு நல்ல கம்பெனி ஷேராகப் பார்த்து வைத்துக் கொள்ள வேண்டியது. அதன் Fundamentals-ம் நன்றாக இருக்க வேண்டும். மார்க்கெட் சூழ்நிலையும் ஏறக்கூடியதாக இருக்க வேண்டும். வாங்குவதற்கு முடிவு செய்தால் விலை ஏறுவதற்கு முன்பு அப்படிப்பட்ட ஷேரினை பார்த்து வைத்துக் கொள்ள வேண்டும். அதனை ஒரு நல்ல அளவு வாங்கி வைத்துக் கொள்ள வேண்டும். (உதாரணத்துக்கு BHEL, RIL, Tata Steel, Tata Motors, L&T முதலியன).

பின்பு அது ஏறியதும் கொஞ்சம் விற்க வேண்டும். மீண்டும் ஏறும். அப்பொழுது மீண்டும் கொஞ்சம் விற்றல். மீண்டும் ஏற, மீண்டும் விற்றல். நான் M & M ஷேரினை சுமார் ரூ.630-ல் பார்த்தேன். மார்க்கெட் ஏற ஆரம்பித்தது. உதாரணத்துக்கு நான் 100 ஷேர் வாங்கியிருந்தேன் என்றால் (அறுபதாயிரத்து முந்நூறு ரூபாய்) அதன் விலை ரூ.650 வந்தும் ஒரு பத்து, பின்பு ரூ.670 வந்தால் இன்னொரு 10 என்று கொஞ்சம் கொஞ்சமாக விற்க வேண்டும். இப்படியே ஏறி ஏறி வரும். வந்தது. ஒருநாள் அதன் விலை ரூ.745-ஐத் தொட்டது. ரூ.745-ல் 10, ரூ.750-ல் 20 ஷேர், ரூ.760-ல் 20 விற்றிருக்கலாம்.

இப்படியே 70 ஷேர் விற்றிருப்பேன். இன்னும் 30 கையில் இருக்கும். இன்னும் கூட இதன் விலை ஏறலாம். ஏற ஏற கொஞ்சம் கொஞ்சம்

விற்பேன். (வைத்திருந்தால்!) ரூ. 770-ல் வருகையில் எல்லாம் விற்று விட்டேன் என்று வைத்துக் கொள்ளுங்கள். அதற்குப்பிறகு விற்க என்னிடம் ஏதுமிருக்காது. போகட்டுமே! எனக்குத்தான் நல்ல லாபம் கிடைத்து விட்டிருக்குமே!

சிலர் கேட்கலாம். ரூ.770 போகுமென்று தெரிந்தால், ஏன் ரூ. 650-ல் விற்க வேண்டும், ரூ.670-ல் எல்லாம் விற்க வேண்டும் என்று. ரூ.770 போகும் என்று யாராலும் நிச்சயமாகச் சொல்ல முடியாது. நான் பார்த்த ரூ.670 அதன் உச்ச கட்ட விலையாக அமைந்து இருக்கலாம்.

இதே நிலைதான் விலை ரூ.170-ல் இருக்கையிலும். அன்றைய தினம் யாராலும் அதன் விலை ரூ.770 வரும் என்று சொல்லியிருக்க முடியாது. அன்றைய தினம் அது நல்ல விலை. அதிலும் லாபம் இருந்தது. கொஞ்சம் ஷேருக்கு Profit booking (இருக்கும்/கிடைக்கும் லாபத்தின்படி) செய்து விடவேண்டும். ஏன் அதிலே மொத்தத்தையும் விற்றிருக்கக் கூடாது? பின்னால் நல்ல விலை வரலாம். வராவிட்டால்? வந்த நல்ல விலையில் 10வது விற்றேனே. மீதத்தைப் பார்க்கலாம். நல்ல ஷேர் என்று பார்த்து தானே வாங்கி இருக்கிறேன். ஏறும்.

சரி, எல்லாம் ரூ.770-ல் விலையில் விற்றாச்சு. இதன் விலை ரூ.1,000 வரை போகும் என்கிறார்கள். திரும்ப 100 ஷேர் வாங்கலாமா? என்னைக் கேட்டால் கூடாது. இதுவரை வந்த லாபம் எல்லாம் போனாலும் போய்விடும். நமக்குத்தான் இந்த கவுண்ட்டரில் லாபம் வந்து விட்டதே, விட்டு விடலாம்.

இந்த முறை எந்த விதத்தில் வித்தியாசமானது, இதனால் என்ன பலன்? இதில் பெரிய ரிஸ்க் இல்லை. மொத்தத்தில் ஒரு சராசரி லாபம் கிடைத்து விடும். அதிகம் ஏறாமலே போனாலும் அல்லது நிறைய ஏறினாலும், இரண்டில் எது நடந்தாலும் நாம் ஒன்றுமில்லாமல் போய்விட மாட்டோம்.

நன்கு ஏறுமென்று நினைத்து நம்ப, ஆரம்ப ஏற்றங்களில் விற்காமலே வைத்திருந்து, வேறு காரணங்களினால் சந்தை கெட்டுப்போய் விலை இறங்கி விட்டால்?

அதேபோல், ஏறிவிட்டது, இதற்குமேல் ஏறாது என்று கணித்து (பயந்து) நாம் ஒரு லாபத்தில் விற்றுவிட, அதற்குப் பிறகு நிறைய ஏறினால்? இரண்டு ரிஸ்க்கையும் சமாளிக்கத்தான் இந்த வழி. இதே போலத்தான் நல்ல ஷேர் விலை இறங்கினால் இறங்க இறங்க, வாங்கலாம், கொஞ்சம் கொஞ்சமாக, பல விலைகளில் வாங்கிச் சேர்க்கலாம்.

◯ குறிப்பிட்ட கால அளவுகளில் வாங்குவது, விற்பது

சென்ற பகுதியில் பார்த்த முறையைவிட, சற்று வித்தியாசமான முறை இது.

கையில் கொஞ்சம் பணம் இருக்கிறது. ஷேர் வாங்க முடிவு செய்தாயிற்று. எந்த ஷேர் என்றும் முடிவு செய்துவிட்டோம். அதனை எந்த விலையில் வாங்குவது? என்றைக்கு வாங்குவது? நாம் வாங்கிய பிறகு விலை குறைந்தால்? அடடா... இரண்டு நாள் கழித்து வாங்கியிருக்கலாமே என்று மனத்தில் படும்.

அதேபோல, விற்பதிலும் நடக்கும். நாம் விற்ற மறுநாள் ஏறலாம்.

என்ன செய்யலாம் என்றால், குறிப்பிட்ட அளவு என்று, உதாரணமாக 50 டாக்டர் ரெட்டீஸ் லாப்ஸ் ஷேர் வாங்குவதென்று முடிவு செய்து கொடுத்துவிட்டால், 50-ஐயும் மொத்தமாக ஒருநாள் வாங்க வேண்டாம். ஐந்து ஐந்தாக வாங்கலாம். திங்கள் கிழமை ஐந்து, அடுத்த புதன் ஐந்து. பின்பு வெள்ளிக்கிழமை ஓர் ஐந்து. மீண்டும் அடுத்த வாரம் வேறு நாள்களில்.

நாம் முன்பு பார்த்த SIP - சிஸ்டமாடிக் இன்வெஸ்ட்மெண்ட் பிளான் போல.

இதனால் என்ன பலன்? ஒரே விலை கொடுத்துவிட வேண்டாம். ஏற்ற இறக்கங்கள் இருந்தால் எல்லாவற்றிலும் நமக்குக் கிடைக்கும். சராசரி விலை மிக மோசமாக இருக்காது.

விற்பதிலும் இந்த முறையைக் கடைப்பிடிக்கலாம். லாபம், நஷ்டம் இரண்டையும் கொஞ்சம் கட்டுப்படுத்தும் முறை இது.

இதையே வாரம் ஒருநாள், மாதம் ஒருநாள் என்று கூடச் செய்யலாம். Time, இங்கு ஒரு leveler ஆகப் பயன்படுகிறது.

◯ ஷேர்கள் வாங்க, விற்க வழிமுறைகள்

ஒரு முதலீட்டாளராக ஷேர் வியாபாரம் செய்யும் வழிமுறை.

1. ஒரு வங்கிக்கணக்கு வைத்திருத்தல்

2. ஒரு வங்கியிலோ, வேறு நிறுவனங்களிலோ டிமேட் கணக்கு திறத்தல் இதற்கு (2006 டிசம்பர் முதல் PAN) அவசியம்.

3. தங்களுக்கு சௌகரியமான இடத்தில் உள்ள ஒரு நேரடி புரோக்கரையோ, சப் புரோக்கரையோ கண்டுபிடித்தல்.

161

4. கண்டுபிடித்த நபர் NSE அல்லது NSE-யின் டிரேடிங் மெம்பர் ஆகவோ அல்லது அவற்றின் டிரேடிங் மெம்பரிடம் அனுமதி பெற்ற சப்-புரோக்கராகவோ இருப்பவர் என்பதை உறுதி செய்து கொள்ளுதல்.

5. சரியாக எழுதப்பட்ட Member Constituent ஒப்பந்தத்தில் அவருடன் கையெழுத்திடுதல்.

6. தனக்குத் தேவைப்படும்போது வாங்குவதற்கோ, விற்பதற்கோ எழுத்துமூலம் ஆர்டர்கள் கொடுத்தல்.

7. புரோக்கர் உங்கள் ஆர்டரை NSE-யில் கொடுத்ததற்கான 'கன்ஃபர் மேஷன்' ரசீது தாளினைக் கேட்டு வாங்குதல்.

8. ஆர்டர் முடிந்ததும், புரோக்கரிடம் 'டிரேட் கன்ஃபர்மேஷன்' தாளினைக் கேட்டு வாங்குதல்.

9. வாங்கியதற்கோ, விற்றதற்கோ, 'காண்ட்ராக்ட் ஸ்லிப்' உண்டு. அதில், வாங்கிய (அல்லது விற்ற) விலையும், புரோக்கரேஜ் தொகையும் குறிப்பிடப்பட்டிருக்கும். அதனைப் பெறுதல்.

10. வரையறுக்கப்பட்டுள்ள காலத்துக்குள் ஷேர் வாங்கியிருந்தால், அதற்கான பணத்தினைக் கொடுத்தல். ஷேர் விற்றிருந்தால் 'ஷேர் டெலிவரி'யினைக் கொடுத்தல்.

○ வீட்டிலிருந்தே நேரடி ஷேர் வியாபாரம் (இணையம் வழியாக)

இன்றைக்கு இண்டெர்நெட் (இணையம்) பல்வேறு கடினமான விஷயங்களை, எளிதாகச் செய்ய சாத்தியமாக்கி இருக்கிறது. ஷேரை வாங்கவோ, விற்கவோ, ஷேர் புரோக்கர் அல்லது டிரேடிங் மெம்பர் உள்ள இடத்துக்கு நேரடியாகப் போவது ஒருமுறை. அதைப் பலரும் செய்து கொண்டிருக்கின்றனர்.

அதற்கும் அடுத்த, மிகப்பிரபலமான முறை, ஷேர் புரோக்கர்/டிரேடிங் மெம்பர் அலுவலகத்தை தொலைபேசி/மொபைலில் தொடர்பு கொண்டு விற்பதற்கு அல்லது வாங்குவதற்கு 'ஆர்டர்' கொடுப்பது.

இது தவிர, மூன்றாவது முறையும் உள்ளது. அதுதான் இணையம் மூலம் வாடிக்கையாளரே நேரடியாக ஷேர்களை விற்பது, வாங்குவது. இதனை SEBI அக்டோபர் 2000 முதல் அனுமதித்தது.

ICICIdirect (www.icicidirect.com), Sharekhan (www.sharekhan.com), Kotakstreet (www.kotakstreet.com), Indiabulls (www.indiabulls.com), Naviamarkets (www.naviamarkets.com) HDFC, ரிலையன்ஸ் மணி, ரிலிகேர், கோட்டக்

ஏஞ்சல் முதலிய நிறுவனங்களும், இன்னமும் சில நிறுவனங்களும் ஓர் ஏற்பாட்டைச் செய்துள்ளன. அதன்படி, முதலில் அவர்களை அணுகி அவர்களுடன் ஓர் ஒப்பந்தம் செய்துகொள்ள வேண்டும். ஒரு குறிப்பிட்ட தொகையை அவர்களிடம் வைப்பு (Deposit) செய்துவிட வேண்டும். நம்மிடம் ஏற்கெனவே டிமேட் கணக்கு இருந்தால் அதை அவர்களிடம் மாற்றிக்கொள்ளலாம்.

இல்லையென்றால் அவர்களிடம் புதிதாக ஒரு டிமேட் கணக்கை ஏற்படுத்திக்கொள்ள வேண்டும்.

அவர்களுடைய பிரத்யேக இணையத்தளத்தில் நமக்கென ஒரு கணக்கைத் தொடங்கி லாகின் (login) கடவுச்சொல் (Password) கொடுத்து விடுவார்கள்.

பின்பு நாம் வீட்டிலிருந்தோ, அல்லது வேறெங்குமிருந்தோ இண்டெர்நெட் மூலம் இணையத் தளத்துக்குப் போய் பங்குப் பரிவர்த்தனை (Trading) நடப்பதைப் பார்க்கலாம். வேண்டிய பங்கினை (அல்லது மியூச்சுவல் ஃபண்ட், அல்லது டெரிவேட்டிவ்ஸ் ஆகியவற்றை) வாங்கலாம், விற்கலாம். நாம் செய்யும் அந்த ஆர்டர், தரகரின் Internet Based Trading Engine வழியாக NSE அல்லது BSE-க்குப் போகும்; ஆர்டர் நிறைவேறும். இதில் வேறு எவருடைய குறுக்கீடும் இல்லை.

எதற்காகத் தரகரின் 'அலுவலகம்' வழியாக என்றால், நாம் எவ்வளவு பணம் அவர்களிடம் டெப்பாசிட் செய்துள்ளோமோ, அந்த அளவு மட்டும்தான் 'வாங்க முடியும்'. அதற்காகத்தான். அந்த Control இல்லாவிட்டால் சிரமமல்லவா?

எல்லாம் இணையம் மூலம் நடைபெறுவதால், காலதாமதம் என்ற பேச்சுக்கே இடமில்லை. Broadband-கள் வாழ்க!

இதில் உள்ள சில கூடுதல் வசதிகள்

- பலரும் வேலைக்குப் போகிறார்கள். வேலை செய்யும் இடத்தில் இண்டெர்நெட் வசதி உள்ளது. அவர்களாகவே எவருடனும் பேசாமலேயே வாங்கலாம், விற்கலாம்.
- இது தாள்களற்ற (Paperless) முறை.
- பணம் கொடுப்பது, டெலிவரி கொடுப்பது எல்லாமே வெறும் 'கிளிக்' மூலம்தான். அவ்வளவு சுலபம்.

இந்தச் சேவை தரும் நிறுவனங்களுக்கு இடையேயும் போட்டி வந்து விட்டதால், அவர்கள் கூடுதல் சேவைகள் தந்து வாடிக்கையாளர்களைக் கவர முற்படுகிறார்கள்.

IPO-வுக்குக் கூட இப்பொழுது இணையம் வழியாகவே விண்ணப்பிக்க முடிகிறது! விண்ணப்பப் படிவங்களைத் தேடி ஓட வேண்டியதில்லை. கால் கடுக்க வரிசையில் நின்று படிவங்களைக் கொடுக்க வேண்டிய தில்லை. ஒரு சில பட்டன்களைத் தட்டி, பணத்தை வங்கியிலிருந்து மாற்றி IPOல் விண்ணப்பித்து விடலாம்!

எதிரிகள் ஜாக்கிரதை

சுலபமாக்கப்படும் எதிலும் புதிய ஆபத்துக்கள் உண்டு. நம்முடைய Password எவருக்கேனும் தெரிந்துவிட்டால் ஆபத்துதான்! அதுபோல, இண்டெர்நெட்டில் hackers என்று சிலர் இருப்பார்கள். அடுத்தவருடைய இணையக் கணக்குகளைக் கள்ளச்சாவி போட்டு திறந்து எடுத்துக் கொள்வார்கள். இதுபற்றியெல்லாம் கேட்டுத் தெரிந்து கொண்டு பின்பு செயலாற்றுவது நல்லது!

8

ஷேர்மொழி (Jargons of Sharemarket)

ஒவ்வொரு வட்டாரத்திலும் ஒரு மொழியுண்டு. அங்கு மட்டும் பயன்படுத்தப்படும் வார்த்தைகள் உண்டு. அந்த இடத்தில் அந்த சில வார்த்தைகளுக்குத் தனிப்பட்ட பொருள் உண்டு. இதற்கு ஷேர் மார்க்கெட்டும் விதிவிலக்கல்ல. இன்னும் சொல்லப் போனால், இந்த ஷேர் மார்க்கெட் வார்த்தைகள் சர்வதேச வார்த்தைகள். இவற்றைச் சரியாகப் புரிந்துகொள்வது அவசியம். இவை வெறும் வார்த்தைகள் மட்டும் அல்ல, இவற்றில் பல தொழில் நுணுக்கம் சார்ந்தவை.

அவற்றைச் சரியாகப் புரிந்து கொள்ள ஏதுவாக இந்தப் பகுதியில் ஆங்கில எழுத்துக்களில் அப்படியேயும், பின்பு அதே ஆங்கில வார்த்தையைத் தமிழில் எழுதியும், பின்பு பொருளும் கூற முயற்சி செய்துள்ளேன். இதற்காகத்தான் இவ்வளவு ஆங்கிலம்.

ஐ.பி.ஓ. - IPO

ஐ.பி.ஓ. என்றால் இனிஷியல் பப்ளிக் ஆஃபர். ஒரு நிறுவனம் முதல் முதலாகப் பொதுமக்களுக்குத் தங்கள் நிறுவனத்தின் பங்குகளை அளிக்க முன்வந்தால், அதற்குப் பெயர் - IPO.

சில வருடங்களுக்கு முன்பு ONGC வெளியிட்டது IPO அல்ல. வெறும் பப்ளிக் ஆஃபர்தான். ஏனெனில், ONGC-யின் பங்குகள் ஏற்கெனவே வெளியிடப்பட்டு பொதுமக்களிடம் இருந்தன. அரசிடமும் இருந்தன. அரசு தன்னிடமிருந்த பங்குகளில் ஒரு பங்கைப் பொதுமக்களிடம் விற்றது. அதற்குப் பெயர் டிஸ்இன்வெஸ்ட்மெண்ட் (Disinvestment).

1993-ல் இன்ஃபோசிஸ் வெளியிட்டது IPO. அதற்கு முன்னும் அந்நிறுவனப் பங்குகள் இருந்தன. தனியாரிடம், வேண்டியவர் களிடம். பின்பு முதன்முதலாக முன்பின் தெரியாத, விண்ணப்பிக்கும் எவருக்கும் (பொதுமக்கள்) கொடுத்தார்கள். அதுதான் IPO.

புக் பில்டிங் ப்ராஸஸ் - Book Building Process

பப்ளிக் இஷ்யூ, அல்லது IPO சமயத்தில் பங்குகளுக்கு விலை நிர்ணயிக்க இரண்டு முறைகள் உள்ளன. ஒன்று: பங்குகளை வெளியிடும் நிறுவனம், ஒவ்வொரு பங்கும் இன்ன விலை என்று கட்டாயமாகத் தீர்மானித்து வெளியிடுவது. அந்த விலை ஒத்து வந்தால் பொதுமக்கள் வாங்குவார்கள், இல்லாவிட்டால் விட்டுவிடலாம்.

மற்றொரு முறையும் உள்ளது. அதுதான் புக் பில்டிங் முறை. இதன்படி, வெளியிடப்படும் பங்குகளுக்குக் குறைந்தபட்ச விலை, அதிக பட்ச விலை என்று தரையையும், கூரையையும் (Floor & Ceiling) தீர்மானிப் பார்கள். அதன்பின் விரும்பும் நிறுவனங்களோ, பொதுமக்களோ, தமக்கு எத்தனை பங்குகள், என்ன விலைக்கு வேண்டும் என்பதை 'ஏலத் தில்' தெரிவிக்கலாம். அப்படித் தெரிவிக்கும் விலை, குறைந்த பட்ச விலை, அதிக பட்ச விலை இரண்டுக்கும் இடையில் இருக்க வேண்டும்.

சில சமயங்களில், குறைந்த பட்ச விலையை மட்டும் வெளியிட்டு விட்டு அதற்கு மேல் என்ன விலையை வேண்டுமானாலும் ஏலம் எடுப் பவர்கள் தெரிவிக்கலாம் என்பார்கள். இந்த 'ஏலம்' முடிவடைந்ததும் வந்துள்ள விண்ணப்பங்களைப் பார்த்து, நிறுவனமே பங்குகளின் விலை என்ன என்பதை முடிவு செய்யும்.

கடந்த சில வருடங்களில் புக் பில்டிங் மூலம் ஷேர் வெளியிட்ட நிறுவனங்கள் ONGC, சாய்மீரா, ரீடிங்டன் ஆகியவை.

அலாட்மெண்ட் - Allotment

பப்ளிக் இஷ்யூக்களில் மற்றும் IPO-க்களில் விண்ணப்பிக்கிறோம். கிடைத்தால் அதற்குப் பெயர் 'அலாட்மெண்ட்'. கிடைக்காதவர்கள் 'அலாட்' ஆகாதவர்கள். இந்த அலாட்மெண்ட் செய்வதில் பலவிதங்கள் உள்ளன.

பேசிஸ் ஆப் அலாட்மெண்ட் - Basis of Allotment

பப்ளிக் இஷ்யூவிலோ, IPOவிலோ பங்குகள் வெளியிடுகிறார்கள். பத்துக்கோடி பங்குகள் வெளியிடுகிறார்கள். ஆனால், 30 கோடி பங்குகள் விண்ணப்பங்கள் மூலம் பலரால் கோரப்படுகிறது. அவர்களில் யாருக்கு எவ்வளவு என்று கொடுக்கிறார்கள்? அதனை எப்படி முடிவு செய்கிறார்கள் என்பதன் அடிப்படைதான் பேசிஸ் ஆஃப் அலாட்மெண்ட்.

சில நிறுவனங்கள், lot போட்டு (குலுக்கிப் போடுவதுபோல் கம்ப்யூட்டரில்) முடிவு செய்யும். சிலருக்குக் கிடைக்கும், சிலருக்குக்

கிடைக்காது. ஏழு மடங்கு அதிகம் கோரப்பட்டது என்று வைத்துக் கொண்டால் (Seven times over subscribed), ஏழு பேரில் ஒருவருக்கு என்று முடிவு செய்தால், அதுபோல் lot-இல் எடுப்பார்கள்.

குறைந்தபட்ச அளவு கேட்டவர்களுக்கு எல்லாம் கொடுத்துவிடலாம், அதிகம் கேட்டவர்களுக்குக் கொஞ்சம் கொஞ்சம் கொடுக்கலாம் என்று, அனைவரும் கேட்டதில் பாதி என்று பலவாறாக முடிவெடுக்கலாம். அந்த அடிப்படையில் முடிவெடுக்கிறார்கள். அதுதான் Basis.

இம்மாதிரி ஒரு பேசிஸ் ஆஃப் அலாட்மெண்ட் போட்டு நிறுவனம், அதனை செபியிடம் தெரிவிக்க வேண்டும். செபி நிர்வாகம் இந்த பேசிஸ் ஆஃப் அலாட்மெண்ட்டை ஒப்புக்கொள்ள வேண்டும். செபி நிர்வாகம் கேட்டுக்கொண்டால், பேசிஸ் மாற்றப்பட வேண்டி யிருக்கும்.

ரிடர்ன் – Return

பப்ளிக் இஷ்யூக்களில் மற்றும் IPO-க்களில் உதாரணத்துக்கு '30 பங்குகள் வேண்டும்' என்று விண்ணப்பிக்கிறோம். சமயத்தில் முழுவதும் கிடைக்கும். வேறு சமயங்களில் கேட்டது முழுவதும் கிடைக்காது. அதுபோன்ற சமயங்களில் நாம் விண்ணப்பத்துடன் அனுப்பிய பணம் நமக்குத் திரும்ப வரும். அதற்குப் பெயர் 'ரிடர்ன்'.

அட் பார் - At Par

நிறுவனங்கள் தம் பங்குகளை பொதுமக்களுக்கு முகப்பு விலைக்கே கொடுப்பது 'அட் பார்' எனப்படும். பத்து ரூபாய்ப் பங்கு வெளியிடும்பொழுது பத்து ரூபாய்க்கே கொடுக்கப்பட்டால் அதில் பிரிமியம் இல்லை. அது 'அட் பார்' ஆகக் கொடுக்கப்படுகிறது.

பிரிமியம் – Premium

ஒரு நிறுவனம் ஓர் இனிஷியல் பப்ளிக் ஆஃபரைக் கொண்டு வருகிறது. அது தன் பங்குகளை முகப்பு விலைக்கே கொடுக்கலாம். அல்லது கூடுதல் விலை வைத்துக் கொடுக்கலாம். முகப்பு விலையைவிடக் கூடுதலான தொகைக்கு பிரிமியம் என்று பெயர். முதன் முதலாகப் பங்குகள் வெளியிடும் நிறுவனங்கள்கூட, இப்படி வெளியிடுகின்றன (உதாரணம் பார்தி டெலி, டிஎல்எஃப், கோல் இந்தியா).

இதேபோல, ஏற்கெனவே பங்குச்சந்தையில் பட்டியல் இடப் பட்டிருக்கும் ஒரு நிறுவனம், மற்றுமொரு பப்ளிக் இஷ்யூவைக் கொண்டுவரலாம். அப்பொழுது ஏற்கெனவே உள்ள நடப்புச் சந்தை விலையைவிட, அதிக விலையில் கொண்டுவரலாம். அப்படிப்பட்ட

அதிக விலையும்கூட, பிரிமியம்தான். (உதாரணம்: ஐ.சி.ஐ.சி.ஐ., பஞ்சாப் நேஷ்னல் வங்கி).

டிஸ்கவுண்ட் - Discount

பிரிமியம் என்றால் முகப்பு விலையைவிடக் கூடுதல். அதற்கு எதிர்ப்பதம்தான் Discount. முகப்பு விலையைவிடக் குறைவாகப் பரிவர்த்தனை நடந்தால், அதற்கு டிஸ்கவுண்ட் என்று பெயர். இதனை At discount என்பார்கள்.

அதேமாதிரி ஏற்கெனவே பங்குச்சந்தையில் உள்ள நிறுவனம் தன் பப்ளிக் இஷ்யூவில் சந்தை விலையைவிடக் குறைவான விலையில் ஷேர்களைக் கொடுத்தால், அதுவும் டிஸ்கவுண்ட்தான். சில சமயங்களில் சிறு (சில்லறை) முதலீட்டாளர்களுக்காக இப்படி டிஸ் கவுண்ட் கொடுப்பார்கள். 2003-ல் மத்திய அரசு வெளியிட்ட பல பொதுத்துறை நிறுவனங்களின் பப்ளிக் இஷ்யூவிலும் சில்லறை முதலீட்டாளர்களுக்கு 5% டிஸ்கவுண்ட் கொடுத்தார்கள். சமீபத்தில் கோல் இந்தியா வெளியிட்ட பப்ளிக் இஷ்யூவிலும் சில்லறை முதலீட்டாளர்களுக்கு 5% டிஸ்கவுண்ட் கிடைத்தது. அதாவது மற்ற நிறுவனங்கள் கொடுத்த விலையை விடக் குறைவு.

புரொமோட்டர்ஸ் - Promoters

ஒரு நிறுவனத்தை முதல் போட்டு உருவாக்கியவர்களை புரொ மோட்டர்ஸ் என்று சொல்வார்கள். பொதுவாக நிறுவனம் உருவாகும் போது, Private Limited கம்பெனியாகத்தான் இருக்கும். அதன்பிறகு வேறு பலர், முக்கியமாக வென்ச்சர் கேபிடல் நிறுவனங்கள், மியூச்சுவல் ஃபண்ட் நிறுவனங்கள், வங்கிகள், பெரும் பணக்கார முதலீட்டாளர்கள் ஆகியோர் பிரைவேட் ஈக்விட்டி என்ற முறையில் அந்த நிறுவனத்தில் முதலீடு செய்வார்கள். அதன்பின் நிறுவனத்தைப் பங்குச்சந்தைக்குக் கொண்டுவரும்போது, பொதுமக்களும் அந்த நிறுவனத்தின் பங்குகளை வாங்குவார்கள். அப்பொழுதும், நிறுவனத்தை முதலில் தொடங் கியவர்கள் புரொமோட்டர்ஸ் என்றே அழைக்கப்படுவார்கள்.

நாராயணமூர்த்தி இன்ஃபோசிஸ் நிறுவனத்தின் புரொமோட்டர்களில் ஒருவர். ரிலையன்ஸ் நிறுவனத்தின் புரொமோட்டர்கள் அம்பானி குடும்பத்தினர்.

புரொமோட்டர்ஸ் ஹோல்டிங் - Promoters Holding

ஒரு நிறுவனத்தில் புரொமோட்டர்கள், மற்றும் அவர்களது நெருங்கிய உறவினர்கள் அனைவரும் சேர்ந்து எத்தனை சதவிகிதம் பங்குகள்

வைத்துள்ளார்களோ அதைத்தான் புரொமோட்டர்ஸ் ஹோல்டிங் என்பார்கள்.

ஃபேஸ் வேல்யூ - Face value

ஒரு பங்கு என்றால், பெரும்பாலும் முகப்பு விலை 10 ரூபாய்தான். ஆனால், சில நிறுவனங்கள் வெவ்வேறு தொகைகளிலும் பங்குகள் வெளியிடுகின்றனர். அல்லது பிற்பாடு மாற்றிவிடுகின்றனர். இதன் விவரங்கள் எக்கனாமிக் டைம்ஸ் போன்ற தினசரிகளில் வருகிறது. மாதிரிக்குச் சில முக்கிய நிறுவனங்களின் மாறுபட்ட Face value தொகைகள் கீழே

நிறுவனம்	**ஒரு பங்கின் முகப்பு விலை (ரூ.)**
பார்தி டெலி	*5*
ஹெச்டிஎஃப்சி	*2*
டாபர் இந்தியா	*1*
மகேந்திரா & மகேந்திரா	*5*
எம்ஆர்எஃப்	*10*
இண்டஸ்ட்ரீஸ்	*1*
ஹீரோ ஹோண்டா	*2*
HLL	*1*
இன்ஃபோசிஸ்	*5*
லட்சுமி மிஷின் ஒர்க்ஸ்	*10*
மாருதி உத்யோக்	*5*
டி.வி.எஸ். மோட்டார்	*1*
விப்ரோ	*2*
Zee Telefilms	*1*

சர்டிபிகேட் நம்பர் - Certificate Number

இப்பொழுது பெரும்பாலான ஷேர்களைக் கண்ணால் பார்க்க முடியாது. உங்களுக்கு வழங்கப்பட்டு விட்டதாக, உங்கள் பெயருக்கு மாற்றப்பட்டு விட்டதாகக் கடிதம் வரும். அவ்வளவுதான். *(பார்க்க:* Demat *ஷேர்கள்.)*

முன்பெல்லாம் ரூபாய் நோட்டுக்கள் போல, வீட்டுப் பத்திரங்கள் போலப் பங்குகளும் பத்திரங்களாக வழங்கப்படும், வாங்கப்படும், விற்கப்படும். இன்னும்கூட சில ஷேர்கள் காகித அட்டைகளில்

வாங்கப்படுகிறது, புழக்கத்தில் உள்ளது. அப்படி வழங்கப்பட்ட பத்திரங்களுக்கு வரிசை எண் கொடுப்பார்கள். நூறு பங்குகள் ஒரு பத்திரத்தில் என்பது பொதுவான விதி. சிலவற்றில் ஐந்தும் உண்டு. ஒன்று, இரண்டு எல்லாம் கூட உண்டு.

ஒரு நிறுவனத்தின் பங்குகள் (BHEL) நூறு வாங்குகிறேன். அந்தப் பங்குகள் உள்ள பத்திரத்தின் சர்டிபிகேட் நம்பர் 6004 (உதாரணத்துக்கு). அதே நூறு பங்குகளை நான் வாங்கியதும் எனக்காக ஒரு Folio திறக்கப்படும். அந்த எண்ணை அந்தப் பத்திரத்தில் (சர்டிபிகேட்டில்) குறிப்பார்கள்.

அந்தப் பங்குகளை நான் விற்று, அவற்றை வேறு ஒருவர் வாங்கி, அவர் தன் பெயருக்கு மாற்றினால், அதே சர்டிபிகேட்டில் அவர் பெயரும் (உரிமையாளர் யார் என்ற இடத்தில்) அவருடைய புதிய ஃபோலியோ எண்ணும் குறிக்கப்படும். ஆனால் அந்த சர்டிபிகேட் எண் மட்டும் நபருக்கு நபர் மாறாது (மூலப்பத்திரம் போல!). அந்தப் பத்திரம் உள்ள வரை அந்த நூறு பங்குகளுக்கு அதுதான் பத்திர எண். அதாவது சர்டிபிகேட் எண்.

டிஸ்டிங்டிவ் நம்பர்ஸ் - Distinctive Numbers

ஒரு பத்திரத்தில் நூறு பங்குகள் என்கிறோமல்லவா? எந்த நூறு பங்குகள்? அடையாளம் சொல்ல முடியுமா? ஓ முடியுமே! அதுதான் இந்த டிஸ்டிங்டிவ் நம்பர்ஸ். தனித்தனியான எண். ஒரு நிறுவனம் 10 லட்சம் பத்து ரூபாய் பங்குகள் வெளியிடுகிறது. அந்தப் பத்து லட்சம் பங்குகளுக்கும், ஒன்று முதல் 10 லட்சம் வரை, பங்கு ஒன்றுக்கு ஓர் எண் வழங்கப்படும். அப்படி வழங்கப்பட்டவற்றில் 1 முதல் 100 வரை உள்ளவை முதல் பத்திரத்தில். 101 முதல் 200 வரை அடுத்த பத்திரத்தில்.

இப்படியாக ஒவ்வொரு பங்குக்கும் தனியாக வழங்கப்படும் அடையாள எண்தான் டிஸ்டிங்டிவ் நம்பர்கள்.

ஃபோலியோ - Folio

ஒரு நிறுவனத்தின் பங்கினை முதலில் நான் ஒரு நூறு வாங்கினேன். நிறுவனம் என் பெயரில் நூறு பங்கினை மாற்றி வைத்துக் கொள்ளும். எனக்கு அதற்காக ஓர் அடையாள எண்ணினை வழங்கும் (வங்கிக் கணக்கு எண் போல).

எனக்கு டிவிடெண்ட், இலவசப் பங்குகள், அறிவிப்புகள், கணக்கு வழக்குகள் என்று எதை அனுப்பினாலும் எல்லாம் இந்த அடையாள எண் மூலமாகத்தான். இதற்கு ஃபோலியோ நம்பர் என்று பெயர்.

நான் இன்னும் கூடுதலாக ஒரு நூறு பங்குகள் வாங்கினேன் என்று வைத்துக் கொள்ளுங்கள், அப்பொழுது நான் ஏற்கெனவே இருக்கும் என்னுடைய Folio எண்ணைக் குறிப்பிட வேண்டும். அப்பொழுது அந்த நிறுவனம், இந்தக் கூடுதல் 100 பங்குகளையும் என் ஃபோலியோ கணக்கிலேயே வரவு வைத்துக் கொள்ளும்.

இந்த ஃபோலியோ எண் என்பது, நிறுவனம் சார்ந்தது. இந்தியன் வங்கியில் பார்த்தசாரதி என்பவருக்கு ஒரு கணக்கு. அதற்கு ஒரு கணக்கு எண். அவர் PNB வங்கியில் வேறு ஒரு கணக்கு திறந்தால் பார்த்த சாரதிக்கு பஞ்சாப் நேஷனல் வங்கி (PNB) வேறு கணக்கு எண் தரும்.

அந்தக் கணக்கை அவர் முடித்துக் கொண்டால், அந்த எண் அஃதோடு போய்விடும். மீண்டும் புதிய கணக்கு அதே வங்கியில் திறந்தாலும் வேறு கணக்கு எண்தான் தருவார்கள்.

ஷேர் கணக்குகள்தான் ஃபோலியோக்கள். ஒவ்வொரு நிறுவனத்திலும் ஒருவருக்கு ஒரு சமயம் ஒரு ஃபோலியோ எண்தான் (இருக்க வேண்டும்). நம் எல்லாக் கடிதப் போக்குவரத்துக்களிலும் நம் பெயர்களைக் காட்டிலும், அடையாளத்துக்கும் பாதுகாப்புக்கும் Folio No. ஐக் குறிப்பிடுவது முக்கியம்.

ஷேர்ஹோல்டர் - Shareholder

'சென்னை வீடு என் பெயரில் உள்ளது. கடலூர் தோட்டம் என் மனைவி பெயரில் உள்ளது' என்பதுபோல சிலர் சொல்லக் கேட்டிருக்கிறோம். ஷேர்களில் எப்படி?

ஷேர்களை ஒரே ஒருவர் பெயரில் வாங்கலாம். அதற்கு Sole Applicant என்று பெயர். ஒரே ஒரு விண்ணப்பதாரர். சிலர் Joint ஆக விண்ணப் பிப்பார்கள். இருவர் அல்லது அதிகபட்சம் மூவர் பெயரில் பதிவு செய்யலாம். ஆனால் தொடர்புகள் எல்லாம் முதலாமவர் பெயரில்தான் இருக்கும்.

ஒருவர் இறந்துவிட்டால், உரிய சான்றுகள் தெரிவித்தால் விண்ணப்ப தாரர்களின் அடுத்தவருக்குச் சுலபமாக உரிமை மாற்றிக் கொடுக் கப்படும்.

ரைட்ஸ் - Rights

ஒரு நிறுவனத்தில் பங்குதாரர்கள் என்பவர்கள் யார்? அவர்களும் முதல் போட்டிருக்கிறார்கள். அதனால் அவர்களுக்கு அந்த நிறுவனத்தில் உரிமை உள்ளது. நல்லது வந்தால், அவர்களுக்கு முதல் மரியாதை கொடுக்க வேண்டும்.

நிறுவனம் நன்றாக நடக்கிறது. விருத்தி செய்ய வேண்டும் அல்லது வேறு காரணங்களுக்காகக் கூடுதல் முதல் தேவைப்படுகிறது. என்ன செய்யலாம்? பங்குகள் வெளியிடலாம். யாருக்குக் கொடுப்பது? பொது மக்களுக்கு 'பப்ளிக் இஷ்யூ' மூலம். அது மட்டும்தான் வழியா? யார் சொன்னது? ஏற்கெனவே பங்குதாரர்களாக இருப்பவர்கள் (Existing Shareholders) இருக்கிறார்களே? அவர்களுக்குக் கொடுக்கலாமா? ஆமாம் கொடுக்கலாமே. அதற்குப் பெயர்தான் ரைட்ஸ் (உரிமை). ரைட்ஸ் ஷேர்ஸ் என்றால் உரிமைப் பங்குகள்.

உரிமை உள்ளதே தவிர, கடமை கிடையாது. அதாவது கொடுக்கப்படும் உரிமைப் பங்குகளை (Rights Shares) பங்குதாரர்கள் (காசு கொடுத்துத்தான்) வாங்கிக் கொள்ளலாம், அல்லது விட்டு விடலாம். இந்த உரிமைகள், எவ்வளவு வைத்திருப்பவர்களுக்கு எவ்வளவு எனத் தீர்மானிக்கப் பட்டு, பங்குதாரர்கள் கூட்டத்தில் ஒப்புக் கொள்ளப்பட வேண்டும்.

உரிமைப் பங்குகளை விடவும் அதிகமான எண்ணிக்கைக்கும் ஒருவர் விண்ணப்பிக்கலாம். மற்றவர்கள் எடுத்துக் கொள்ளாத பட்சத்தில் (Unsubscribed portion) நிறுவனம் இவர்களுக்குக் கூடுதலாகவும் கொடுக் கலாம். 2010 டிசம்பரில் கரூர் வைஸியா வங்கி இப்படி உரிமை பங்குகளை வழங்கியது. இதிலும் பிரிமியம் உண்டு.

பரிபாசு - Pari-passu

ஏற்கெனவே வெளியிடப்பட்டு நடப்பில் உள்ள பங்குகள், இப்பொழுது புதிதாக இடையில் வெளியிடப்பட்ட பங்குகள். எல்லாம் சமமாகி விட முடியுமா? சில நிறுவனங்கள், புதிய பங்குகளுக்கு நடப்பு ஆண்டில் டிவிடெண்ட் கிடையாது அல்லது இவ்வளவுதான் என்று சொல்வார்கள். அப்படி ஏதும் சொல்லாது எல்லாம் 'சரிசமம்'தான் என்றால், அதனைத் தான் பரிபாசு என்பார்கள்.

நேம் டிரான்ஸ்ஃபர் - Name Transfer

வீடு, மனைகள் வாங்கினால் என்ன செய்கிறோம்? வீட்டுப் பத்திரத்தை நம்பெயருக்கு மாற்றிக் கொள்கிறோம். அதுபோலப் பங்குகள் வாங்கினாலும் அவற்றை நம் பெயருக்கு மாற்றிக் கொள்ள வேண்டும்.

தொடக்கத்தில் Primary market-ல், பப்ளிக் இஷ்யூவில் ஷேர்கள் வாங்கினால் பெயர் மாற்றத் தேவையில்லை. ஷேர்கள் தொடக்கத்தி லேயே நம் பெயரில்தான் இருக்கும்.

ஆனால் நாம், Secondary market எனப்படும் வெளிச் சந்தையில் (BSE, NSE போல) வாங்கினால், அவற்றை நம் பெயருக்கு உடனடியாக மாற்றம்

172

செய்துகொள்ள வேண்டும். ஷேர்கள் டிமேட்டில் இருந்தால் இந்த மாற்றம் உடனடியாக, நாம் வாங்கும்போதே நடந்துவிடும்.

முன்னெல்லாம் ஷேர்கள் டிமேட்டில் இல்லாதபோது, இந்தப் பெயர் மாற்றும் வைபவத்தைக் கவனமாகச் செய்யவேண்டும். ஆனால் இன்று, கிட்டத்தட்ட எல்லா ஷேர்களும் டிமேட் என்ற நிலையில் இதைப்பற்றி அதிகம் கவலைப்படவேண்டிய தேவையில்லை. நம் Demate கணக்குக்கு ஷேர் போகிறது என்றாலும் நம் பெயருக்கு மாற்றப் பட்டுவிட்டது என்றுதான் பொருள்.

ரெக்கார்ட் டேட் - Record Date

ஒரு நிறுவனம் அறிவிக்கும் டிவிடெண்ட், போனஸ், ரைட்ஸ் ஆகிய வற்றைப் பெறுவதற்கு, ஒரு குறிப்பிட்ட நாளில் அந்த நிறுவனத்தின் பங்குகளை வைத்திருப்பவர்களுக்குத்தான் இந்த உரிமைகள் கொடுப் பார்கள் என்று பார்த்தோம். அந்தக் குறிப்பிட்ட நாள்தான் Record Date. ரெக்கார்ட் டேட் வரை வைத்திருந்து விட்டு அந்த நாளுக்குப் பின்னர் நாம் ஷேர்களை விற்றால், டிவிடெண்ட், போனஸ் பங்கு ஆகியவை வழங்கப்படும்போது அது நமக்கே வந்து சேரும்.

வாரண்ட்டுகள் - Warrants

கடைகளில் ஏதாவது பொருள் வாங்கினால் கூப்பன் கொடுப்பார்கள். அந்தக் கூப்பனைப் பயன்படுத்தி வேறு சலுகைகள் அப்பொழுதோ, பிற்பாடோ அடைந்து கொள்ளலாம்.

அதேபோல பங்குகள்/டிபென்ச்சர்கள் வெளியிடும் நிறுவனங்களும் சமயத்தில் உடன் இதுபோல கூப்பன்களை வழங்கும். அதைக் கொண்டு குறிப்பிட்டுள்ள பலன்களைப் பின்னாளில் அடைந்து கொள்ளலாம். இப்படிக் கிடைக்கும் கூப்பன்களுக்கு வாரண்டுகள் என்று பெயர்.

உதாரணத்துக்கு 'இரண்டு வருடங்கள் கழித்து, இன்ன சலுகை விலைக்கு, இத்தனைப் பங்குகளை உங்களுக்குத் தருகிறேன்' என்று ஒரு நிறுவனம் மற்றொருவருக்கு வாரண்ட்டுகளைக் கொடுக்கலாம். அந்த நேரத்தில் அந்த நிறுவனத்தின் பங்குகள் என்ன விலையில் இருந் தாலும் பரவாயில்லை, அவர்கள் வாரண்டில் குறிப்பிட்ட தொகைக்குப் பங்குகளைக் கொடுப்பார்கள். இந்த வாரண்ட்டுகளை வைத்திருப் பவர்கள் வாரண்டுகளைச் செயல்படுத்தியே ஆகவேண்டும் என்ப தில்லை. நம்மிடம் உள்ள கூப்பனை நாம் கிழித்துப் போட்டுவிடலாம் அல்லவா? அப்படித்தான்!

சில நிறுவனங்கள், சில காரணங்களுக்காக 'ஜீரோ காஸ்ட் வாரண்ட்டு'களைக் கொடுக்கும். அதாவது பிற்காலத்தில் அந்த

வாரண்ட்டுகளைக் காண்பித்து காசு ஏதும் கொடுக்காமலேயே இலவசமாக, அந்த நிறுவனத்தின் பங்குகளைப் பெறலாம். அது வும்கூட வாரண்ட்டுகள் வைத்திருப்பவர்கள் விரும்பினால்தான்!

டிபென்ச்சர்ஸ் - Debentures

டிபென்ச்சர்கள் என்பது கடன் பத்திரங்கள். நிறுவனங்கள் வெளியிடும் முகப்பு விலைகள் உண்டு. பங்குகள் போலப் பத்து ரூபாய் இருக்காது. பெரும்பாலும் 100 ரூபாய். இவற்றுக்குக் குறிப்பிட்ட அளவு வட்டி உண்டு. அதேபோல, குறிப்பிட்ட ஆண்டுகளுக்குப் பின்பு நிறுவனமே பணத்தைத் திருப்பிக் கொடுத்துவிட்டு, டிபென்ச்சர்களை திரும்ப வாங்கிக் கொள்ளும். இதற்கு 'ரிடெம்ஷன்' (Redemption) என்று பெயர். இந்த ரிடெம்ஷன் காலம், ஐந்து அல்லது ஏழு ஆண்டுகள் ஆக இருக்கலாம்.

பப்ளிக் இஷ்யூவாக இதனை வெளியிடலாம். தனியாகவும் வெளியிடு வார்கள் (Private placements). அதன் பிறகு அதனைப் பங்குச்சந்தைகளில் லிஸ்ட் (பதிவு) செய்துவிடுவார்கள். பிறகு அதனை, பங்குகளைப் போல வாங்கலாம், விற்கலாம்.

பங்குகள் போல டிபென்ச்சர்களைப் பெரும்பாலும் பெரிய 'பிரிமியம்' வைத்து வெளியிடுவதில்லை. ஆனால் வெளி மார்க்கெட்டில் அதன் மதிப்பினைப் பொருத்தும், மற்ற முதலீட்டு வாய்ப்புகளைப் (பங்கு மார்க்கெட், தங்கம், ரியல் எஸ்டேட், ஆண்டுக் கணக்கு முடிவு, வரி செலுத்த வேண்டியது) பொருத்தும் விலை கூடுதலாகவோ அல்லது குறைவாகவோ இருக்கும்.

உதாரணத்துக்கு 2000-ம் ஆண்டு 100 ரூபாய் டிபென்ச்சர்களுக்கு 11% வட்டி என்று வெளியிட்டார்கள். வங்கிகளில் வட்டி விகிதம் குறைந்து, பின்பு 2004-ல் அது 5.45%-லிருந்து 6.5% ஆக 2006 வாக்கில் 7, 7.5 சதவிகி தமாகவும் உள்ளது. இதைவிட அந்த டிபென்ச்சர் மிக நல்ல வட்டி தருகிறதே! அதனால் அந்த 100 ரூபாய் டிபென்ச்சர் விலை, ரூ. 120, 130 வரைகூடப் போகும்.

அதேபோல, சமயத்தில் நிறுவனங்கள் பங்குகள் வெளியிடும்பொழுது கூடவே டிபென்ச்சர்களும் வெளியிட்டு, டிபென்ச்சர்கள் வாங்கினால் தான் பங்குகள் என்று சொல்வதும் உண்டு!

கன்வர்டிபிள் டிபென்ச்சர்ஸ் - Convertible Debentures

டிபென்ச்சர்கள் தெரியும். கடன் பத்திரங்களை டிபென்ச்சர்களாக வெளியிட்டு, பின்னால் அதையே பங்குகளாக மாற்றும் ஏற்பாடுதான்

கன்வெர்டிபிள் டிபென்ச்சர்ஸ். ஷேர்களாக மாற்றத்தக்கக் கடன் பத்திரங்கள். இவற்றில் கட்டாயமும் (Compulsory) உண்டு, 'விருப்பப் பட்டால்' என்பதும் (Optional) உண்டு. டிபென்ச்சர்கள் எந்த ஆண்டு பங்காக மாறும் என்பதும் நிறுவனத்துக்கு நிறுவனம் வேறுபடலாம்.

இந்த டிபென்ச்சர்களைப் பங்குகளாக மாற்றும்போது, முகப்பு விலையிலேயும் மாற்றப்படலாம், அல்லது பிரிமியம் விலையிலும் மாற்றப்படலாம். இந்தப் பிரிமியம் தொகையை முன்கூட்டியேயும் தீர்மானிக்கலாம், அல்லது மாற்றப்படும் பங்குகளில் குறைந்தபட்ச, அதிகபட்ச விலைகளை முன்கூட்டியே தீர்மானம் செய்து, பங்குகளாக மாற்றும் சமயத்தில் இந்த குறைந்த, அதிக விலைகளுக்கிடையே ஒரு விலையைத் தேர்ந்தெடுத்தும் பங்குகளாக மாற்றலாம்.

ஃபுல்லி கன்வெர்டிபிள் டிபென்ச்சர்ஸ் - Fully Convertible Debentures

டிபென்ச்சரில் கொடுக்கப்பட்ட மொத்தக் கடன் தொகையும், குறிப்பிட்ட ஆண்டில் பங்குகளாக மாறிவிடும்.

பார்ஷியலி கன்வெர்டிபிள் டிபென்ச்சர்ஸ் -Partially Convertible Debentures

வெளியிடப்பட்ட கடன் பத்திரங்களில் ஒரு பகுதி மட்டும் பங்குகளாக மாற்றப்படும்.

கிரெடிட் ரேட்டிங் - Credit Rating

டிபென்ச்சர்கள், பாண்டுகள் ஆகியவற்றுக்கு 'கிரெடிட் ரேட்டிங்' என்று வழங்கப்பட்டிருக்கும்.

மிக நல்ல முதலீடு வகைகள்: AAA *(மிக அதிகப் பாதுகாப்பானது)*, AA *(மிக பாதுகாப்பானது)*

நல்ல முதலீடு வகைகள்: A *(போதுமான பாதுகாப்பு)*, BBB *(மிதமான பாதுகாப்பு)*

லாபம் வரலாம், வராமலும் போகலாம் என்ற ஸ்பெக்குலேட்டிவ் வகைகள்: BB *(பற்றாக்குறை பாதுகாப்பு)*, B *(அதிக ரிஸ்க்)*, C *(மிக அதிகமான ரிஸ்க்)*, D *(தவறேதான், வேறு வழியில்லை என்றால்)*

பிரிஃபரன்ஸ் ஷேர்ஸ் - Preference Shares

பொதுவாக ஷேர் என்றால் அது Equity ஷேரினைத்தான் குறிக்கும். இந்த பிரிஃபரன்ஸ் ஷேர் என்பது அதிலிருந்து சற்று வேறுபட்டது. பிரிஃபரன்ஸ் ஷேர் என்பது ஒருவகையில் கடன் போல. அந்த பிரிஃபரன்ஸ் ஷேருக்கு நிறுவனம் கட்டாயமாக ஒரு குறிப்பிட்ட சதவிகிதம்

டிவிடெண்ட்-ஐக் கொடுத்தே ஆக வேண்டும். மற்ற ஈக்விட்டி ஷேர்களுக்கு டிவிடெண்ட் வருகிறதோ, இல்லையோ, பிரிஃபரன்ஸ் ஷேருக்கு டிவிடெண்ட் கொடுத்தே ஆக வேண்டும்.

ஆனால், அந்த நிறுவனம் படுவேகமாக வளர்ந்து நிறைய சம்பாதிக்கத் தொடங்கினால், ஈக்விட்டி ஷேருக்கு அதிகமாக டிவிடெண்ட் கிடைக்க வாய்ப்புள்ளது. பிரிஃபரன்ஸ் ஷேருக்கு முன் குறிப்பிட்ட அதே அளவு டிவிடெண்ட்தான்!

மேலும் ஒரு நிறுவனம் 'திவால்' ஆகிறது என்று வைத்துக் கொள் வோம். அப்பொழுது பிரிஃபரன்ஸ் ஷேர்கள் வைத்திருப்பவர்களுக்கு முதலில் அந்த நிறுவனத்தின் சொத்துக்களைப் பணமாக்கி, பங்கிட்டு எடுத்துக்கொள்ளும் உரிமையும் உண்டு. ஈக்விட்டி ஷேர் வைத் துள்ளவர்கள் பொறுமையாகக் காத்திருக்க வேண்டியதுதான்!

AUM - ஏ.யூ.எம்

இந்த ஏ.யூ.எம் என்பது பரஸ்பர நிதி சம்பந்தப்பட்ட ஒரு விஷயம். அசெட்ஸ் அண்டர் மேனேஜ்மெண்ட் (Assets Under Management) என்பதன் சுருக்கம். இந்தியாவில் உள்ள அத்தனை பரஸ்பர நிதிகளும் சேர்த்து மொத்தம் எவ்வளவு ரூபாய்களை (அசெட்ஸ்) முதலீடு செய்தார்கள், நிர்வகிக்கிறார்கள் என்ற கணக்குதான் மொத்த AUM.

அக்டோபர் 2011 கணக்கின்படி மொத்தம் ஏழு லட்சத்து 43 ஆயிரம் கோடி ரூபாய்கள் இந்தியாவின் பரஸ்பர நிதிகளின் மொத்த AUM ஆக இருந்தது. இதுவே ஜனவரி 2007 கணக்கின்படி 3,40,000 கோடிகளாக இருந்ததாம்.

அமெரிக்கன் டெப்பாசிட்டரி ரிசிப்ட்ஸ் - American Depositary Receipts (ADR)

இந்தியாவில் செயல்படும் நிறுவனங்கள் தங்களுடைய நிறுவனத்தின் பங்குகளை இந்தியாவில் வெளியிடுகின்றன (Public Issue). இந்தியர்கள், NRI எனப்படும் வெளிநாடுகளில் வாழும் இந்தியர்கள், FI-க்கள், இந்தியாவில் முறைப்படி பதிவு செய்துகொண்டு செயல்படும் பல நாடுகளைச் சேர்ந்த FII-க்கள் முதலியவர்கள் இந்தப் பங்குகளைப் பெறலாம், வாங்கலாம், விற்கலாம்.

ஆனால் இவற்றை அமெரிக்கா போன்ற வேறு தேசத்தில் வாழும் முதலீட்டாளர்கள் வாங்க முடியுமா? விற்க முடியுமா? அதற்கு என்ன வழி? உதாரணத்துக்கு அமெரிக்காவில் உள்ள டெப்பாசிட்டரிகளிடம் (நம் நாட்டில் உள்ள இரண்டு டெப்பாசிட்டரிகள் போல) கொடுத்து

அங்கு IPO போல அல்லது Public issue போல விநியோகம் செய்யலாம். அப்படிச் செய்வதை அங்குள்ளவர்கள் வாங்கலாம். அவற்றை NYSE மற்றும் Nasdaq-ல் பட்டியலிடலாம். பின்பு அவற்றில் தினசரி வர்த்தகம் நடத்தலாம். நடக்கிறது. இன்ஃபோசிஸ், விப்ரோ, VSNL, ICICI முதலிய நிறுவனங்கள் செய்து கொண்டிருக்கின்றன.

குளோபல் டெப்பாசிட்டரி ரெசிப்ட்ஸ் - Global Depositary Receipts (GDR)

இவையும் அமெரிக்கன் டெப்பாசிட்டரி ரெசிப்ட்ஸ் போலவேதான். ஆனால் பட்டியலிடப்படுவதும், வர்த்தகம் நடைபெறுவதும் குறிப் பிட்ட ஐரோப்பிய பங்குச்சந்தைகளில்.

இவற்றில் Sponsored GDR/ADRகளும் உண்டு. ஒரு நிறுவனம் புதிதாகப் பங்குகள் எதையும் ADR/GDRகளாக வழங்காமல், ஏற்கெனவே இந்திய முதலீட்டாளர்களிடம் உள்ள பங்குகளை, அவர்களிடமிருந்து டெண்டரில் வாங்கி அவற்றை ADR/GDR ஆக மாற்றி அமெரிக்க (அல்லது ஐரோப்பிய) சந்தைகளில் வர்த்தகம் செய்ய வழிவகுப் பார்கள். இதனால் அந்த நிறுவனத்துக்கு நேரடி லாபம் ஏதுமில்லை. ஆனால் அமெரிக்கச் சந்தையில் இவர்களது ADR அதிகமாக வர்த்தகம் ஆவதால், அமெரிக்காவின் பெரிய நிதி நிறுவனங்களின் பார்வை இந்த நிறுவனத்தின் மீது விழும்.

அதுவே நன்மைதானே? உதாரணத்துக்கு நேர்மைக்குப் பெயர்போன இன்ஃபோசிஸ் நிறுவனம் முதலில் நமது தேசத்தில் மட்டுமே பங்கு களை வெளியிட்டது. பின்னர் அமெரிக்காவிலும் தங்கள் நிறுவனப் பங்குகளை ADR-களாக வெளியிட்டது. ஆனால் போகப்போக தாங்கள் அமெரிக்காவில் வெளியிட்டுள்ள ADRகளின் எண்ணிக்கை போத வில்லை என்பதாக உணர்ந்தது. அதேசமயம் தங்களது நிறுவனத்தில் உள்ள மொத்தப் பங்குகளின் எண்ணிக்கையையும் புதிய வெளியீடுகளின் மூலம் அதிகப்படுத்திக்கொள்ள விரும்பவில்லை.

அதற்காக அதற்குரிய வழியான Sponsored ADR (ஏற்கெனவே இந்தியாவில் பங்கு வைத்திருப்பவரிடமிருந்து பெற்று அவற்றை ADR- களாக மாற்றி அமெரிக்காவில் வெளியிடுதல்) மூலம் வெளியிட்டு அதில் கிடைத்த அதிக விலை மொத்தத்தையும் இந்திய முதலீட்டாளர் களுக்கே கொடுத்து விட்டார்கள்.

மில்லியன் - Million

அமெரிக்கா மற்றும் சில வெளிநாட்டவர்கள் பயன்படுத்தும் எண் இது. மில்லியன் என்றால் பத்து லட்சம். மில்லியன் டாலர் என்றால், சுமார் 4.5 கோடி ரூபாய்கள். (டாலர் மதிப்பை பொறுத்தது).

பில்லியன் - Billion

மில்லியன் புழங்கும் நாடுகளில்தான் பில்லியனும். பில்லியன் என்றால் ஆயிரம் மில்லியன். அதாவது 100 கோடி. பில்லியன் டாலர் என்றால் சுமார் 4,500 கோடி ரூபாய்கள்.

டிரில்லியன் - Trillion

மில்லியன், பில்லியன் முதலியவற்றின் தாத்தா டிரில்லியன். ஒரு டிரில்லியன் என்பது ஆயிரம் பில்லியன். அதாவது ஒரு லட்சம் கோடி. டிரில்லியன் டாலர்கள் என்றால் சுமார் 45,00,000 கோடி ரூபாய்கள்.

ஸ்வெட் ஈக்விட்டி - Sweat Equity

ஈக்விட்டி என்றால் பங்குகள். ஸ்வெட் என்றால் வியர்வையல்லவா. அந்த நிறுவனத்தில் பணிபுரியும் ஊழியர்களுக்கு அந்த நிறுவனத்தின் பங்குகளை, இலவசமாகவோ, அல்லது பங்குச் சந்தையில் இருக்கும் விலையைவிடக் குறைவாகவோ, கொடுப்பார்கள். அந்த முதலுக்குப் பெயர்தான் ஸ்வெட் ஈக்விட்டி.

இப்பொழுதெல்லாம் ஸ்வெட் ஈக்விட்டிக்கு பதில், ஸ்டாக் ஆப்ஷன்ஸ் (Stock Options) என்ற பெயரில், சற்றே மாறுபட்ட முறையில் இதனைச் செய்கிறார்கள்.

ஜி.பி.எம். - G.P.M.

கிராஸ் பிராஃபிட் மார்ஜின் (Gross Profit Margin) என்பது ஒரு நிறுவனம் தனக்காகும் செலவுகள் போக, விற்பனைப் பணத்தில் எத்தனை சதவிகிதம் லாபம் பார்க்கிறது என்பதாகும். இது வரி மற்றும் தேய்மானத்துக்கு (Depreciation) முந்தைய லாபச் சதவிகிதம்.

என்.பி.எம். - NPM

நெட் பிராஃபிட் மார்ஜின் (Net Profit Margin) என்பது வரி மற்றும் தேய்மானத்துக்குப் பிந்தைய லாப சதவிகிதம். நூறு ரூபாய்க்கு வியாபாரம், 70 ரூபாய் செலவுகள் என்று வைத்துக் கொள்வோம். அப்படியானால் வரி, தேய்மானத்துக்கு முந்தைய லாபம் என்பது ரூ. 100 - 70 = ரூ.30 ஆகும். இப்பொழுது GPM என்பது நூற்றுக்கு முப்பது, அதாவது 30 சதவிகிதம்.

இந்த கிராஸ் பிராஃபிட்டுக்கு வரி 10 ரூபாய், தேய்மானம் ஐந்து ரூபாய் என்றால் மொத்தம் ரூபாய் 15. கிராஸ் பிராஃபிட்டிலிருந்து இதையும் கழித்தால் வருவது நிகர லாபம் = ரூ. 30-15 = ரூ. 15. இது நூறு ரூபாய்க்கு. ஒவ்வொரு நூறு ரூபாய்க்கும் என்றால் NPM 15 சதவிகிதம்.

அதர் இன்கம் - Other Income

ஒரு நிறுவனத்தின் வரவு - செலவுக் கணக்கினை முதலீட்டாளர் என்ற முறையில் நமக்குக் கொடுப்பார்கள். இதை நாம் கவனித்துப் பார்க்க வேண்டும். வரும் வருமானம் அல்லது கூடுதலாகியிருக்கும் வருமானம் எப்படி வந்தது? விற்றுமுதல் லாபமாக இல்லாது பிற வழிகளிலோ வந்தால் அவை பிற வருமானங்கள்தான், அதாவது அதர் இன்கம்.

இந்தப் பிற வருமானம் நிரந்தரமானதல்ல. இது ஒருமுறை மட்டுமே வரக்கூடியது. இதனை வழக்கமாக வரும் ஆண்டு நிகர லாபம் போலப் பார்க்கக் கூடாது. இது வியாபாரத் திறமையால், நல்ல நிலைமையால் வந்ததல்ல. அதைப் புரிந்துகொள்ள வேண்டும். இது முக்கியம்.

போனஸ் - Bonus

நிறுவனம், ஏற்கெனவே பங்குகள் வைத்திருப்போருக்கு, அவர்கள் ஏதும் பணம் தராமலேயே புதிய பங்குகளை இலவசமாகத் தருவது போனஸ் பங்குகள் எனப்படும். இந்த போனஸ் பங்குகளின் எண்ணிக்கை வேறு படலாம். ஒன்று வைத்திருப்பவர்களுக்கு மேலும் ஒன்று அல்லது இரண்டுக்கு ஒன்று அல்லது ஒன்றுக்கு இரண்டு என்பது போல.

போனஸ் ரேஷியோ - Bonus Ratio

எல்லா நிறுவனங்களும் எல்லா சமயங்களிலும் ஒன்றுக்கு ஒன்று என்று போனஸ் ஷேர்கள் கொடுப்பதில்லை. சில சமயம் One for Five என்று ஐந்துக்கு ஒன்று அல்லது பத்துக்கு ஒன்று என்றுகூடக் குறைவாக இருக்கலாம்.

சில நிறுவனங்கள் Two for one போல ஒரு ஷேருக்கு ஒன்றுக்கு மேற்பட்டும் கொடுத்துள்ளன. VSNL கொடுத்தது. இன்ஃபோசிஸ், விப்ரோ கொடுத்துள்ளன. யூனிடெக் என்ற நிறுவனம் 2006-ல் ஒரு ஷேருக்கு 12 ஷேர் கொடுத்தார்கள்.

கம் டிவிடெண்ட், கம் போனஸ் - Cum-Dividend, Cum-Bonus

பசு தன் வயிற்றில் கன்றைச் சுமந்திருப்பதைக் கற்பனை செய்து பாருங்கள். ஷேரும் அதனுடன் அறிவிக்கப்பட்டுவிட்ட டிவிடெண்டும் சேர்ந்திருப்பதுதான், தாயும் கன்றுமாக இருப்பது. இதற்கு கம் டிவிடெண்டு என்றும், அறிவிக்கப்பட்ட போனஸ் பங்குகளுடன் இருப்பதை கம் போனஸ் என்றும் கூறுவர்.

அந்த நிலையில் வாங்குபவர்கள், வாங்கி உடனே பெயர் மாற்றிக் கொண்டு, பசுவையும் கன்றையும் சொந்தமாக்கிக் கொள்ளலாம். அதற்கான விலையிருக்கும்.

2004-ம் ஆண்டு தொடக்கத்தில் ரானே பிரேக் (Rane Brake) என்ற நிறுவனப் பங்குகளின் விலை ரூபாய் 250 ஆக இருந்தது. ஆட்டோ, கார், லாரி தொழில்கள் நன்கு நடக்க, எல்லா நிலையும் சரியாக இருக்குமென்ற நம்பிக்கை வந்து நிறுவனம், பங்குதாரர்களுக்கு இலவசப் பங்குகள் அளிப்பதற்கு முடிவு செய்தது.

அதன்படி ஒரு பங்கு வைத்திருப்பவர்களுக்கு மற்றொன்று இலவ சமாகத் தரப்போவதாக அறிவித்தது. கூடவே மொத்த மார்க்கெட் சூழ்நிலையும் சாதகமாக அமைய, அந்நிறுவனத்தின் பங்குகளின் விலை மளமளவென்று ஏறி ரூபாய் 630ஐத் தொட்டது.

இந்த விலை, கம் போனஸ் விலை. போனஸ் ஷேருடன் கூடிய ஒரு ஷேருக்கான விலை (தாயும் கன்றும்). பின்பு குறிப்பிட்ட தேதி (Book Closure-க்குப் பிறகு) போனஸ் ஷேர் வழங்கப்பட்டு விட்டது. யார் யார், ஷேர் தங்கள் பெயரில் வைத்திருக்கிறார்களோ, அல்லது யார் யார் குறிப்பிட்ட தேதிக்கு முன் ஷேரினை வாங்கி தங்கள் பெயருக்கு மாற்றிக் கொண்டார்களோ அவர்களுக்கெல்லாம் ஒன்றுக்கு ஒன்று (One for one) என்ற விகிதத்தில் கொடுக்கப்பட்டது.

கன்று ஈன்றவுடன் தாயின் எடை குறைந்து விடுமல்லவா? அதுபோல போனஸ் கொடுத்தவுடன் பழைய ஷேர், மெலிந்த ஷேர்தான். அதற்கு Ex-bonus என்று பெயர்.

அதன் சம்பாதிக்கும் திறனும் குறைந்துவிடுகிறது. Ex-bonus ஆனதும் ஷேர் விலை குறையும். ஒன்றுக்கு ஒன்று என்று போனஸ் கொடுத் திருந்தால், விலை சரிபாதியாகிவிடும். அதன்பிறகு Ex-bonus ஷேரின் விலை ஏறுவதும் உண்டு. அதனினும் கீழாக இறங்குவதும் உண்டு. அது சந்தையில் அந்த ஷேரின் மீதுள்ள நம்பிக்கை மற்றும் எதிர்பார்ப்பு களைப் பொறுத்தது.

புக் வேல்யூ - Book Value

நிறுவனம் பத்து லட்சம் பங்குகள் வெளியிட்டுள்ளது (Issued). அவை பத்து ரூபாய் பங்குகள். அதுதான் முதல். அந்த நிறுவனம் ஆரோக் கியமாக இருந்தால் அதன் முதல் முழுவதும் அப்படியே இருக்கும். கூடுதலாகச் சேமிப்பும் உபரியும் (R&S) இருக்கும்.

சில நிறுவனங்கள் நஷ்டம் மேல் நஷ்டம் செய்து சேமிப்பும், உபரியும் இல்லாதது மட்டுமல்ல, கடனும் சேர்த்து வைத்திருக்கும்.

பத்து லட்சம் பத்து ரூபாய் பங்குகளின் மதிப்பு ஒரு கோடி. அதுதான் முதல். அந்த நிறுவனம் சேமிப்பும் உபரியும் ஐந்து கோடி வைத்திருந் தால் என்ன அர்த்தம்?

அதன் ஒவ்வொரு பத்து ரூபாய் பங்குக்கும் நிறுவனத்தில் ரூபாய் 50 சேமிப்பும் உபரியும் இருக்கின்றது என்றுதானே. இதைத்தான் 'புக் வேல்யூ' என்கிறார்கள். புத்தகத்தின்படி ஒரு பங்கின் மதிப்பு. சில நிறுவனங்களில் இது நெகட்டிவ் (Negative) ஆகவும் இருக்கும். ஒவ்வோர் இந்திய குடிமகனுக்கும் எவ்வளவோ ரூபாய் கடன் இருப்பதாக ஒரு கணக்குச் சொல்வார்களே, அதைப் போல.

ஆனால் ஷேர்களைப் பொறுத்தவரை பங்குதாரர்களுக்கு 'லிமிட்டெட் லயபிலிட்டி'தான். நிறுவனக் கடனுக்குப் பங்குதாரரின் பிற சொத்துக்களைக் கேட்க முடியாது. (அப்பாடா!) குதிரை கீழேதான் தள்ளும், குழியெல்லாம் பறிக்காது!

டெட் ஈக்விட்டி ரேஷியோ - Debt Equity Ratio

ஒரு நிறுவனம் வாங்கியுள்ள கடனுக்கும் (Debt), அதன் முதலுக்குமான (Equity) விகிதமே டெட் ஈக்விட்டி ரேஷியோ எனப்படும். ஒரு நிறுவனத்தின் மொத்த முதல் 100 கோடி ரூபாய்கள். அந்த நிறுவனம் தனியாரிடமிருந்து கடன் பத்திரங்கள், டிபென்ச்சர்கள் ஆகியவை மூலம் வாங்கியுள்ள கடன், வங்கிகளிடமிருந்து வாங்கியுள்ள கடன் எல்லாம் சேர்த்து 200 கோடி ரூபாய்கள் என்றால், அந்த நிறுவனத்தின் டெட்/ ஈக்விட்டி ரேஷியோ 200/100 = 2:1 ஆகும். நிறுவனங்கள் இந்தக் கடன்/ முதல் விகிதத்தை ஒரு கட்டுப்பாட்டுக்குள் வைத்திருக்க விரும்புவார்கள். அதே சமயம் கட்டமுடியும் என்ற நம்பிக்கையும், திறமையும், நிறுவனத்தில் லாபமும் இருந்தால் கடன் வாங்கத் தயங்க வேண்டியதில்லை.

ஃபிரண்டுலைன் ஸ்டாக்ஸ் - Frontline Stocks

முன்னணி நட்சத்திரங்கள் போல் முன்னணி ஷேர்கள். இவைதான் மார்க்கெட் லீடர்கள். இறங்குவதோ ஏறுவதோ, முதலில் இவர்கள் தான். இந்தப் பங்குகள்தான்.

புளூ சிப்ஸ் - Blue Chips

ஷேர் மார்க்கெட்டில் அடிக்கடி பயன்படுத்தப்படும் வார்த்தை புளூ சிப்ஸ். நன்கு நிர்வகிக்கப்படும், நன்கு செயல்படும், சிறப்பான நிறுவனங்களுக்கு 'புளூ சிப்ஸ்' என்று பெயர். இன்ஃபோசிஸ், பிரிட்டானியா போன்ற 'என்றும் பதினாறு' நிறுவனங்கள்தான் புளூ சிப்ஸ். இதுபோன்ற புளூ சிப்ஸும் கணிசமான அளவு உள்ளன.

இந்தப் பெயர் 'போக்கர்' என்னும் ஆட்டத்திலிருந்து வந்துள்ளது. போக்கர் என்னும் சீட்டுக்கட்டு விளையாட்டில் சிகப்பு, வெள்ளை,

நீலம் என்று மூன்று வண்ணங்களில் உள்ள சிப்ஸ் (வில்லைகளை) வைத்து விளையாடுவார்கள். இதில் சிகப்பு வண்ண வில்லைகளுக்கு மிகக்குறைந்த மதிப்பு. நீல வண்ண வில்லைகளுக்கு (Blue Chips) மிக அதிக மதிப்பு. அதனால் அதிக மதிப்புள்ள, தொடர்ந்து நன்கு செயல்படும் நிறுவனங்களுக்கு இந்தப் பெயர்.

மிட்கேப் - Mid-Cap

நிறுவனங்களின் மார்க்கெட் கேப்பிடலைசேஷனின் மதிப்பைப் பொருத்து அவற்றை மூன்றாகப் பிரிப்பார்கள். மிக அதிகமான மார்க் கெட் கேப்பிடலைசேஷன் உள்ள நிறுவனப் பங்குகளுக்கு Large-Cap என்று பெயர். மிகக் குறைந்த மார்க்கெட் கேப்பிடலைசேஷன் உள்ள நிறுவனங்களின் பங்குகளுக்கு Small-Cap என்று பெயர்.

இரண்டுக்கும் இடைப்பட்டதுதான் மிட்கேப். Medium Capitalisation என்பதைச் சுருக்கி இப்படிக் குறிப்பிடுகிறார்கள்.

மார்க்கெட் கேப்பிடலைசேஷன் என்பது ஒரு நிறுவனம் வெளி யிட்டிருக்கும் மொத்தப் பங்குகள் மற்றும் பங்கின் விலை ஆகியவற்றின் பெருக்கல் தொகை. ஒரு பங்கு 72 ரூபாய் விற்கிறது. மொத்தம் ஒரு கோடி பங்குகள் வெளியிடப்பட்டுள்ளது என்றால் அதன் மார்க்கெட் கேப்பிடலைசேஷன் 72 கோடி ரூபாய். அந்தப் பங்கின் விலை ரூ. 140 ஆனால் மார்க்கெட் கேப்பிடலைசேஷன் ரூ. 140 கோடி.

தேசியப் பங்குச் சந்தையில் ரூ. 75 கோடி முதல் ரூ. 750 கோடி வரை மார்க்க்கெட் கேபிட்டலைசேஷன் உள்ள நிறுவனங்களை மிட் கேப்ஸ் என்கிறார்கள். இது நாட்டுக்கு நாடு, காலத்துக்கு காலம் மாறுபடும். அமெரிக்காவில் மிட் கேப் என்றால் 4500 கோடி ரூபாயிலிருந்து 45,000 கோடி ரூபாய்கள் வரை. (அதாவது 1 பில்லியன் டாலர் முதல் 5 பில்லியன் டாலர் வரை).

இந்த மிட்கேப் இந்தியப் பங்குகளுக்கென்றே தனியே ஒரு குறியீட்டு எண்ணும் உள்ளது. அதற்கு CNX MidCap 200 என்று பெயர்.

இண்டஸ்ட்ரி - Industry

குறிப்பிட்ட தொழில். உதாரணத்துக்கு சிமெண்ட், சர்க்கரை, இரும்பு, மோட்டார் வாகனங்கள், மின்சாரம், சாஃப்ட்வேர். இவற்றில், எந்த இண்டஸ்ட்ரி நன்றாக உள்ளது, எதில் லாபம் அதிகம் என்பதைப் பார்த்துத்தான் முதலீடு செய்வார்கள். குறிப்பிட்ட தொழிலுக்கு அரசு ஆதரவு, கட்டுப்பாடு, வரிகள், தேவை (Demand), லாப விகிதம் எல்லாம் எப்படியுள்ளது என்பதைப் பொருத்து அதன் தனிப்பட்ட (ஆம் அந்த

இண்டஸ்ட்ரிக்கான) PE ரேஷியோவே முடிவாகும். அதன் மூலம் அந்தத் தொழிலில் உள்ள நிறுவனங்களின் வெளிச் சந்தை விலைகள் ஏறும், இறங்கும்.

சைக்கிளிக்கல் எஃபெக்ட் - Cyclical Effect

இதனைச் சரியாகப் புரிந்துகொள்ள, மிதிவண்டி என்ற சைக்கிளையே எடுத்துக் கொள்ளலாம். சைக்கிள் வண்டியில் பெடல் மேலே வரும், பின்பு கீழே போகும். இது மாறிமாறி நடக்கும்.

இதேபோல, பெரும்பாலான பங்குகளின் விலைகள் குறிப்பிட்ட ஆண்டுகளுக்கு ஒருமுறை மேலேறும். பின்பு கீழிறங்கும். இது தொடர்ந்து நடக்கும். இதற்குதான் சைக்கிளிக்கல் எஃபெக்ட் என்று பெயர்.

உதாரணத்துக்கு, மொத்தப் பங்குச்சந்தைக்கும் *1988*-ல் இறக்கம், *1992*-ல் உச்சம், பின்பு *93*-ல் இறக்கம், பின்பு *1994*-ல் உச்சம், மீண்டும் *1996*-ல் சரிவு. *1997*-ல் உச்சம், *1998*-ல் சரிவு, *2000*-த்தில் படு உச்சம், செப்டம்பர் *2001*-ல் சரிவு... மீண்டும் *2003* முதல் உச்சம். மீண்டும் *2008*-ல் படுசரிவு.

இதுபோல, மாறிமாறி வருவதை சைக்கிளிக்கல் எஃபெக்ட் என்கிறார்கள்.

அக்குமுலேட்டிங் - Accumulating

ஒரு (கவுண்ட்டர்) ஷேர் நன்றாக இருக்கிறது என்று தெரிந்து விட்டதும், அதை ஒரேயடியாகக் கையில் இருக்கும் மொத்தப் பணத்துக்கும் வாங்கி விடுவதில்லை. விலைகள் ஏறி இறங்கும் என்பதால், தனக்குச் சாதக மான (இறங்கிய) விலைகள் வரும் பொழுதெல்லாம் கொஞ்சம் கொஞ்சமாகத் தொடர்ந்து அந்த ஷேரையே வாங்குவது - அதாவது சேகரிப்பது, அதுதான் 'அக்குமுலேட்டிவ்' செய்வது.

பை - Buy

ஒரு குறிப்பிட்ட ஷேரின் நிலைமை எப்படியுள்ளது. அதன் தற்போதைய சூழ்நிலை, விலை முதலியவற்றைக் கணக்கிடும்பொழுது, அந்த ஷேரினை வாங்கலாமா? 'வாங்கலாம்' என்று நிபுணர்கள் (Experts) நினைக்கும்பொழுது அதனை இப்படிக் குறிப்பிடுவார்கள். அது அந்த விலைக்கு, அந்தக் காலகட்டத்துக்குத்தான் பொருந்தும்.

பையர்ஸ் - Buyers

காய்கறி மார்க்கெட் போனால் என்ன செய்கிறோம்? பல காய்களுக்கு விலை கேட்கிறோம். யாரும் வாங்கினாலும் வாங்காவிட்டாலும்

நமக்கு விருப்பமிருந்தால் அதனை வாங்கி விடுகிறோம். ஷேர் மார்க்கெட்டில் ஒரு வித்தியாசம். இங்கு ஒவ்வொன்றையும் எவ்வளவு பேர் வாங்குகிறார்கள் என்று பார்க்கிறோம். வாங்குபவர்களுக்குப் பெயர் 'பையர்ஸ்'. நிறையப் பேர் வாங்குவதற்கு இருந்தால் அதன் விலை அன்று குறையாது. கூடவும் செய்யும்.

NSE-யைப் பொறுத்தவரை ஒவ்வொரு டிரேடிங் டெர்மினலிலும் (Trading Terminal) பட்டனைத் தட்டினால் தெரிந்துவிடும். ரிலையன்ஸ் எவ்வளவு பையர்ஸ் என்றால், பளிச்சென பதில் வரும் 'நாலு லட்சம் ஷேர்கள்' என்று.

ஆம் கேட்பது, எவ்வளவு 'வாங்குபவர்கள்' என்று. பதில் எவ்வளவு எண்ணிக்கையில் பங்குகள் வாங்க ஆள்கள் இருக்கிறார்கள் என்பதாக அமையும்.

இன்னொரு விஷயம். அப்பொழுது ரிலையன்ஸ் ஷேர் ரூ.1,400 போகிறது என்று வைத்துக் கொள்வோம். வாங்க இருக்கும் / கேட்கும் நான்கு லட்சம் ஷேர்களும் அதே விலையில் இருக்காது. 1,390, 1,395-ல் இருந்து 1,399.90 வரை பல விலைகளில் வாங்கப் பலரும் கேட்டிருப்பார்கள். அதைத்தான் 'பையர்ஸ்' என்கிறார்கள்.

சில சமயங்களில் சில ஷேர்களுக்கு 'நோ பையர்ஸ்' என்பார்கள். எந்த விலையிலும் வாங்க ஆளில்லை என்று பொருள். அன்றைய தினம் ஒரு குறிப்பிட்ட தொகைக்கு மேல் இறக்கி விற்க முடியாது. அந்த குறைந்த பட்சத் தொகைக்கே, வாங்க ஆளில்லை! (என்ன அற்புதமான ஷேர்!)

லாங் போவது - Going Long

ஒரு பங்கினையே தொடர்ந்து வாங்குவதற்கு அதில் 'லாங் போவது' என்று சொல்வார்கள்.

செல் - Sell

இந்த Sell-க்குப் பொருள் நமக்குத் தெரியும். 'விற்றுவிடுக' என்று பொருள். குறிப்பிட்ட ஷேரின் பெயரைச் சொல்லி 'விற்க' (Sell) என்று பரிந்துரைப்பார்கள். அதன் எல்லா விவரங்களையும் யோசித்துச் சொல் வார்கள். அது சரியாகவும் வரலாம், தவறாகவும் போகலாம். இதுவும் குறிப்பிட்ட நிறுவனத்துக்கு, அந்தக் காலகட்டத்துக்கு, அந்த விலைக்குப் பொருந்தும்.

ஷார்ட் போவது - Going Short

ஷார்ட் என்றால் பற்றாக்குறை என்று பொருள். கையில் ஷேர் இல்லாமலே தொடர்ந்து விற்பது. (பிறகு விலை இறங்கியதும் வாங்கி

விடுவதற்காக). இதை (Going Short) செய்வதற்கு அனுபவம் வேண்டும். இது மிகக் கூர்மையான கத்தி போன்றது. ஏமாந்தால் கையை மட்டுமல்ல, உடம்பையே பதம் பார்த்துவிடும்.

செல்லர்ஸ் - Sellers

வாங்க இருப்பவர்கள், வாங்குபவர்கள் பையர்ஸ். அதேபோல, விற்பவர்கள் செல்லர்ஸ். பல்வேறு தொகைகளிலும் விற்க ஆள்களிருப்பார்கள். அதே ரிலையன்ஸ் ஷேர் உதாரணத்தை எடுத்துக் கொண்டால், ரூ.*1,400* வியாபாரம் நடந்து கொண்டிருக்கும் ரிலையன்ஸ் ஷேருக்கு நான்கு லட்சம் பையர்ஸ் என்று பார்த்தோம். அதே நேரம் 2 லட்சம் (அல்லது கூடுதலாகவோ, குறைவாகவோ) ஆள்கள் விற்கத் தயாராக இருக்கலாம். அதாவது இரண்டு லட்சம் எண்ணிக்கையிலான ஷேர்களை - அந்த விலைகள் *1,400.25* முதல் *1,410*, *1,420* என்றுகூட இருக்கலாம் - தான் சொல்லும் விலை வந்தால் விற்கிறேன் என்று கம்ப்யூட்டரில் தகவல் பதிந்துவிட்டுக் காத்திருப்பவர்கள்.

செல் அபவ் - Sell above

'செல்' என்று குறிப்பிடும்பொழுதே, சமயத்தில் ஒரு குறிப்பிட்ட விலையையும் சொல்வார்கள். அதாவது அந்த ஷேரின் அப்போதைய நிலவரப்படி, ஒரு குறிப்பிட்ட விலைக்கு மேல் போனால், உடனே விற்றுவிடலாம் என்று பொருள்.

ஸ்டாப் லாஸ் - Stop Loss

ஒரு ஷேரினை ரூபாய் 70-க்கு வாங்கினோம். வாங்கியதிலிருந்து ஏறவேயில்லை. (அதைப் போய் ஏன் வாங்கினோம்?) 'குதிரை கீழே தள்ளியதும் இல்லாமல், குழியும் பறித்ததாம்' என்று ஒரு பழமொழி உண்டு. இந்த ஷேர் ஏறாதது மட்டுமல்ல, வாங்கிய விலையிலிருந்து இறங்கி விட்டதே! (இது சர்வசாதாரணம்!) என்ன செய்ய?

ரூபாய் 70-க்கு வாங்கியது, நேற்று 68, இன்று 65. எங்கு போய் நிற்குமோ? சிலர் நஷ்டத்துக்கு விற்க மனசில்லாமல் அப்படியே வைத்திருப் பார்கள். அது மேலும் மேலும் இறங்கும். (கீழும் கீழும் என்று சொல்ல வேண்டுமோ!) என்ன செய்வது?

இதைத் தடுக்கத்தான் Stop Loss யோசனை. Stop Loss என்றால் 'நஷ்டத்தைத் தடு'. வாங்கியாச்சு, இறங்குகிறது. இதில் என்ன வருத்தம்? ஒரு சென்டிமெண்ட்டும் வேண்டாம். 'டக்'கென்று விற்று விடலாம். ஏதோ ஒரு மிஸ்டேக், வாங்கிவிட்டோம். 'சரி தொலைகிறது, சிறு நஷ்டத்துடன் வெளியே வந்து விடுங்கள்' என்று சொல்வதுதான் Stop Loss.

வாங்கும்பொழுதே சொல்வார்கள். இந்த விலைக்கும் கீழே வந்தால் விற்று விடுங்கள் என்று. ஏன் என்றால், நமக்கு எல்லாம் தெரியாது. ஷேர் மார்க்கெட்டில் எல்லா விவரங்களும் சரியாகக் கிடைத்தவர் இருக்கவே முடியாது. அவ்வளவு விவரங்கள் உள்ளன. ஏதோ நமக்குத் தெரியாத காரணத்துக்காகத்தான் இப்படித் தொடர்ந்து இறங்குகிறது. அதையே பிடித்துக் கொண்டிருந்தால் எப்படி என்று நினைப்பவர்களும் உண்டு.

ஸ்டாப் லாஸ் லெவல் - Stop Loss Level

ஒரு குறிப்பிட்ட ஷேரினை வாங்கலாம் என்று யோசனை சொல்லும் பொழுது அதனை வெறுமனே சொல்ல மாட்டார்கள். அதனை இந்த விலைக்கு வாங்கலாம், வாங்கிய பிறகு குறிப்பிட்ட விலைக்குக் கீழே போனால் தொடர்ந்து வாங்க வேண்டாம் என்றும் சொல்வார்கள். குறிப்பிட்ட விலைக்கு மேலே வாங்கினால்தானே பிரச்னை. ஏன் வாங்கக்கூடாது? அதைவிடக் கீழே வாங்கினால் நல்லதுதானே என்று சிலர் நினைக்கலாம். இதில் விஷயமிருக்கிறது. அதனை Technical Analysis என்ற தலைப்பில் பார்க்கவும்.

Stop Loss என்பதை Below என்பதுடன் சேர்த்துச் சொன்னால் இந்த விலைக்கு மேலிருந்தால் வாங்கலாம் என்று பொருள்.

சப்போர்ட் லெவல் - Support Level

ஒரு பங்கின் விலை எந்த அளவுக்கு வந்தால் அதை வாங்குவதற்கான ஆதரவு பெருகுமோ அதற்கு சப்போர்ட் லெவல் என்று பெயர். அந்த 'தாங்கும்' விலையையும் சில மோசமான நேரங்களில் அது தாண்டி இறங்கலாம். அதனை breach of support level என்பார்கள்.

ஒருவர் மாடியிலிருந்து படிக்கட்டில் விழுகிறார். உருண்டு உருண்டு வந்து முதல் திருப்பத்தில் நின்று விடுவார். அதாவது ஒரு சப்போர்ட் லெவலில் தடுக்கப்படுகிறார். சமயத்தில் உருளும் வேகம் அதிகமிருந்த தால் அவர் அதனையும் தாண்டிக் கீழே போகலாம். அடுத்த நிலை என்பது படிக்கட்டில் அடுத்த வளைவுதானே. அதுதான் அடுத்த சப்போர்ட் லெவல். அதுபோல, ஒவ்வொரு ஷேருக்கும் ஒரு விலை உண்டு.

மிகப்பெரிய கெட்ட செய்தி வந்தால்தான், ஒரு பங்கு தன் சப்போர்ட் லெவலுக்கும் கீழே போகும். நமக்குக் கெட்ட செய்தி தெரியாமல் போகலாம். ஆனால் 'சப்போர்ட் லெவல்' தெரிந்திருந்தால், அதைத் தாண்டியதும், ஏதோ நிச்சயம் மோசமான தகவல்தான் என்று உடனே விற்று விட்டு வெளியேறி விடலாம்.

டெக்னிக்கல் அனாலிசிஸ் - Technical Analysis

டெக்னிக்கல் அனாலிசிஸ் எனப்படுவது ஒரு பங்கின் அடுத்தக்கட்ட நகர்தல் (Movement) எப்படியிருக்கும் என்று கணிக்க உதவும் ஒரு முறை. தனிப்பட்ட பங்குகள் தவிர, குறியீட்டு எண்களையும் (சென்செக்ஸ், நிப்டி) கணிக்க, இதே முறையைப் பயன்படுத்துவார்கள்.

தவளை கத்தினால் மழை வரும் என்பார்களே அதுபோலத்தான் இது. தவளைக்கு, சுற்றியுள்ள சூழ்நிலையில் ஏற்படும் மாற்றம் தெரியும். அந்த மாறுதலை வைத்து தவளை கத்துகிறது.

அதேபோல, இப்படி நடந்தால் இப்படி நடக்கும் எனக் கணிப்பது டெக்னிக்கல் அனாலிசிஸ். ஒரு பங்கின் விலையையே உதாரணமாக எடுத்துக் கொள்வோம். பங்கு சவுத் இந்தியன் பேங்க். அனாலிசிஸ் வெளிவந்தது. பிசினெஸ் லைன் பத்திரிகையில் செய்தவர் D. யோகானந்த். தினம் 30.10.11. அப்போதைய விலை ரூ. 23.00.

அதன் லைப் டைம் உச்ச விலையான 29.70ஐ நவம்பர் 2010-ல் தொட்டபிறகு, 38.2% திரும்ப வரும் பனோசி அளவினை ரூ. 19 ஐயும் பிப்ரவரி (2011-ல்) தொட்டது. நீண்டகால அளவில் பார்த்தால், இந்தப் பங்குக்கு ரூ. 19.20 என்பது வலுவான சப்போர்ட். இந்த சப்போர்ட் தான் ஆகஸ்ட் 2001லும் இந்தப் பங்கு அதற்கு கீழும் விலை இறங்காமல் பார்த்துக்கொண்டது.

ரூ. 20-ல் வலுவான அடித்தளம் அமைத்துக்கொண்ட பங்கு அதன் பிறகு அதன் ஏறுமுகத்தை மீண்டும் தொடங்கியது. ஏறுமுகம் 2009 முதல் தொடருகிறது.

இந்தப் பங்கின் விலை இதன் இடைக்கால எதிர்ப் (ரெசிஸ் டென்சினை)பினை ரூ. 23.5 ல் சந்தித்துக் கொண்டிருக்கிறது. இதனை உறுதியாக கடந்துவிட்டால், அடுத்து 25.5 & 26 தான். குறுகிய கால முதலீட்டாளர்கள் ரூ. 22-ஐ ஸ்டாப் லாஸ் அளவாக வைத்துக்கொண்டு தொடரலாம். 22-க்கு கீழ்போனால், 20 தான்.

ரூ. 26க்கு மேல் போய்விட்டாலோ, 30 வரும். மத்திம கால முதலீட்டாளரின் ரூ. 20ஐ ஸ்டாப் லாஸ் ஆக வைத்துக்கொண்டு முதலீட்டை தொடரலாம். 20ஐ உடைத்தால் 17 மற்றும் 15 போய்விடக் கூடும்.

இங்கு நாம் காண்பித்திருப்பது ஓர் உதாரணம் மட்டுமே. இதில் நமக்குப் புரியாதது நிறைய உண்டு. இதைப்பற்றி விரிவாக அள்ள அள்ள பணம் - 2 புத்தகத்தில் எழுதி இருக்கிறேன். ஆனால் நமக்குப் புரியவேண்டியது

ஒன்றே ஒன்றுதான். ஒரு ஷேரின் வாழ்க்கை வரலாற்றையும் அது பட்டிய லிடப்பட்டிருக்கும் சந்தையின் குறியீட்டு எண்ணின் வரலாற்றையும் வைத்து பல விஷயங்களைக் கணிக்கலாம். அவ்வாறு கணித்து ஒரு டெக்னிக்கல் அனலிஸ்ட் சொல்வதை பொதுவாக நம்பலாம் என்பதே.

ஹோல்ட் - Hold

வாங்கலாம் அல்லது விற்கலாம். இரண்டுமே சொல்ல முடியாது. மதில்மேல் பூனை போலிருக்கிறது நிலை. என்ன செய்யலாம்? காத்திருக்கவும். அவ்வளவுதான். 'ஹோல்ட்'. பூனை எந்தப் பக்கம் பாய்கிறது என்று பார்த்துவிட்டு பிறகு விற்பதா, இல்லையா? அல்லது வாங்குவதா, இல்லையா என்று முடிவெடுக்கலாம் என்று பொருள்.

அப் - Up

விலை உயர்கிறது என்றால் 'அப்' என்று அர்த்தம். எவ்வளவு உயருகிறது என்பதை வெறும் ரூபாயாகப் பார்க்காமல் அதனை அதன் விலையின் சதவிகிதமாகச் சொல்வார்கள்.

ஒரு ஷேரின் ஆரம்ப விலை (நேற்றைய விலை) ரூபாய் 100. இன்றைக்கு ரூ.108-க்குப் போய்விட்டது. அப்படியென்றால் அது 8 சதவிகிதம் அப். இது ஒரு நல்ல ஏற்றம். இதுபோல 20 சதவிகித ஏற்றம் வரைகூட உண்டு. இன்ஃபோசிஸ் ஒன்றுக்கு மூன்று போனஸ் அறிவித்ததும் அதன் பங்கு விலை ஒரேநாளில் 5.8% உயர்ந்தன.

பத்து ரூபாய் விற்ற ஷேர் 12 ரூபாய்க்குப் போய்விட்டால் 20 சதவிகித ஏற்றம். 500 ரூபாய் ஷேர் 520 ரூபாய்க்குப் போய்விட்டால் 4 சதவிகித ஏற்றம்தான். அவ்வளவுதான். நேரடி ரூபாயைவிட இந்தச் சதவிகிதம் உண்மை நிலையை ஒப்பிட்டுப் புரிந்து கொள்ள உதவும்.

அப்பர்/லோயர் ஃப்ரீஸ் - Upper / Lower Freeze

ஒரு ஷேர் முன்பெல்லாம் எவ்வளவு வேண்டுமானாலும் ஏறலாம். ஒரே நாளில் எவ்வளவு வேண்டுமானாலும் இறங்கலாம். இதில் புகுந்து பலரும் விளையாட, சிறு முதலீட்டாளர்களில் இதில் ஒரே நாளில் போண்டி ஆனவர்களும் உண்டு.

இதையெல்லாம் SEBI மாற்றி அமைத்துவிட்டது. ஒரு நாளில் 20 சதவிகிதம்தான் அதிகபட்சம். மேலேயோ, கீழேயோ இரண்டுக்கும் உச்சம் இதுதான். மீதம் மறுநாள்தான். இந்த உச்சங்களைத் தொட்டால் அதற்கு ஃப்ரீஸ் என்று பெயர். அப்பர் ஃப்ரீஸ் அல்லது லோயர் ஃப்ரீஸ். இந்த ஃப்ரீஸ் என்பது ஒரு ஷேர் முதன்முதலாக ஒரு பங்குச்சந்தையில் லிஸ்ட் ஆகி விற்பனை தொடங்கும் நாளுக்கு

மட்டும் கிடையாது. அன்று மட்டும் எவ்வளவு வேண்டுமானாலும் ஏறலாம், இறங்கலாம். (இன்னிக்கு பார்த்டே. பாவம் சாப்பிட்டுட்டுப் போறான்...) இந்த சிறப்பு சலுகை F&O-ல் பங்குகளுக்கு (Cash பகுதியிலும்) உண்டு. அவை எவ்வளவு வேண்டுமானாலும் இறங்கலாம், ஏறலாம். 2011-ல் GTL பங்கு எவரான் பங்குகள் எல்லாம் ஒரே நாளில் 30, 40 சதவிகிதம் வரையெல்லாம் விலை இறங்கின.

ஹை - High

ஒரு ஷேர் அன்றைய தினத்திலோ, கடந்த 52 வாரங்களிலோ (ஒரு வருடம் என்பதற்காக) எந்த அளவு அதிகபட்ச விலை போய் உள்ளது என்று பார்ப்பார்கள். அதற்கு High என்று பெயர்.

கிரிக்கெட்டில் சொல்கிறார்கள் இல்லையா, இவர் டெண்டுல்கர், இவருடைய அதிகபட்ச ரன் இவ்வளவு, இவர் 50-க்கு மேல், 100-க்கு மேல் ரன்கள் அடித்தது இத்தனை முறை என்று, அதுபோல. ஒரு ஷேர் என்ன அதிகபட்ச விலைக்குப் போயிருக்கிறது, எவ்வளவு பேர் இந்த ஷேரினை வாங்குவதற்கு, எவ்வளவு ஆர்வமாக இருக்கிறார்கள், மேலும் இதன் வீச்சு என்ன என்பதை எல்லாம் தெரிந்து கொள்ள உதவும். ஒரே நாளில் சாதாரணமாக ஒரு ஷேர் பல விலைகளில் வியாபாரமாகும். 90, 88, 89, 92, 101 என்று. இந்த உதாரணத்தில் 101 என்பதுதான் அதன், அன்றைய தினத்தின் அதிகபட்ச விலை.

டவுன் - Down

அப்போலவே டவுன். இது விலை இறக்கத்தைக் குறிக்கும். எத்தனை சதவிகிதம் இறக்கம்? இதுவும் முக்கியம்.

இன்ட்ரா டே ஹை - Intra day high

நாளின் தொடக்க விலை முடிவு, முடிவு விலைபோல, அந்த ஒருநாள் வியாபாரத்தில் மிக அதிகமாகப் போன விலை என்ன?

இன்ட்ரா டே லோ - Intra day low

ஒருநாளில் நடந்த பல்வேறு விலைகளில் மிகவும் குறைந்தது எது?

லோ - Low

ஹை போலவே, 'லோ' என்பதும். இன்றைக்கு அல்லது இந்த வாரம் அல்லது இந்த மாதம் அல்லது கடந்த ஓராண்டில் எவ்வளவு குறைந்த விலைக்கு விற்றிருக்கிறது என்பதைப் பார்ப்பார்கள். முன்பு பார்த்த ஒருநாள் வியாபாரத்தில் 88 என்பது மிகக் குறைந்த விலை.

ஆல் டைம் ஹை, ஆல் டைம் லோ - All time high, All time low

முன் எப்போதும் கண்டிராத கூட்டம் என்று அரசியல்வாதிகள் சொல்வது போல முன் எப்போதும் இல்லாத ஒரு விலை. அது கூடுதலாகவும் இருக்கலாம். குறைச்சலாகவும் இருக்கலாம். அப்படி ஒரு புதிய ஆழமோ உயரமோ எட்டப்படும்பொழுது அதற்குப்பின் ஏதோ செய்தி இருக்கிறது. 1.11.11 அன்று HLL பங்கு ரூ. 393 விலை போனது. இது அன்றைய தினத்தினைப் பொறுத்தவரை அதுவரை போயிராத விலை All time high விலை.

அதேபோல, ஏஷியன் எலக்ட்ரானிக்ஸ் ஒருநாள் ரூபாய் 7.70-க்கு வந்தது. அது அந்த நேரத்தில் 'All time low'. அந்த ஷேர் அதற்கும் கீழ் அதுவரை வந்ததில்லை.

டிஸ்கவுண்டட் - Discounted

ஒரு நல்ல செய்தி வருகிறது. அதற்காக விலை ஏற வேண்டும், ஆனால் ஏறவில்லை. கேட்டால் இது ஆல்ரெடி டிஸ்கவுண்டட் (Already discounted) என்பார்கள். அதாவது இந்தச் செய்தியெல்லாம் தெரிந்துதான் தற்போதைய விலை என்பார்கள்.

2005 ஏப்ரல் இரண்டாவது வாரம். மாஸ்டெக் நிறுவனத்தின் முதல் காலாண்டுக் கணக்கு வெளியிடப்படுகிறது. லாபம் குறைந்துள்ளது. மாஸ்டெக்கின் விலை குறைய வேண்டுமல்லவா! ஆனால் தொடர்ந்து இரண்டு நாள்களுக்கு விலை ஏறுகிறது! ஏன்? ரிசல்ட் சரியிருக்காது என்று தெரிந்து, மார்க்கெட்டில் சரியான அடி ஏற்கெனவே அடித்து விட்டார்கள். Already discounted! ஆனால் உண்மையில் நிலைமை அவ்வளவு மோசமில்லை என்பது ரிசல்ட்டில் தெரிகிறது! அதனால் ஏற்றுகிறார்கள்!

ஆவரேஜ் செய்வது - Averaging

ஒரு பங்கின் விலை ரூபாய் 50 என்று 100 பங்குகள் வாங்கி விட்டோம். வாங்கிய கொஞ்ச நாளில் அதன் விலை இறங்குகிறது. அதை Stop Loss செய்யவில்லை. அது நல்ல ஷேர்தான் என்று நமக்கு நிச்சயமாகத் தெரிகிறது. ஆனால் ஏதோ மார்க்கெட், நாட்டின் பொருளாதாரச் சூழ்நிலை போன்ற வெளிக் காரணமாகத்தான் விலை இறங்கியுள்ளது. விலை இறங்கியதும் நல்லதுதான். இன்னும் கொஞ்சம் வாங்கிக் கொள்ளலாம் என்று முடிவு செய்கிறோம்.

முதல் நூறு பங்குகள் ரூ.50 வீதம்	ரூ. 5,000
அடுத்த நூறு பங்குகள் ரூபாய் 40 வீதம்	ரூ. 4,000

மொத்தம் 200 பங்குகளின் அடக்கவிலை	ரூ. 9,000
ஒரு பங்கின் சராசரி விலை	ரூ.45

இதற்கு விலையை ஆவரேஜ் செய்வது என்பார்கள். இதனால் 'லாபமா, நஷ்டமா'? சொல்ல முடியாது. அது, அந்த ஷேர் ஏன் விலை இறங்கியது, மீண்டும் ஏறுமா என்பதைப் பொறுத்தது.

ஏன் செய்கிறார்கள் என்றால், அவர்கள் அந்த ஷேரினை நஷ்டமில்லாமல் விற்பதற்கு இனி ரூ.50 வரும் வரை காத்திருக்க வேண்டாம். ரூ.45-க்கு மேலே வந்தாலே போதும். இந்த விதத்தில் சரிதான். ஆனால் ரூ.45 ஆவது வருமா? பார்த்துத்தான் வாங்க வேண்டும். இறங்கும் ஷேரிலேயே ஏன் மீண்டும் மீண்டும் அதிகப் பணத்தைப் போட வேண்டும்? அதே பணத்தை வேறு கவுஃண்ட்டரில் (ஷேரில்) போட்டுப் பார்க்கலாமே என்று நினைப்போரும் உண்டு.

குளோசிங் - Closing

அன்றைய தினம் எல்லா ஏற்ற இறக்கங்களும் முடிந்து இறுதியாக என்ன விலைக்கு அந்தப் பங்கு விலை போனது, அல்லது வாங்கப் பட்டது (இரண்டும் ஒன்றுதானே!) என்பதுதான் குளோசிங் கொட்டேஷன். இதிலும் அந்த கவுண்ட்டர் எந்த நிலைமையில் உள்ளது என்று புரிந்து விடும் (Strong - Weak).

பிராஃபிட் புக்கிங் - Profit Booking

பிராஃபிட் புக்கிங் என்றால் 'இருக்கும் லாபத்தைக் கையில் பிடிப்பது'.

ஒரு நிறுவன ஷேரை ரூபாய் 20-க்கு வாங்கினோம். வாங்கி ஆறு மாதம் ஆகிவிட்டது. அது ரூபாய் 30 ஆக உள்ளது. போன வாரம் 35 ஆக இருந்தது. பரவாயில்லையே என்று நினைத்தோம். என்னவோ தெரியவில்லை, மெல்ல மெல்ல அதன் விலை இறங்குகிறது. நாம் வாங்கியது என்னவோ ரூபாய் இருபதுக்குத்தான். இப்பொழுது ரூபாய் 30. விற்கும் பொழுதும் பத்து ரூபாய் லாபம் இருக்கவே செய்கிறது.

என்ன செய்யலாம்? மீண்டும் 35 வரட்டும் என்று காத்திருக்கலாமா? அல்லது இப்பொழுது இருக்கும் முப்பதையும் விட்டுவிடாமல் பிடிக்கலாமா?

விட்டுவிடாமல் இதையாவது விற்று லாபம் பாருங்கள் என்று சொல்லும் அறிவுரையை ஏற்றுக் கடைப்பிடிப்பதுதான் - Profit Booking. கிடைத்ததை அழுத்திப் பிடியுங்கள். அதையும் இதையும் வெறுமனே பேப்பரில் பார்த்ததாக ஆகிவிடக்கூடாது. விற்று, லாபத்தை கையில் பிடிக்க வேண்டும்.

டெப்த் - Depth

சந்தை திறக்கிறது. நாடு முழுவதும் வாங்குபவர்களும் விற்பவர்களும் தங்கள் கம்ப்யூட்டர் மானிட்டர் முன் அமர்ந்திருக்கிறார்கள். ஆரம்ப சிக்னல் கிடைத்ததும், விற்பது, வாங்குவது தொடங்குகிறது.

இந்த 'டெர்மினல் டிரேடிங்'கில் (கம்ப்யூட்டர்) உள்ள வசதி என்ன என்றால், நீங்கள் என்ன விலைக்கு ஒரு ஷேரை வாங்கவோ விற்கவோ வேண்டும் என்று நினைக்கிறீர்களோ அதனை புரோக்கர் மூலம், கம்ப்யூட்டரில் போட்டு வைத்து விடலாம். அந்த விலை, காலையில் சாத்தியம் இல்லாமல் இருக்கலாம். நேரம் ஆக ஆக நிலைமையில் மாறுதல் வரும். ஏறிய விலைகள் இறங்கலாம், இறங்கிய விலைகள் ஏறலாம்.

நாம் ஒரு விலையில் வேண்டும் என்று போட்டு வைத்திருந்தால், நம் வரிசைப்படிக் கிடைத்துவிடும். அல்லது விற்று விடும் (Price-Time Priority). அதுதான் இதில் பெரிய சௌகரியம். இதுபோல, ஒரு ஷேரை வாங்க எவ்வளவு பேர் இருக்கிறார்கள், அதேபோல, விற்க எவ்வளவு பேர் இருக்கிறார்கள் (அதாவது எவ்வளவு பங்குகள் விற்பனைக்கு வந்துள்ளன, எவ்வளவு பங்குகள் வாங்குவோர் கேட்கிறார்கள்) என்பதை புரோக்கர் மூலம் 'மானிட்டரை'ப் பார்த்து தெரிந்து கொண்டு விடலாம்.

உதாரணத்துக்குச் சில கவுண்ட்டர்களில் (ஷேர்களில்) நடமாட்டம் அதிகம் இருக்கும். வாங்குவோர்(Buyers) 1,20,000. விற்பவர்(Sellers) 10,000 (தான்). அப்படியென்றால் அந்த கவுண்ட்டர் வலுவாக உள்ளது. நிறையப்பேர் வாங்கப் பிரியப்படுகிறார்கள். விற்க விரும்புவோர் எண்ணிக்கை குறைவு.

Buyers & Sellers பங்குகள் எண்ணிக்கைக்குப் பெயர் 'டெப்த்' (Depth). இது ஏதாவது நல்ல, கெட்ட செய்தி வந்தால் உடனே மாறிவிடும். வாங்கவோ விற்கவோ போட்டு வைத்ததை, அது செய்து முடிக்கப் படுவதற்கு முன் எப்பொழுது வேண்டுமானாலும் கேன்சல் செய்து விடலாம்.

பிரட்த் - Breadth

ஆங்கிலத்தில் பிரட்த் என்றால் அகலம் என்று நமக்குத் தெரியும். ஷேர் மார்க்கெட்டிலும் அதே பொருள்தான். மொத்தம் 5000-க்கும் மேலான பங்குகள் லிஸ்ட் செய்யப்பட்டுள்ளன. சில நாள்கள் குறியீட்டு எண் ஏறுகிறது. சில நாள்கள் இறங்குகிறது. இது ஓர் அடையாளம்.

இதுதவிர, ஏற்ற இறக்கங்களும் எவ்வளவு நிறுவனங்களின் பங்குகளில் நடைபெறுகிறது என்று பார்ப்பதுதான் பிரட்த். உதாரணமாக 31.10.2011

அன்று மும்பை பங்குச்சந்தையில் ஏறுமுகத்தில் (Advance) *1493* பங்குகளும் இறங்கு முகத்தில் (Decline) *1400* பங்குகளாகவும் இருந்தது.

ஓபனிங் - Opening

ஓபனிங் கொட்டேஷன் என்றால், என்ன விலைக்கு அன்றைய தினம் அந்தந்த ஷேர் முதன்முதலில் வாங்கப்பட்டது என்று பொருள். இதனை முந்தைய தின இறுதி (Closing) விலையோடு ஒப்பிட்டுப் பார்ப்பார்கள். போட்டியின் முதல் ஓவரிலேயே முதல் பந்திலேயே ஒரு சிக்ஸர் அடித்தாலோ, ஒரு விக்கெட் விழுந்தாலோ எப்படியிருக்கும்! அது போல, அன்றைய சந்தை நிலவரம், மனோபாவம், அந்த ஷேரின் மீது உள்ள எதிர்பார்ப்பு அல்லது அவநம்பிக்கை தெரிந்துவிடும். இதைப் பார்த்து உஷாராகி விடலாம்.

என்டரிங் - Entering

ஒரு குறிப்பிட்ட பங்கினை (கவுண்ட்டர்) வாங்கத் தொடங்குவதை, அதில் நுழைவதைத்தான் 'என்டரிங்' என்கிறார்கள். குறிப்பிட்ட சில பெரிய முதலீட்டாளர்களைச் சொல்லி, அவர் அதில் 'என்டர்' ஆகிறார் என்பார்கள்.

கெட்டிங் அவுட் - Getting Out (எக்சிட்டிங் - Exiting)

ஒரு குறிப்பிட்ட நிறுவனப் பங்குகளை விற்றுவிட்டு, அதிலிருந்து வெளியேறுவதுதான், 'கெட்டிங் அவுட்', அல்லது 'எக்சிட்டிங்'.

கூல் ஆஃப் - Cool off

ஒரு ஷேர் விலை குறிப்பிட்ட அளவு உள்ளது. அந்த நிறுவனம் பற்றி நல்ல செய்தி வருகிறது. அதன் விலை ஏறும். சில சமயம் எகிறும். சின்டெக்ஸ் *106* இருந்தது. திடீரென்று ஏறத் தொடங்கியது. ஏறி, ஏறி *120* வரை தொட்டது. பின்பு *111, 114* என்று கொஞ்சம் தளர்ந்தது. இதற்கு 'கூல் ஆஃப்' என்பார்கள். ஒரேயடியாக ஏறியது, கொஞ்சம் சூடு குறைகிறது என்று பொருள். மீண்டும் ஏறலாம்.

கன்சாலிடேஷன் - Consolidation

ஒரு நிறுவனத்தின் விலை, ஒன்று ஏறும் அல்லது இறங்கும். அது ஏறிக்கொண்டே இருக்க முடியாது. அதேபோல, இறங்கிக் கொண் டேயும் இருக்க முடியாது. ஒரு நிறுவனத்தின் பங்கு ரூ.*70* இருக்கிறது. அந்த நிறுவனம் நன்கு செயல்படுகிறது. மார்க்கெட்டும் நன்றாக இருக்கிறது. அந்தப் பங்கின் விலை ரூ.*200* பெறும் என்று விவரம் தெரிந்தவர்கள், வாங்கும் சக்தியுள்ளவர்கள் கணிக்கிறார்கள். (அதன் EPS, PE Ratio, எதிர்கால சம்பாதிக்கும் வாய்ப்புகளை வைத்து).

70 ரூபாயிலிருந்து ஏறத் தொடங்கும். 80, 85 வரும். கொஞ்சம் தயங்கும் (ஏற்கெனவே வைத்திருப்பவர்கள் 'காத்திருந்தது போதும், இந்த 85 நல்ல விலை' என்று விற்பார்கள்). பின்பு 90, 95, 100 போகும். மீண்டும் ஒரு 'ரெசிஸ்டென்ஸ்' வரும். 101, 105 போகும். மீண்டும் இறங்கும். 95 வரும். 105 என்ற விலையைப் பார்த்துவிட்டு, அதில் விற்காமல் விட்ட வர்கள் 95 ரூபாய் வந்ததைப் பார்த்ததும், பதறிப்போய் விற்பார்கள். ரூ.70 இருந்தது தானே ஒரேயடியாக 25 ரூபாய் ஏறியிருக்கிறதே என்று தோன்றும். பத்திரிகையில் எழுது வார்கள். இதனால் விற்பவர் எண்ணிக்கை கூடும்.

அதனால் விலை மேலும் இறங்கி 90-க்கே வரும். 200 பெறக்கூடிய ஷேர், 105 ரூபாய் 90 வந்து விட்டதே. இப்படி நினைத்து வாங்குப வர்கள் மீண்டும் நிறைய வாங்க... விலை மீண்டும் 100 போகும். மீண்டும் கொஞ்சம் விற்பனை. இப்படியே 95 - 100 என்பதில் கொஞ்ச நாள் நடக்கும். இதற்கு 'கன்சாலிடேஷன்' என்று பெயர். ரூ.70-ல் இருந்து ஏறி ரூ.100-ல் திரண்டு நிற்கிறது என்று பொருள். அடுத்த 'ரவுண்டு' இதேபோல, 150-ல் நடக்கலாம். 140-லும் நடக்கலாம், பின்பு 200 என்று போகும்.

ஓடுவது, நின்று மூச்சு வாங்கிக் கொண்டு, மீண்டும் ஓடுவது, நின்று கொஞ்சம் நிதானிப்பது, மீண்டும் முன்னிலும் வேகமாக ஓடுவது. ஒவ்வொரு நிதானித்தலுக்கும் கன்சாலிடேஷன் என்று பெயர்.

சர்க்யூட் பிரேக்கர்ஸ் - Circuit Breakers

ஒவ்வொரு ஷேரும் தினம் தினம் அதிகபட்சமாக எவ்வளவு சதவிகிதம் ஏறலாம் இறங்கலாம் என்று பங்குச்சந்தை முடிவு செய்துள்ளது.

அந்நிலையை அந்தப் பங்கு தொட்டதும், தானாகவே அந்தப் பங்கின் பரிவர்த்தனை நின்றுபோகும். அந்த விலை மீண்டும் குறைந்தால்தான், மீண்டும் பரிவர்த்தனை நடக்கும். வோல்டேஜ் அதிகமானால் 'ஃபியூஸ்' போவது போல!

ரெசிஸ்டன்ஸ் - Resistance

ஒரு குறிப்பிட்ட அளவுக்கு மேல் ஒரு பங்கின் விலை ஏற முடியாமல் இருக்கும். அந்தப் பங்கு ஒரு குறிப்பிட்ட விலையைத் தொட்டதும், 'நல்ல விலை', என்று நினைத்து பலரும் விற்கத் தொடங்குவார்கள். இதனால் விலை இதற்கு மேல் ஏறாது. இதனை ரெசிஸ்டன்ஸ் என்கிறார்கள். பங்கின் விலையை 'முன்னேற விடாமல் தடுப்பது'. மிக நல்ல செய்திகள் வரும்போது, இந்த ரெசிஸ்டன்ஸை - அதாவது தடையை - தவிடு பொடியாக்கி, விலைகள் ஏறும். அது அந்தப் பங்கினை வாங்கலாம் என்பதற்கான அறிகுறி என்பார்கள்.

கொட்டேஷன்ஸ் - Quotations

கொட்டேஷன்ஸ் என்றால், என்னென்ன விலைகளுக்கு வியாபாரம் நடந்தது (குறிப்பிட்ட நாளில்) என்று பொருள். இப்பொழுதெல்லாம் ஏகப்பட்டது நடப்பதால் High, Low, Opening, Closing கொட்டேஷன்ஸ் மட்டும்தான் பத்திரிகைகளில் வருகிறது. மற்றவற்றை இணையத் தளங்களில் பார்த்துக் கொள்ள வேண்டியதுதான்.

புரோக்கரேஜ் - Brokerage

நமக்கு BSE, NSE போன்ற பங்குச்சந்தைகளில் வியாபாரம் செய்து தரும் ஷேர் புரோக்கர்களுக்கு, நாம் கொடுக்கும் கட்டணம்தான் இது. இந்தக் கட்டணம், நேரடி புரோக்கர்கள் தவிர, அவர்களிடம் வியாபாரம் செய்யும் சப்-புரோக்கர்களுக்கும் உண்டு.

நேரடி புரோக்கர்களின் கட்டணம் குறைவு. சப்-புரோக்கர்கள் கொஞ்சம் கூடுதல் கட்டணம் வசூலிப்பார்கள். காரணம் அவர்கள் தாங்கள் பெறும் கட்டணத்தில் கொஞ்சத்தை மெயின் புரோக்கர்களுக்குக் கொடுக்க வேண்டும்.

NSE-யில் அன்றே வாங்கி, அன்றே விற்க அல்லது விற்று, வாங்கக் கட்டணம் 100 ரூபாய்க்கு 10 காசுக்கும் குறைவு. டெலிவரி எடுக்க, கொடுக்க என்பதற்காக வாங்கினால், விற்றால் அதுவே 25 காசு, 30 காசு, 35 காசு, ஒரு ரூபாய் வரைகூடப் போகும். உள்ளூரா, வெளியூரா, கூடுதல் சேவைகள் என்ன என்பனவற்றைப் பொறுத்து இது புரோக்கருக்கு புரோக்கர் மாறுபடும்.

மார்க்கெட் ரேட் - Market Rate

ஒரு புரோக்கர் மூலமாக ஷேர்கள் வாங்கும்பொழுது, அவர் நமக்காகச் சந்தையில் என்ன விலைக்குப் பங்குகளை வாங்குகிறாரோ அதற்கு 'மார்க்கெட் விலை' என்று பெயர். இந்த விலைக்கு அவர் நமக்குத் தரமாட்டார். அதற்கு மேல் அவர், தமது சேவைக்கான கட்டணத்தை (Brokerage) எடுத்துக் கொள்வார். Market Rate என்றால் அவர் நமக்காகச் செய்த (வாங்கிய அல்லது விற்ற) டிரேடிங்கின் விலை. அவ்வளவுதான்.

நெட் ரேட் - Net Rate

மார்க்கெட் விலையுடன் புரோக்கரேஜ் கட்டணத்தையும் சேர்த்தால் வருவது நெட் விலை. உதாரணத்துக்கு ஒரு பங்கு, Market rate ரூ. 431 (விப்ரோ). அவருடைய புரோக்கரேஜ் 0.35%, அதாவது நூறு ரூபாய்க்கு 35 காசு. வாங்கிய மார்க்கெட் ரேட் ரூ.431-க்கு புரோக்கரேஜ் ரூ.15.10. ஆக நெட் ரேட் 446.10. நாம் வாங்கிய 431 ரூபாய் பங்குக்கு ரூ.446

கொடுக்க வேண்டும். அதேபோல, விற்கும்பொழுது நம் பணத்தில் புரோக்கரேஜுக்கு கழித்துக் கொள்வார்.

BHEL. விற்றது, மார்க்கெட் ரேட் ரூ.320. இதற்கு புரோக்கரேஜ் 11.20. எனவே, நமக்குக் கிடைக்கும் தொகை 308.80. புரோக்கர்களுக்கு புரோக்கர் புரோக்கரேஜ் ரேட் மாறும். மாறலாம்.

காண்ட்ராக்ட் நோட் - Contract Note

நாம் ஷேர்கள் வாங்கினாலோ, விற்றாலோ நமக்கு புரோக்கர் கொடுக்கும் பேப்பர் இது. அதில், ஷேர் ஆபீஸ் பெயர், முகவரி, செபியின் பதிவு எண் இருக்க வேண்டும். அது தவிர வாங்கிய, விற்ற ஷேர்களின் எண்ணிக்கை, விலை, மொத்தத் தொகை, புரோக்கரேஜ், அதுபோக, மீதி நிகரத் தொகை முதலியனவும் இருக்கும். அதில், புரோக்கர் அல்லது அவர் அனுமதித்த நபர் கையெழுத்திட்டிருப்பார். இது இரண்டு (டூப்ளிகேட்டில்) தயாரித்து, ஒன்றில் நம்மிடம் ஒப்புதல் கையெழுத்து (Acknowledgement) வாங்கி, புரோக்கரே வைத்துக் கொள்வார். பின்பு ஏதும் பிரச்னை என்றால் இதுதான் உதவும்.

செட்டில்மெண்ட் நெம்பர் - Settlement No.

பங்குச்சந்தையில் வாரத்துக்கு 5 நாள்களுக்கு (விடுமுறை நாள்கள் தவிர) பங்கு வர்த்தனை நடைபெறுகிறது.

எப்போது வாங்கிய பங்கினை எப்போது டெலிவரி கொடுக்க வேண்டும்?

பெரும்பாலும் வாங்கிய தினத்தன்றே டெலிவரி கொடுத்து விட வேண்டும்.

வருடம் 240 முதல் 250 நாள்கள் வரை பரிவர்த்தனை நடைபெறுவதால், ஒவ்வொரு தினத்துக்கும் ஒரு தனி எண் (Unique Number) கொடுத்து விடுகிறார்கள். அதுதான் செட்டில்மெண்ட் நெம்பர்.

இதன் நான்கு இலக்கங்கள் வருடத்தை குறிக்கும். பின்பு ஜனவரி 2-ஆம் தேதி முதல் பரிவர்த்தனை தினம் வரிசையாக எண்கள் கொடுக்கப்படும்.

டர்ன்ஓவர் - Turnover

ஒரு நிறுவனமாயிருந்தால் அவர்களின் மொத்த வியாபாரம் 'விற்று முதல்' எவ்வளவு என்பதுதான் டர்ன் ஓவர். இது ஆண்டுக்காண்டு அதிகரித்துக் கொண்டு போவது பெரும்பாலும் நல்ல அறிகுறி.

பங்குச்சந்தைகள் அல்லது குறிப்பிட்ட பங்குகளைப் பொறுத்த வரையிலும்கூட இந்த வார்த்தைக்கு அதே பொருள்தான்.

டெலிவரி - Delivery

மகப்பேறுக்கும் இதற்கும் எந்தச் சம்பந்தமுமில்லை. நாம் நம் பெயரில் இருக்கும் பங்கினை (பரஸ்பர நிதி அலகினை (Unit) அல்லது டிபென்ச்சரினை) விற்கலாம். விற்றதை, புரோக்கரிடம் எழுதிக் கொடுத்துவிட வேண்டும், வாங்கியவரிடம் அவர் கொடுக்க ஏதுவாக. அதற்குப் பெயர்தான் டெலிவரி கொடுப்பது.

டி ப்ளஸ் டு - T + 2

முன்பெல்லாம் 'ரோலிங் செட்டில்மெண்ட்' என்று இருந்தது. இப்பொழுது அது இல்லை. NSE-யைப் பொறுத்தவரை, T+2 என்று சொல்வார்கள். T என்றால் டிரேடிங் நாள்.

என்றைக்கு விற்கப்பட்டதோ அந்தத் தினம்தான் T எனப்படும். வாங்கியவருக்கு, இரண்டாவது நாளுக்குள் டெலிவரி போய்விட வேண்டும். அதான் T+2. மறுநாளே நாம் டெலிவரி கொடுத்தால்தான் அது சாத்தியம். இல்லாவிட்டால் 'கவர்' செய்ய வேண்டிவரும்!

இந்த செட்டில்மெண்ட் காரணமாக, இன்று வாங்கியதை இன்றே விற்கலாம். ஆனால், மறுநாள் விற்கமுடியாது. ஏனெனில் நமக்கு அந்த டெலிவரி வந்து கொண்டிருக்கும். வந்தபிறகு அதாவது வாங்கியதற்கு மறுநாளைக்கு மறுநாள்தான் விற்க முடியும்.

பி.டி.எஸ்.டி - BTST

இது சில தனிப்பட்ட பங்கு வர்த்தக நிறுவனங்கள் தம் வாடிக்கை யாளர்களுக்குக் கொடுக்கும் வாய்ப்பு. இது எல்லாப் பங்குகளுக்கும், எல்லா வாடிக்கையாளர்களுக்கும் கிடைக்காது. இதன்படி ஒரு நிறுவனப் பங்கினை இன்றைக்கு வாங்கி அடுத்த பரிவர்த்தனை நாளிலேயே (Next Trading Day) விற்கலாம்.

டிரேட் டு டிரேட் - Trade To Trade

சில பங்குகளில் அதிக ஸ்பெக்குலேஷன் நடவடிக்கைகள் இருக்கும். தினம் தினம் ஏறும்... இல்லை எகிறும். உதாரணத்துக்கு 2004-ம் வருடத்தில் Shiv Tex Yarn என்ற ஒரு நிறுவனத்தின் பங்கு. அதேபோல, டெக்ஸ்மேக்கோ. இவையெல்லாம் குறுகிய காலத்தில் அதிகம் ஏற, தேசியப் பங்குச்சந்தை இந்தப் பங்குகளை Trade To Trade பகுதிக்கு மாற்றியது.

இவற்றை வாங்கி டெலிவெரி எடுத்துத்தான் விற்க முடியும். அதாவது இந்தப் பங்குகளில் டிரேடிங் செய்யமுடியாது. இல்லாமலேயே ஷார்ட்

போக முடியாது. இஷ்டத்துக்கு லாங் செய்யவும் முடியாது. இதனால் இந்தப் பங்கின் விலை ஒரு கட்டுப்பாட்டுக்குள் இருக்கும். கவுண்ட்டரின் வேகம் அடங்கியதும் மீண்டும் நார்மல் பகுதிக்கு அனுப்பப்படும்.

வால்யூம் - Volume

சில கவுண்ட்டர்களில் நடமாட்டம் அதிகம் என்று சொன்னோம். சிலதில் ஒன்றும் இருக்காது. இந்த 'வால்யூம்' என்பது என்ன எண்ணிக்கையிலான ஷேர்கள் வியாபாரம் ஆகிறது என்பதைக் குறிப்பது. ஜெயபிரகாஷ் அசோசியேட்ஸ், டாடா ஸ்டீல், டாடா மோட்டார் போன்றவை மிக அதிக எண்ணிக்கையில் பரிவர்த்தனை செய்யப்படுபவற்றில் சில. நவம்பர் 1, 2011-ல் அதிகம் விற்று வாங்கப்பட்ட ஷேர்களின் விவரம், டாடா மோட்டார்ஸ் 2 கோடியே 45 லட்சம் 40 ஆயிரம் 863. ஹிந்துஸ்தான் யூனிலிவர் 1.25 கோடி பங்குகள். ஜெயபிரகாஷ் அசோசியேட்ஸ் 1.20 கோடி பங்குகள். ஸ்டர்லைட் 1.20 கோடி பங்குகள். இது போன்ற பங்குகளை வாங்குவதும் சுலபம், விற்பதும் சுலபம். எந்தச் சிரமத்திலும் ஏதாவது ஒரு விலையில் இதனை வாங்க ஆளிருப்பார்கள்.

எல்லா ஷேர்களையும் அப்படிச் சொல்லிவிட முடியாது. எக்கனாமிக் டைம்ஸ், ஃபைனான்ஷியல் எக்ஸ்பிரஸ், பிசினஸ் லைன் போன்ற தினசரிகளில் எவை எவ்வளவு வியாபாரம் ஆயின என்ற விவரங்கள் தினசரி வெளியிடப்படுகின்றன.

ஸ்பர்ட் இன் வால்யூம்ஸ் - Spurt in volumes

சாதாரணமாக ஒரு நாளைக்குப் பத்தாயிரம் ஷேர்கள் மட்டுமே வாங்கப்படும் விற்கப்படும் ஒரு நிறுவனத்தின் பங்குகளின் மொத்தப் பரிவர்த்தனை எண்ணிக்கை திடீரென லட்சக் கணக்குக்குப் போய்விட்டது என்றால், அதற்கு திடீர் மாற்றம் அல்லது 'எகிறல்' என்று பெயர்.

ஏன் இந்த ஷேரில் இவ்வளவு மாற்றம்? யாரோ விஷயம் தெரிந்தவர்கள் வாங்குகிறார்கள் அல்லது விற்கிறார்கள் என்றுதானே பொருள்.

உதாரணத்துக்கு 1.11.11 அன்று LML பங்குகள் NSE-ல் 41 லட்சமும் BSE-ல் மற்றொரு 19 லட்சமும் பரிவர்த்தனை ஆகியிருந்தன. சராசரியாக நாள் ஒன்றுக்கு 2000 மட்டுமே பரிவர்த்தனை நடக்கக் கூடிய பங்கு அது. அப்படியென்றால் ஏதோ விஷயம் இருக்கிறது என்று பொருள்.

எண்ணிக்கையும் கூடி விலையும் கூடினால் ஏதோ நல்ல செய்தி. எண்ணிக்கையும் கூடி விலை தொடர்ச்சியாக இறங்கினால் ஏதோ கெட்ட செய்தி.

ஆக வெறும் விலையை மட்டும் பார்க்காமல், அதனுடன் அந்தப் பங்கின் மொத்த எண்ணிக்கைப் பரிவர்த்தனை (trading) எவ்வளவு என்று தெரிந்து கொள்ள வேண்டும். இந்தத் தகவல் பல ஆங்கில தினசரிகளில் வருகிறது.

மார்க்கெட் காப்பிடலைசேஷன் - Market Capitalisation

ஒரு பத்து ரூபாய்ப் பங்கு 100 ரூபாய்க்குச் சந்தையில் விலை போகிறது. அந்த நிறுவனம் மொத்தம் ஒரு கோடி பங்குகள் வெளி யிட்டுள்ளது. அப்படியென்றால், சந்தையில் உள்ள ஒரு கோடி பங்குகளின் மொத்த மதிப்பு என்ன? 100 கோடி ரூபாய்கள்.

இதுதான் மார்க்கெட் காப்பிடலைசேஷன். ஒரு நிறுவனமே இவ்வளவு! எவ்வளவு நிறுவனங்கள் உள்ளன? அவற்றின் பங்குகளின் சந்தை விலை மதிப்புதான், மொத்த மார்க்கெட் காப்பிடலைசேஷன்.

நவம்பர் 2011-ல் இந்தியாவின் மொத்த மார்க்கெட் காப்பிடலைசேஷன் மதிப்பு எவ்வளவு தெரியுமா?

பாவம் ஏழை நாடு இந்தியா! 62 லட்சம் கோடி ரூபாய் (31.10.11 - BSE) இதுவே 19.1.2007-ல் 38 லட்சம் கோடியாகவும் 12.3.2005-ல் 18 லட்சம் கோடியாகவும் 2002-ல் 10 லட்சம் கோடியாகவும் இருந்திருக்கிறது.

லிக்விடிட்டி - Liquidity

ஒரு பங்கினைச் சுலபமாக விற்க முடிந்தால், சுலபமாக வாங்க முடிந்தால் அது அதிக லிக்விடிட்டி உள்ள பங்கு என்று பெயர்.

லிக்விடிட்டி நிறைய இருந்தால் அது ஒரு நல்ல விஷயம். சில நிறுவனங்களின் மொத்தப் பங்குகளே குறைவாக இருக்கும். வெறும் 60, 70 ஆயிரம் பங்குகள் மட்டுமே உள்ள நிறுவனங்கள் கூட உண்டு.

மற்றும் சில நிறுவனங்களில், அதிகப் பங்குகள் இருந்தாலும், ஒரு சிலரிடமே இந்தப் பங்குகள் குவிந்திருக்கும். பொதுச்சந்தையில் விற்பனைக்கு மிகக் குறைவான பங்குகளே கிடைக்கும். உதாரணத் துக்கு, பெரும்பான்மையான விப்ரோ நிறுவனப் பங்குகள், அந்த நிறுவனத்தின் நிறுவனர் அஸிம் பிரேம்ஜியிடம் உள்ளன. வெளிச் சந்தையில் மிகக்குறைவான அளவிலேயே விப்ரோவின் பங்குகள் கிடைக்கின்றன. பெரும்பாலான பங்குகள் Promoter-களிடம் இருந்தால் அதற்கு Closely held என்று பெயர். அவை தினம் தினம் அதிகம் பரிவர்த்தனை ஆகாது.

சில பங்குகள் அதிக சுவாரஸ்யம் இல்லாத பங்குகள். அவற்றை வாங்கி விற்க நிறையப் பேர் முன்வர மாட்டார்கள். பெரிய ஏற்ற இறக்கங்கள் கிடையாது. அதனால் பரிவர்த்தனை (Trading) குறைவு.

இதனாலெல்லாம் லிக்விடிட்டி குறைவு. முன்பெல்லாம் சில பங்குகளின் முகப்பு விலையே ரூ.100 (மெட்ராஸ் சிமெண்ட், பாரத் பிஜிலி, பாம்பே ஆக்ஸிஜன், ஜண்டு பார்மா முதலியன). இதனால் மொத்தப் பங்குகள் எண்ணிக்கை குறைவு. அதனால் புழக்கமும் குறைவு. (1000 ரூபாய் நோட்டு போல!)

இதற்காகவே சில நிறுவனங்கள் தங்கள் பங்குகளின் முகப்பு விலைகளைக் குறைக்கின்றன. எடுத்துக்காட்டாக, டிவிஎஸ் மோட்டார்ஸ் 1 ரூபாய், விப்ரோ 2 ரூபாய், இன்ஃபோசிஸ் 5 ரூபாய். அசோக் லேலண்டு ரூ.1.

ஃப்ரி ஃப்ளோட் Free Float

12.3.05-ல் சில முக்கிய நிறுவனங்களின் ஃப்ரி ஃப்ளோட் வருமாறு :

ஐ.டி.சி.	100 %
இன்ஃபோசிஸ்	83%
கல்யாணி ஸ்டீல்	44.33 %
மாருதி	35.52 %
என்.டி.பி.சி.	10.50%

மேனிபுலேஷன் - Manipulation

மேனிபுலேஷன் என்பதற்குக் கொச்சையான தமிழ் வார்த்தை, 'தகிடுதித்தம்!' கௌரவமான வார்த்தை திரித்துவிடுதல் (சொல்லுதல்).

சற்று முன்பு பார்த்தோமே, நிறைய 'வாங்குபவர்கள்' இருப்பது போல, மேலோட்டமாகத் தெரியலாம். 'மூன்று லட்சம் பையர்ஸ்' என்று. என்னடா இந்த நிறுவனத்தின் லாபநஷ்டக் கணக்கு நேற்றுதானே வெளி வந்தது. சுமாராகத்தானே இருந்தது. அதன் லாபத்துக்கும் அந்த ஷேர் இப்பொழுது விற்கும் விலைக்கும் சம்பந்தமில்லையே! அந்த ஷேரை விற்றுவிடலாம் என்று போனால், வாங்குவதற்கு இவ்வளவு பேர் இருக்கிறார்களே என்று நினைக்கத் தோன்றும்.

அந்த மூன்று லட்சம் எண்ணிக்கையில் வாங்குபவர்கள் கேட்கும் விலையில் இருக்கும் சூட்சுமம்! இருப்பதைவிட மிகக் குறைந்த விலையில் வாங்குவதற்குப் போட்டிருப்பார்கள். அந்த விலையில் விற்க எவரும் முன் வராததால் அப்படியே இருக்கும். இதுபோல சில மேனிபுலேஷன்ஸ்.

அதேபோல, ஒரு ஷேரின் விலை ரூபாய் 40 முதல் 60 வரை ஊசலாடும். நன்றாக லாபம் ஈட்டும் சில வருடங்களில் ரூ. 60, சுமாரான வருடங்களில் ரூ.40. திடீரென்று அதேபோன்ற ஆண்டு லாபத்துக்கு, அந்த ஷேரின் விலை, 80, 100 என்றாகி ரூ.120 கூட ஆகிவிடும். பல காரணங்கள் காற்றில் மிதந்து வரும். அப்படியே ரூ.120 முதல் ரூ.155-க்குள் நடமாடும்.

காரணம், அந்த நிறுவனத்தின் பப்ளிக் இஷ்யூ வருகிறது. அது 10 ரூபாய் ஷேருக்கு 60 ரூபாய் பிரிமியம் வைத்து மக்களிடம் வாங்கப் போகிறது. 40 முதல் 60 வரை விற்கப்படும் ஷேருக்கு எவன் 60 ரூபாய் கொடுப்பான்? அதையே ரூ.120 விற்கும் ஷேரை 60-க்குத் தருகிறார்கள் என்றால்? நான் நீ என்று எல்லாம் வாங்கிக் கொண்டு போய் விடுவார்கள் இல்லையா? அதில் நிறுவனத்துக்கு 50 ரூபாய் லாபம்தானே!

செய்வார்கள். சில புரோக்கர்களை அழைத்து விவரம் சொல்லி, சமயத்தில் பணமும் கொடுத்து எங்கள் நிறுவனத்தின் சார்பில் நீங்கள் வாங்குங்கள் என்பார்கள் நல்லவர்கள் மாதிரி.

திடீரென்று அதிக விலைக்கு இவர்களுடைய நிறுவனப் பங்குகளை பலரும் வாங்க (இவர்கள் ஏற்பாடு), உடனே சாதகமான செய்திகளும் வர (இதுவும் இவர்கள் ஏற்பாடு), பொதுமக்களும் சந்தையில் இந்த நிறுவனப் பங்குகளை வாங்க வேகமாக விலையேறும்.

தேவை என்ற டிமாண்ட் உருவாகி, 'செல்லர்ஸ்' குறைந்து விடுவார்கள். இதன் விலை ரூ.200-க்குப் போய்விடும் என்ற நம்பிக்கையைச் சந்தையில் தோற்றுவித்திருப்பார்கள். (இப்படி நிறைய நிறுவனங்கள் உண்டு. பெயர் சொன்னால் அசிங்கம்.)

பின்பு சுலபமாகத் தங்கள் பப்ளிக் இஷ்யூ வேலையை முடித்துக் கொள்வார்கள். பின்பு காற்று இறங்கிய பலூனாகச் செயற்கை விலை இறங்கும். அதன்பிறகு அதைக் கவனிக்க ஆளிருக்காது.

இதுபோலச் சந்தையில் வேலைகள் செய்வதற்கு 'மேனிபுலேஷன்' என்று பெயர். இன்னும் பலவிதங்கள் உண்டு. நிறுவனம் கெட்டு விட்டதாக, அல்லது ஏதோ குழப்பம் என்று செய்தி பரவும். பலரும் விற்பார்கள். விலைகள் இறங்கும். அந்த 'சிலர்' குறைந்த விலையில் பங்குகளை வாங்கி விடுவார்கள். முன்பு வந்த செய்தி சரியில்லை என்று தகவல் வரும். தகவலை நம்பி கையிலிருந்ததை விற்று விட்டவர்கள் வருத்தப்படுவார்கள்.

இதேபோல 'சிலர்', இல்லாத நல்ல செய்திகளை வேண்டுமென்றே பரப்பி, விலையேற வைத்து, தாங்கள் விற்று விட்டு வெளியேறி விடுவார்கள்.

இன்சைடர் டிரேடிங் - Insider Trading

நிறுவனத்துடன் தொடர்புள்ள ஒருவர், அதன் முக்கிய நல்லது கெட்டதுகளை முன்னதாகத் தெரிந்துகொண்டு, தானாகவோ அல்லது தன் உறவினர்கள் வழியாகவோ அல்லது சில பினாமிகள் வழியாகவோ அந்தப் பங்கில் பெரிய அளவில் பரிவர்த்தனை செய்வதுதான், இன்சைடர் டிரேடிங். இது தவறு. அத்தனை பங்குதாரர்களுக்கும் அது பற்றிய விவரம் தெரிய வேண்டும்.

இப்படி பெரிய அளவில் ஏதேனும் டிரான்சாக்ஷன் நடந்திருந்தால் பங்குச்சந்தைகள் அதைக் கவனித்து இதில் இன்சைடர் டிரேடிங் நடந்துள்ளதா என்று தோண்டுவார்கள். செபியும் இந்த விவகாரத்தில் மூக்கை நுழைக்கும். இன்சைடர் டிரேடிங் நடந்தது தெரிய வந்தால், அதைச் செய்தவர் மீது கடுமையான நடவடிக்கை எடுக்கப்படும். அவர் மீண்டும் பங்குச்சந்தைக்குள் சில வருடங்கள் வராமல் இருக்கத் தடை செய்யப்படுவார். அவர் மீது அபராதம் விதிக்கப்படும்.

அதுபோலவே ஒரு நிறுவனத்தில் பெரிய நிலையில் இருக்கும் - அதாவது மேனேஜ்மெண்டில் இருக்கும் - அதிகாரிகள் தங்களிடம் உள்ள அதே நிறுவனத்தின் பங்குகளை விற்பனை செய்யும்போதோ அல்லது வெளிச் சந்தையிலிருந்து வாங்கும்போதோ அதனைப் பற்றிய தகவலை பங்குச் சந்தை அதிகாரிகளுக்கு உடனடியாகக் கொடுத்துவிடவேண்டும். இதையும் இன்சைடர் டிரேடிங் என்ற தலைப்பில் வெளியிடுவார்கள். ஆனால் இதில் தவறு ஒன்றும் இல்லை. அதனால் இன்சைடர் டிரேடிங் என்றாலே பிரச்னை என்று நினைக்கக்கூடாது. தகவல் சொல்லாமல் செய்யப்படும் மேனிபுலேஷன் மட்டும்தான் தவறானது.

அதேபோல, நிறுவன அதிகாரிகளும்கூட தங்கள் நிறுவனம் முக்கிய மான சில காரியங்களில் ஈடுபட்டிருக்கும்போது சந்தையில் இருந்து அந்த நிறுவனத்தின் பங்குகளை வாங்குவதோ விற்பதோ கூடாது என்று தடை விதித்திருப்பார்கள். உதாரணத்துக்கு ஒரு நிறுவனம் மற்றொரு நிறுவனத்தை வாங்கும் முயற்சியில் ஈடுபட்டுள்ளது என்று வைத்துக் கொள்வோம். இந்த விஷயம் வெளியே தெரியாமல் பாதுகாக்கப்படும்.

இந்த விஷயம் உறுதியானதும், கையெழுத்து இடப்பட்டதும், பங்குச் சந்தைக்கு உடனடியாகத் தகவல் தெரிவிக்க வேண்டும். அதைத் தொடர்ந்து அந்த நிறுவனத்தின் பங்குகளில் விலை ஏறலாம் அல்லது இறங்கலாம். பிற நிறுவனத்தை வாங்குவதை சந்தையில் உள்ள முதலீட்டாளர்கள் விரும்புகிறார்களா இல்லையா என்பதைப் பொறுத்தது அது. அது விருப்பமான ஒரு விஷயம் என்றே வைத்துக்கொள்வோம். எனவே, விலை நிச்சயம் ஏறப்போகிறது.

எனவே, இந்த 'வாங்கும் விஷயம்' வெளியே யாருக்குமே தெரியாத நேரத்தில் அந்த நிறுவன அதிகாரி பெரிய அளவில் ஷேர்களை வெளிச் சந்தையிலிருந்து வாங்குகிறார் என்றால் அது நிச்சயமாக ஏற்றுக் கொள்ள முடியாத இன்சைடர் டிரேடிங். அந்த அதிகாரி இதற்காகத் தன் வேலையையே இழக்க வேண்டி வரலாம்!

2006 - ஆம் வருடம், இன்ஃபோசிஸ் நிறுவனம் அதன் நிர்வாக இயக்கு நர்களில் ஒருவரான பாரிநாத் பட்னி என்பவர் மீது ஒரு ஒழுங்கு நடவடிக்கை எடுத்தது.

அந்த நிறுவனத்தின் விதிமுறைகளின் படி பொறுப்பில் இருப்பவர்கள் குறிப்பிட்ட அளவுக்கு மேல் தங்களிடம் உள்ள நிறுவனப் பங்குகளை விற்க வேண்டும் என்றால் நிறுவனத்திடம் ஒருநாள் முன்கூட்டியே தெரிவிக்க வேண்டும்.

பட்னி ஆகஸ்ட் 14 2006 அன்று தன்னிடமிருந்த 10,000 பங்குகளை ரூ.1.7 கோடிக்கு (பங்குச்சந்தையில்) விற்றுவிட்டார். 10 நாள்களுக்குப் பிறகுதான் தெரிவித்தார்.

நிர்வாகம் அவருக்கு 5 லட்ச ரூபாய் அபராதம் விதித்தது. அதை அவர் ஒரு சேவை நிறுவனத்துக்கு வழங்க வேண்டும் என்று. (Business Tody 24.9.2006).

எஸ்.ஐ.பி – Systematic Investmment Plan (SIP)

நாம் இந்த வருடம் ரூ. 24,000-ஐ பங்குச்சந்தையிலோ பரஸ்பர நிதியிலோ முதலீடு செய்யலாம் என்று முடிவு செய்கிறோம். ஒன்று அத்தனை பணத்துக்கும் ஒரேயடியாகப் பங்குகளையோ யூனிட்டு களையோ வாங்கிவிடலாம்.

இப்படிச் செய்யும்போது, நாம் மிக அதிக விலைக்கு வாங்கிவிடவும் நேரிடலாம். (அதாவது அப்பொழுது மார்க்கெட் உச்சத்தில் உள்ளது.) எனவே, நஷ்டம் ஏற்படாமல் இருக்க நாம் வேறு ஒன்றைச் செய்யலாம். அடுத்த 12 மாதங்களுக்கு மாதம் ரூ. 2,000-க்கு பங்குகளையோ யூனிட்டு களையோ தொடர்ச்சியாக வாங்கலாம். இப்படிச் செய்கையில் விலைகளில் சராசரி ஏற்பட்டு குறைவு விலைகளில் கொஞ்சம், கூட விலைகளில் கொஞ்சம் என்று கிடைக்கும்.

இதற்குத்தான் SIP என்று பெயர்.

ஆக்ஷன் – Auction

ஒரு புரோக்கர் தன் வாடிக்கையாளர் சார்பாக ஒரு பங்கினை விற்கிறார். ஏதோ காரணங்களுக்காக, டெலிவரி கொடுக்க முடியவில்லை.

பங்குச்சந்தையே (NSE அல்லது வேறு பங்குச் சந்தை) ஏலம் மூலம் அந்தப் பங்கினை மற்றவரிடமிருந்து வாங்கி அவருக்கு (புரோக்கருக்கு) கொடுத்து விடும். அதனை வாங்கும் முறைதான் ஆக்ஷன்.

மார்க்கெட் லீடர் - Market Leader

ஒரு குறிப்பிட்ட நாட்டில், சந்தையில் அல்லது தொழிலில் எந்த நிறுவனம் முன்னோடி? யாரை, எந்த நிறுவனத்தை உதாரணமாகக் கொள்ளலாம் என்பதுதான் லீடர்ஷிப்.

உதாரணத்துக்கு, நம் தேசத்தில் ரிலையன்ஸ் நெடுங்காலமாக மார்க்கெட் லீடர்தான். மொத்தப் பங்குச்சந்தை எப்படியுள்ளது என்பதை ரிலையன்ஸ் பங்குகளின் ஏற்ற இறக்கங்களை வைத்துச் சொல்லலாம். இதுபோல, இன்னும் சில நிறுவனங்கள் உள்ளன.

வானிஷிங் கம்பெனிகள் - Vanishing Companies

பல நிறுவனங்கள் பங்குச்சந்தையில் ஐ.பி.ஓ செய்வார்கள். பொது மக்களிடமிருந்து இதைச் செய்கிறேன், அதைச் செய்கிறேன் என்று பணத்தை வாங்குவார்கள். பின் சத்தமே இல்லாது காணாமல் போய் விடுவார்கள்! ஆம், ஒரேயடியாகக் காணாமல் போய்விடுவார்கள்! பங்குச்சந்தை நிர்வாகம் இவர்களைத் தேடிப் பிடிக்க முயற்சி செய்யும். ஆனால் ஆள்கள் இருந்தால்தானே? கிடைத்த பணத்தை மூட்டையாகச் சுருட்டி எடுத்துக் கொண்டு நடையைக் கட்டி விடுவார்கள். அதனால் தான் மிகக் கவனமாகப் பார்த்து சரியான நிறுவனங்களின் பங்குகளை மட்டும் வாங்க வேண்டும்.

வென்ச்சர் கேபிடல் நிறுவனங்கள் - Venture Capital Companies

பொதுவாக, இன்ஸ்டிடுஷன்ஸ் என்று சொல்லப்படும் நிதி முதலீட்டு நிறுவனங்கள் பங்குச்சந்தையில் விற்கும் பங்குகளை வாங்குவதன் மூலம், அல்லது ஐ.பி.ஓ.க்களில் பங்குபெறுவதன்மூலம், பெரும் பாலும் நல்ல நிலையில் உள்ள, அதாவது லாபம் சம்பாதிக்கும் கம்பெனிகளில் முதலீடு செய்கிறார்கள்.

ஆனால், இவர்கள் யாரும் ரிஸ்க் அதிகமாக உள்ள தொடக்கநிலை நிறுவனங்களில் (Start ups) முதலீடு செய்வதில்லை. ஆனால் வென்ச்சர் கேபிடல் நிறுவனங்கள் என்பவை இதுபோன்ற தொடக்கநிலை நிறுவனங்களைத் தேடித் தேடியே முதலீடு செய்யும். தொடக்கநிலை நிறுவனங்களுக்குள் எந்த நிறுவனத்துக்கு நல்ல எதிர்காலம் உள்ளது, எந்த நிறுவனத்தில் திறமை வாய்ந்த நிர்வாகிகள், தொழில்நுட்ப வல்லுநர்கள் உள்ளனர் என்பதை மட்டும் பார்த்து அந்நிறுவனத்தில் வென்ச்சர் கேபிடல் நிறுவனங்கள் முதலீடு செய்வார்கள். பின்னர் அந்த

நிறுவனம் நல்ல நிலைக்கு வரும்போது தங்கள் பங்குகளை பிற நிதி நிறுவனங்களுக்கோ, அல்லது அதே தொழிலில் இருக்கும் வேறு பெரிய நிறுவனங்களுக்கோ (merger, take over), அதிக விலைக்கு விற்றுவிட்டு வெளியேறி விடுவார்கள் (exit).

இப்படி இவர்கள் பணம் போடும் எல்லா நிறுவனங்களுமே செழித்து வளர்ந்து, இவர்களுக்குப் பணத்தை அள்ளிக் கொடுக்காது. இவர்கள் முதலீடு செய்யும் தொடக்கநிலை நிறுவனங்கள் பல, வெவ்வேறு காரணங்களுக்காக அழிந்தும் போய்விடலாம். அப்பொழுது வென்ச்சர் கேபிடல் நிறுவனங்கள் போட்ட முதலும் வீணாகி விடும். ஆனால் ஐந்தில் ஒன்று பழுதில்லாமல் வளர்ந்தால் கூட, இவர்கள் ஐந்திலும் போட்ட பணத்தை, அந்த ஒரு நிறுவனத்திலேயே பிடித்து விடமுடியும். சரியாக வருவது அவ்வளவு இலாபம் தரும்.

இன் தி ரெட் - In the Red

நிறுவனத்தின் நிதி ஆரோக்கியம் எப்படியுள்ளது? சிறப்பாக இருந்தால் Pink என்பார்கள். நஷ்டத்தில் இருந்தால் Red என்பார்கள். நஷ்டத்தில் நடக்கும் நிறுவனங்களை 'இன் தி ரெட்' என்பார்கள்.

இண்டஸ்ட்ரி லீடர் - Industry Leader

குறிப்பிட்ட தொழிலில் எந்த நிறுவனம் தலைமை வகிக்கிறது? மோட்டார் வாகனத் தொழிலில் மாருதி, ஹீரோ ஹோண்டா, அசோக் லேலண்டு, பஜாஜ், டிவிஎஸ் மோட்டார் எல்லாமே உள்ளன. ஆட்டோ தொழில் நன்றாக இருந்தால் இவற்றின் விலைகள்தான் முதலில் ஏறும். இவைதான் அந்த இண்டஸ்ட்ரி லீடர்கள்.

டிபென்சிவ் ஸ்டாக்ஸ் - Defensive Stocks

பங்குகளில் சில வாலடைல் (Volatile), அதாவது அடிக்கடி ஏறும், இறங்கும். நாட்டில் ஏதாவது நல்ல செய்தியா, இவற்றின் விலை உடனே ஏறும். ஏதாவது கெட்ட செய்தியா, உடனே விலை இறங்கும். அதாவது ரொம்ப 'சென்சிடிவ்'. இதில் ரிலையன்ஸ், இன்ஃபோசிஸ், டி.சி.எஸ். போன்ற பங்குகள் அடங்கும்.

இதுதவிர, வேறு சில நல்ல பங்குகள் உண்டு. அவையும் நன்கு நடை பெறும் நிறுவனங்கள்தான். ஆனால், அவ்வளவு 'வாலடைல்' இல்லை. பரபரப்பான சமயங்களில்கூட இந்த நிறுவனப் பங்குகள் அதிகம் ஏறாது அல்லது இறங்காது. மிகவும் நிதானம்!

அதாவது இவற்றைக் 'கட்டிக் கொண்டு அலைபவர்கள்' குறைவு! இவற்றுக்கு டிபென்சிவ் ஸ்டாக்ஸ் என்று பெயர். டிபென்சிவ் என்றால், தற்காப்பு அல்லவா... குழப்பமான சூழ்நிலைகளில்

(தேர்தல் வருகிறது யார் ஜெயிப்பார்களோ, அதன் பிறகு மார்க்கெட் என்ன ஆகுமோ!) இதுபோன்ற சமயங்களில் மற்ற பங்குகளை விற்று விட்டு இதுபோன்ற அதிக விலை மாற்றங்கள் வராத பங்குகளைச் சிலர் வாங்கி வைத்துக் கொள்வார்கள்.

முன்பெல்லாம் L&T, SBI, BHEL போன்ற பங்குகளை டிபென்சிவ் ஸ்டாக்ஸ் என்று கருதுவார்கள். இப்பொழுது அவையும் வாலட்டைல் ஆகிவிட்டன. தற்போது எம்.ஆர்.எஃப்., பி.இ.எல். போன்றவற்றைச் சொல்லலாம்.

டிமேட் அக்கவுண்ட் - Demat account

முன்பு 'பத்திரங்கள்' என்று பார்த்தோம். இப்பொழுது டிமேட் வந்து பல வற்றைச் சுலபமாக்கி விட்டது. சிறு முதலீட்டாளர்களுக்கு இதனால் பெருத்த வசதி.

வங்கிகளில் கணக்கு வைத்துக் கொள்வதுபோல இதற்கென்றே இயங்கும் சில நிறுவனங்களிடம் நாம் கணக்குத் தொடங்க வேண்டும். அதன்பிறகு அவர்கள் வங்கிக் கணக்கு எண் போல நமக்கு ஓர் அடையாள எண் (ID No.) கொடுத்து விடுவார்கள். கூடவே புகைப்படம் ஒட்டிய அடையாள அட்டையும்.

அதன்பின் நாம் நம் புரோக்கரிடம் சொல்லி ஷேர் வாங்கிவிட்டு நம் Demat கணக்கு எண்ணைச் சொல்லிவிட வேண்டியதுதான். ஷேர் பாட்டுக்கு நம் கணக்குக்கு வந்துவிடும். அது அவ்வளவு சுலபம்.

டிமேட் ஷேரின் சௌகரியங்கள்

- ஷேர்களை நாம் 'டெலிவரி' வாங்க வேண்டாம்.

- அதில் எல்லாம் சரியாகப் பூர்த்தி செய்திருக்கிறார்களா என்று சரிபார்க்க வேண்டாம்.

- அதைப் பெயர்மாற்ற ஷேர் டிரான்ஸ்ஃபர் ஸ்டாம்புகள் வாங்க அலைய வேண்டாம்.

- அதை ரிஜிஸ்தர் தபாலில் அனுப்பச் சிரமப்பட வேண்டாம்.

- அது சரியாக நிறைவு செய்யப்படவில்லை என்று திரும்பி வரும் அபாயம் இல்லை.

- அனுப்பிவிட்டு 'எப்படா வரும்' என்று காத்திருக்க வேண்டாம்.

- அதுபோய்ச் சேர்ந்து பெயர் மாறும் நேரத்துக்குள் டிவிடெண்ட், போனஸ், ரைட்ஸ் இழப்புகள் ஏதும் வராமல் போகும் அபாயமில்லை.

மாதாமாதம் நமக்கு அந்த நிறுவனத்தாரே நம் பெயரில் என்னென்ன ஷேர்கள் உள்ளனவென்று நமக்கு ஒரு 'ஸ்டேட்மெண்ட்' (பட்டியல்) அனுப்புவார்கள்.

இதையெல்லாம்விட முக்கியம் பெயர் மாற்றி வந்தவற்றை எங்கு பத்திரமாக வைப்பது? தொலைத்து விட்டால், இன்டெம்னிட்டி பாண்டு (Indemnity bond) அது இதுவென்று ஏகப்பட்ட சிரமங்கள், எதுவுமே இதில் இல்லை.

ஷேர் சர்டிபிகேட்டை நாம் பார்க்கவே வேண்டாம். இதுமட்டுமல்ல நாம் ஒரு பத்து நிறுவனங்களின் ஷேர்கள் வைத்திருக்கிறோம் என்று வையுங்கள். (50, 100 நிறுவனப் பங்குகள் வைத்திருப்பவர்கள் சர்வ சாதாரணம்.) நாம் முகவரி மாறினால், அத்தனை நிறுவனங்களுக்கும் தனித்தனியாக, தகவலை உரிய நேரத்தில் தெரிவிக்க வேண்டும்.

இந்த Demat-ல் நாம் கணக்கு வைத்திருக்கும் அந்த ஒரு நிறுவனத்துக்கு மட்டும் தெரிவித்தால் போதும். அதேபோல, நம் வங்கிக் கணக்கு எண்ணை அவர்களிடம் கொடுத்துவிட வேண்டும். நமக்கு வரும் டிவிடெண்ட் முதலியவற்றை நேரடியாக அந்தக் கணக்கில் வரவு வைத்து விடுவார்கள். 'டிவிடெண்ட் வாரண்ட்' செக்குகளைத் தபாலில் தொலைப்பது, அவற்றைத் தாமதமாகப் பெறுவது, வங்கியில் செலுத்த மறந்துவிடுவது, வங்கியில் கட்ட வேண்டியது போன்ற எந்தச் சிரமங்களும் இல்லை.

Demat அத்தனை சுலபம். வெளிப்படை. வேகம். வாழ்க Dematகள்! வளர்க அதைக் கொண்டு வந்த SEBI!

டிமேட்டில் டெலிவரி கொடுப்பது - Demat delivery

நாம் ஷேர்களை நம் டிமேட் கணக்கில் வைத்திருக்கிறோம். விற்கச் சொல்கிறோம். புரோக்கர் விற்றுவிடுகிறார். நம்மிடம் உள்ள ஷேரை நாம் 'டெலிவரி' கொடுக்க வேண்டும். அதற்கென்று விண்ணப்பப் படிவங்கள் உள்ளன. அதைச் சரியாக நிறைவு செய்து, கையெழுத்திட்டு உரிய நேரத்தில் கொடுத்துவிட்டுத்தான் மறுவேலை பார்க்க வேண்டும். தவறினால் பெரிய பொருளாதார நஷ்டம் வரும். அதாவது, சந்தை விலையில் ஏலம் போல நாம் கொடுக்க வேண்டிய டெலிவரிக்காகப் பிறரிடம் பங்குகள் வாங்க வேண்டி வரும்.

டெப்பாசிட்டரி - Depository

டெப்பாசிட்டரி என்பது ஒரு வங்கி போல. ஷேர்கள், டிபென்ச்சர்கள், பாண்டுகள், கவர்மெண்ட் செக்யூரிட்டிகள், மியூச்சுவல் ஃபண்ட் யூனிட்கள் முதலியவற்றை எலெக்ட்ரானிக் வடிவத்தில் வைத்திருக்கும் இடம்.

டெப்பாசிட்டரி பார்ட்டிசிபெண்ட் - **Depository Participant**

மேற்கண்ட டெப்பாசிட்டரிகளின் ஏஜெண்டுகள் இவர்கள் (DPs). இவர் களை, டெப்பாசிட்டரிகள் செபியின் அனுமதியுடன் நியமிப்பார்கள்.

டெப்பாசிட்டரி சர்வீசஸ் - **Depository Services**

நம் நாட்டில் மொத்தம் இரண்டு 'டெப்பாசிட்டரி'கள் உள்ளன. இவை தான் தாள், பத்திர வடிவங்களில் இருக்கும் பங்குகள், பாண்டுகள் (Bonds) முதலியவற்றைத் தற்சமயம் கணக்கெடுத்து வைத்திருக்கும் கிடங்குகள்.

எவை யாருக்குச் சொந்தம் என்று கணக்கு வைத்துக் கொள்வதும், சொந்தக்காரர் முறையாகத் தெரிவிக்கும்போது, அதனை வாங்கியவர் பெயருக்கு மாற்றிக் கொடுப்பதும் இவர்களே.

வங்கிகளில் பலர் சேமித்து வைத்திருக்கும் பணம் இருக்கிறது. யாருடைய பணம் எவ்வளவு இருக்கிறது என்று எழுதி வைத் திருப்பார்கள். பணத்துக்குச் சொந்தக்காரர் காசோலை கொடுத்தால் அதன்படி, வங்கிகள் யார் பெயருக்கு காசோலை உள்ளதோ அவர் களுக்குப் பணத்தைக் கொடுத்துவிடுகிறார்கள் அல்லவா? அதே போலத்தான் இந்த டெப்பாசிட்டரிகளும். பங்குகளைக் கணக்கு வைத்து பற்றும், வரவும் சரியாகச் செய்து விடுவார்கள்!

ஒன்றின் பெயர்: National Securites Depositary Limited (NSDL).

மற்றொன்று: Central Depositary Services(India) Limited (CDSL).

இவர்களால் வேகமாக, மிகச்சரியாக, பாதுகாப்பாக இயங்க முடிகிறது. ஆனால், இந்த டெப்பாசிட்டரிகள் நேரடியாக முதலீட்டாளர்களுடன் கொடுக்கல் வாங்கல் செய்வதில்லை. அதற்கு Depository Participants *(டெப்பாசிட்டரி பார்டிசிபண்ட்ஸ்)* என்ற அமைப்புகள் உள்ளன (DPs).

நம்மைப் போன்ற எவரும் இதில் பங்கு பெற, ஏதாவது ஓர் DP-யிடம் கணக்கு (Account) திறந்துகொள்ள வேண்டும்.

இத்தகைய DPக்கள் SEBI-யிடம் பதிவு செய்திருக்கவேண்டும். அத்தகை யோரிடம் கணக்கு வைத்துக்கொள்வதுதான் நல்லது.

டெலிவரி இன்ஸ்டிரக்ஷன் ஸ்லிப்ஸ் (டி.ஐ.எஸ்) -

Delivery Instruction Slips (DIS)

நாம் நம்மிடம் உள்ள பங்குகளையோ, யூனிட்டுகளையோ, பாண்டு களையோ *(அவை Demat ஆகியிருக்கும் பட்சத்தில்)* விற்றால், அதனை எப்படி 'டெலிவரி' கொடுப்பது?

ஒரு செக் எழுதிப் பணம் கொடுப்பதுபோல அதனை இந்த DIS-ல் எழுதிக் கொடுக்கவேண்டும். இந்த DIS-களில் நமது DP (டெப்பாசிடரி பார்டிசிபண்ட்) கணக்கு எண் பதிவு செய்யப்பட்டிருக்கவேண்டும். அதில் வெற்றிடங்கள் விட்டு கையெழுத்துப் போட்டு கொடுக்கக் கூடாது. ஒரு காசோலை போலவே அதனைக் கவனமாகக் கையாள வேண்டும்.

***ரீமெட்டீரியலைசிங்* - Remateralising**

சில காரணங்களுக்காக எவரேனும் தங்கள் பங்குகள், பாண்டுகள் முதலியவற்றை எலெக்டிரானிக் முறையில் இல்லாமல் பத்திரங்களாக (Physcial Form) கொடுங்கள் என்று கேட்டால், அதையும் நிறுவனத்திடம் கேட்டு பெற்றுக்கொள்ள முடியும். இது சாத்தியமே. இதற்குத்தான் 'ரீமெட்டீரியலைசிங்' என்று பெயர்.

***ஏர்னிங் பெர் ஷேர்* - Earning per share**

இதனைச் சுருக்கமாக, EPS என்பார்கள். நிறுவனத்தின் சம்பாதிக்கும் திறனுக்கு இது ஒரு முக்கியமான அடையாளம். ஒரு பங்கு எவ்வளவு சம்பாதித்தது என்பதைக் குறிக்கும் எண் இது.

ஒரு நிறுவனம் மொத்தம் எத்தனை பங்குகளை இதுவரையில் வெளியிட்டுள்ளது என்று பார்க்க வேண்டும். உதாரணத்துக்கு ஒரு நிறுவனம் பத்து லட்சம் பங்குகளை வெளியிட்டுள்ளது என்று வைத்துக்கொள்வோம். அந்த ஆண்டின் செலவுகள், தேய்மானம், வரி, கடனுக்கு வட்டி எல்லாம் போக நிகர லாபம் (Net profit) ரூபாய் 30 லட்சம்.

அதாவது பத்து லட்சம் பங்குகளுக்கு, ரூ. 30 லட்சம் நிகரலாபம். பத்து லட்சம் பங்குகளும் சேர்ந்து சம்பாதித்தது ரூபாய் 30 லட்சம் என்றால், ஒரு பங்கு எவ்வளவு சம்பாதித்தது? இந்த உதாரணத்தின்படி, ஒரு பங்கு மூன்று ரூபாய் சம்பாதித்தது.

பத்து ரூபாய் பங்கு ஒவ்வொன்றும் ஓர் ஆண்டில் மூன்று ரூபாய் சம்பாதித்தது. இதைத்தான் Earning Per Share (ஒரு பங்கு சம்பாதித்தது) என்கிறார்கள்.

பல சமயம், நிறுவனம் வெளியிட்டுள்ள பங்குகளும் லாபமும் இப்படிப்பட்ட முழு எண்களாக (முழுக் கோடிகளாக, லட்சங்களாக) இருக்காது. ஆனால் அந்த நிறுவனமே தன் ஆண்டிறுதிக் கணக்குகளை வெளியிடும்போது, EPS என்ன என்பதையும் கணித்து அதனையும் சேர்த்தே வெளியிடுவார்கள்.

EPS கணக்கிடுதல்

எந்தெந்த காலகட்டத்துக்கு லாபம் கணக்கிடப்படுகிறதோ அந்தந்தக் காலத்துக்கு இந்த EPS என்பதையும் கணக்கிடலாம். சில நிறுவனங்கள் ஒவ்வொரு காலாண்டுக்கும் (Quarter) லாப நஷ்டக் கணக்கு கணக்கிடும். அப்படியென்றால் அவற்றின் EPS காலாண்டுக்கு, அரை ஆண்டுக்கு, முழு ஆண்டுக்கு என்ன என்பதைத் தனித்தனியாகவும், மொத்தமாகவும் கணக்கிடலாம்.

நிறுவனங்கள் இதுபோன்ற விவரங்களைப் பிரசுரிக்கும்பொழுது அந்த விவரங்களுடன் அது எந்தக் கால அளவுக்கு என்பதையும் பிரசுரிக்க வேண்டும்.

சமயத்தில் அந்தத் தொகையினைப் போட்டு அருகில் ★ குறி போட்டிருப்பார்கள். அப்படியிருந்தால் கீழே எங்கே அதே ★ குறி போட்டிருக்கிறது என்று பார்க்க வேண்டும். அங்கு அந்தக் குறியீட்டின் அருகே வேறு சம்பந்தப்பட்ட விவரங்கள் குறிப்பிடப்பட்டிருக்கலாம். சில சமயங்களில் அந்தக் கால அளவு 15 அல்லது 18 மாதங்களாகக்கூட இருக்கலாம்.

பி.இ. ரேஷியோ - PE Ratio

இதுவும் அடிப்படை அலசலுக்கு (Fundamental Analysis) பெரிதும் உதவும் ஒரு கணக்கீடுதான். இப்பொழுதுதான் EPS என்றால் என்ன என்று பார்த்தோம். ஒரு நிறுவனத்தின் பத்து ரூபாய் பங்கு, ஓர் ஆண்டில் ஒரு ரூபாய் சம்பாதிக்கிறது (அந்தக் குறிப்பிட்ட ஆண்டில்). மற்றொரு நிறுவனத்தின் பங்கோ ரூபாய் 50 சம்பாதிக்கிறது. இது இரண்டில் எந்த நிறுவனம் அதிகம் சம்பாதிக்கிறதோ அந்த நிறுவனத்தின் பங்குகளுக்கு கிராக்கி அதிகம்தானிருக்கும். இதில் ஒன்றும் ஆச்சரியம் இல்லை.

இத்தகைய பங்குகளின் விலை செகண்டரி மார்க்கெட் எனப்படும் பங்குச் சந்தையில் என்ன விலைகளுக்குக் கிடைக்கும்? பலரும் விரும்பும் பொருள்களின் விலை அதிகம்தானே!

உதாரணத்துக்கு ஒரு ரூபாய் EPS உள்ள நிறுவனத்தின் பத்து ரூபாய்ப் பங்கின் விலை, 12 ரூபாய் இருக்கிறது என்று வைத்துக் கொள்வோம். 50 ரூபாய் EPS இருக்கும் பத்து ரூபாய் பங்கின் சந்தை விலை, ரூபாய் 800 என்று வைத்துக் கொள்வோம். எதை வாங்குவது நல்லது?

குழப்பமாக இருக்கிறதா? சுலபமான கணக்குதான்.

வெளிச் சந்தைக்கு வந்தபின், அந்தப் பங்கின் முகப்பு விலை பற்றி அதிகம் கவலைப்பட வேண்டாம்.

அந்தப் பங்கு ஒவ்வொன்றும் வருடா வருடம் ஈட்டும் வருமானம்தான் முக்கியம். அதைப் பொறுத்துதான் லாபப் பகிர்தலும். ஒரு முதலீட்டாள ராக நாம், குறிப்பிட்ட எண்ணிக்கையில் அந்த நிறுவனத்தின் பங்குகளை வைத்திருப்போம். அந்த ஒவ்வொரு பங்கும், அந்த ஆண்டில் என்ன சம்பாதித்ததோ அதைப் பொறுத்துதான், அந்த நிறுவனம் நமக்கு டிவிடெண்ட்-ஐத் தரும். கூடுதல் லாபம் சம்பாதிக்கும் பங்குகளால், கூடுதல் டிவிடெண்ட் பெற்றுத்தர முடியும். வெறும் ஒரு ரூபாய் சம்பாதிக்கும் பங்குக்கு எவ்வளவு டிவிடெண்ட் தந்துவிட முடியும்?

சரி, இப்பொழுது 12 ரூபாய் விற்கும் பத்து ரூபாய் பங்கினை வாங்கு வதா? அல்லது ரூபாய் 800 விற்கும் பத்து ரூபாய் பங்கினை வாங்குவதா?

இதுபோல, இரண்டு நிறுவனப்பங்குகள் மட்டும்தானா? சந்தையில் ஆயிரக்கணக்கான பங்குகள் உண்டே! இவற்றில் எதை வாங்குவது, எதைத் தேர்வு செய்வது?

இங்குதான் PE Ratio உதவும். PE Ratio-வின் விரிவாக்கம் Price Earning Ratio, (பிரைஸ் ஏர்னிங் ரேஷியோ). இதனைக் கணக்கிடும் முறை வருமாறு.

சந்தையில் விற்கும் ஒரு பங்கின் விலையினை (Market Price), அந்தப் பங்கு சம்பாதிக்கும் பணமான EPSஆல் வகுத்து விட வேண்டும்.

முதல் பங்குக்கு Market Price/EPS = 12/1 = 12

இரண்டாவது பங்குக்கு 800/50 = 16

முதல் பங்கு அது சம்பாதிப்பதைப்போல 12 மடங்கு விலை போகிறது. இரண்டாவது பங்கு ஓர் ஆண்டில் அது சம்பாதிப்பதைப்போல 16 மடங்குக்கு விலை போகிறது. அதுதான் இதன் பொருள்.

12 ரூபாய்க்குக் கிடைக்கும் பங்கு, ரூபாய் 800க்குக் கிடைக்கும் பங்கு எனப் பார்க்காமல், அதன் சம்பாத்தியத்தை வைத்து 12 மடங்கு விற்கும் பங்கு, 16 மடங்கு விற்கும் பங்கு எனப் பார்க்கலாம்.

பொதுவாக, மற்ற நிலைமைகள் நன்றாக இருந்தால் அதிக PE இருந் தாலும் பங்குகளை வாங்குவார்கள். ஆனால் நாடோ, பொருளாதாரமோ குறிப்பிட்ட தொழிலோ சரியாக இல்லையென்றால், அதிக PE Ratio-வில் வாங்குவது நல்லதல்ல.

சமயத்தில் இந்த PE Ratio என்பது சில நிறுவனங்களின் ஷேர்களுக்கு மிகவும் குறைவாக இருக்கும். துருவி ஆராய்ந்தால் காரணம் தெரிய வரும். அந்த நிறுவனத்தில் ஏதோ ஒரு பிரச்னை இருக்கும்.

வேலை நிறுத்தம், இடுபொருள் பிரச்னை அல்லது ஏதாவது ஒரு பிரச்னை இருக்கலாம்.

ஓர் எச்சரிக்கை. இந்த EPS ஆகட்டும், அதை ஒட்டிய PE Ratio-வாகட்டும், இரண்டுமே கடந்த காலத்தில் நடந்ததைப் பற்றியதுதான், அதாவது போன வருடம் அல்லது காலாண்டு. நடப்பு வருடத்தின் கணக்கு முடித் தால்தான், அந்த வருடத்திய லாபமும், EPSம் தெரியவரும். அதை வைத்துதான் PE Ratio என்ன என்பதை அவ்வப்போது உள்ள ஷேர் விலையை வைத்துக் கணக்கிட்டுக் கொள்ளலாம்.

ரிசர்வ்ஸ் & சர்ப்ளஸ் - Reserves & Surplus

நிறுவனம் குறிப்பிட்ட அளவு லாபம் சம்பாதிக்கிறது. அதனை முழுவதுமாக அந்த வருடமே அனைத்துப் பங்குதாரர்களுக்கும் பங்குபோட்டுக் கொடுத்துவிடாது. கொடுக்கவும் கூடாது. பகல் என்று வந்தால் இரவும் வருமல்லவா. அதனால் நிறுவனங்கள் கொஞ்சத்தைக் கொடுத்துவிட்டு மீதத்தைச் சேமித்து வைக்கும்.

இதுபோலச் சேர்த்து வைக்கப்படும் தொகைக்குப் பெயர்தான் Reserves & Surplus. சேமித்து வைத்ததும் உபரியும் என்று பொருள்.

நிறுவனம் வியாபாரம் தொடங்கியதிலிருந்தே பங்குதாரர்களுக்கு ஏதாவது கொடுத்துவரும் நிறுவனங்கள் உண்டு. அதேபோல, தொடங்கிய வருடம்முதல், பத்து பதினைந்து வருடங்கள் ஆகியும் எதுவுமே கொடுக்காத நிறுவனங்களும் உண்டு.

காரணங்கள் பலவாக இருக்கலாம். ஒன்று உண்மையிலேயே நிறுவனம் ஏதும் சம்பாதிக்காமல் இருக்கலாம். அல்லது சம்பாதித்தும் கொடுக்க மனமில்லாமல் இருக்கலாம். நன்றாகக் கொடுக்கும் நிறுவனங்களை Liberal Management என்பார்கள். தாராளமான நிர்வாகம்.

சில ஆண்டுகளில் ஏதோ காரணங்களுக்காக லாபம் போதவில்லை யென்றாலும்கூட, சேமிப்பு மற்றும் உபரி நிதியிலிருந்து டிவிடெண்ட் கொடுப்பார்கள். ஆனால் வெறுமனே சம்பாதிக்காத ஆண்டு, இதிலிருந்து எடுத்து டிவிடெண்ட் கொடுப்பது சந்தேகமே.

விசேஷங்களின்போது முதலாளிகள் மற்றவர்களுக்கு இனாம் கொடுப் பது போல, நிறுவனங்களும், நிறுவனம் சம்பந்தப்பட்ட நல்லவற்றைக் கொண்டாடும் விதமாகக் கூடுதல் டிவிடெண்ட், கூடுதல் போனஸ் கொடுப்பது உண்டு. நிறுவனம் தொடங்கி 25-வது ஆண்டு, நிறுவனரின் நூற்றாண்டு விழா போல.

போதும் போதாததற்கு எல்லாம் இந்த R&S நிதிதான். அதேபோல, கொடுத்தது போக மீதமும் இந்த நிதியில்தான் சேரும்.

போர்ட்ஃபோலியோ - Portfolio

ஒருவர் ஒரு லட்ச ரூபாயை ஷேர் மார்க்கெட்டில் முதலீடு செய்ய முடிவு செய்கிறார். அவர் என்னென்ன ஷேர்கள் வாங்கி விடுகிறாரோ அந்த ஷேர்களின் பட்டியல்தான் அவருடைய Portfolio.

அவர் சிமெண்ட் கம்பெனிகள், மோட்டார் வாகன கம்பெனிகள், சாஃப்ட்வேர் கம்பெனிகள் மற்றும் இரும்பு சம்பந்தப்பட்ட கம்பெனிகள் என நான்கு வகை நிறுவனங்களின் ஷேர்களை தலா ரூ. 25,000-க்கு வாங்கலாம். இது ஒருமுறை. ஜெயிக்கிற (போகிறதாக நினைக்கிற, கணிக்கிற) குதிரைமேல் கட்டுவதுபோல.

அல்லது நிச்சயம் தெரியும். 'இது, இது இதைத்தான் நான் எதிர் பார்க்கிறேன்' என்று ஒரே ஒரு நிறுவனத்தின் பங்குகளை வாங்கலாம்.

சீட்டுக்கட்டில் ஒரே செட்டுக்காக முயற்சி செய்யாமல் கார்டு வரவில்லை யென்றால், வேறு புதிய 'காம்பினேஷ'னுக்கு முயற்சி செய்வதுபோல, சிலர் ஷேர்களை வாங்குவதும் விற்பதுமாக மாற்றிக் கொண்டேயிருப் பார்கள். Portfolio-வை குலுக்கிப் போடுவது (Shuffle) போன்றது அது.

நம்பர் ஆஃப் கவுண்ட்டர்ஸ் - No. of Counters

ஒருவர் எத்தனை விதமான நிறுவனங்களின் பங்குகளை வைத்துக் கொள்ளலாம்? ஒரே கவுண்ட்டர் (நிறுவனம்) ஆபத்து என்று பார்த்தோம். அதற்காக ரிஸ்க்கினை பரவலாக்குகிறேன் என்று நூற்றுக்கணக்கான நிறு வனங்களின் ஷேர்களை வைத்துக் கொண்டாலும், என்ன புரியும்? எதனை மேற்பார்க்க முடியும்? சிரமம்தான். நம்மிடம் இருக்கும் வசதிகள் (இதற் கென்று கம்ப்யூட்டர், ஆள்கள்), நமது நேரம் (வாரம் இரண்டு மூன்று முறையாவது விலைகள் எப்படி உள்ளன என்று பார்க்க வேண்டும்). நமது கவனம் முதலியவற்றைப் பொறுத்தது எண்ணிக்கை.

'வரவேண்டுமென்றால் ஒரு சீட்டில் வந்திடாதா? (லாட்டரிச் சீட்டு!)' என்பார்கள். நமக்குக் காசு வரவேண்டும் என்று இருந்தால், நாம் வாங்கும் சில நிறுவன ஷேர்களிலேயே அது வந்துவிடும். எதற்குப் பலவிதமான ஷேர்கள்! நீங்கள் தொடக்க ஆட்டக்காரரா? நான்கு முதல் பத்து கவுண்ட்டர்கள் போதும் என்று நான் சொல்வேன். போகப் போக நீங்களே முடிவு செய்து கொள்ளுங்கள்.

போர்ட்போலியோ மேனேஜ்மெண்ட் சர்வீஸ் (பி.எம்.எஸ்) -

Portfolio Management Services (PMS)

நமக்கு மியூச்சுவல் ஃபண்ட் என்றால் என்ன என்று தெரியும். பலரிடமும் பணம் பெற்று, நிபுணர்களைக் கொண்டு அவர்கள் மூலம் அந்தப்

பணத்தைச் சரியான நேரத்தில் பங்குகளிலோ பாண்ட்களிலோ வேறு அதுபோன்ற சாதனங்களிலோ முதலீடு செய்வது, லாபம் பார்த்து வெளியேறுவது, மீண்டும் வாங்குவது. இது பரஸ்பர நிதி. இது முகம் தெரியாத பலருக்காகச் செய்யப்படுவது.

இதையே தனி ஒருவருக்காகச் செய்யமுடியுமா? ஒருவரிடம் 20 லட்ச ரூபாய்கள் உள்ளன. அவர் பங்குச்சந்தையில் லாபம் பார்க்க விரும்புகிறார். அவரே செய்தால் சரியாகவும் வரலாம், வராமலும் போகலாம். சரியாகக் கவனித்துச் செய்வதற்கு அவரிடம் நேரமும் இல்லாது போகலாம்.

இந்தத் தேவையை நிறைவேற்ற வந்திருப்பதுதான் போர்ட்போலியோ மேனேஜ்மெண்ட் சர்வீஸ் (பி.எம்.எஸ்.) பல ஷேர் டிரேடிங் நிறுவனங்கள் இந்த சேவையைத் தருகின்றன. அதற்காகக் கட்டணமும் உண்டு. அதேபோல வரும் லாபத்தில் அவர்களுக்குப் பங்கும் உண்டு. நிறுவனத்துக்கு நிறுவனம் இது மாறும்.

டூ மெனி எக்ஸ் இன் ஒன் பாஸ்கெட் -

Too many eggs in one basket

நிறைய முட்டைகளை ஒரே கூடையில் போடாதீர்கள் என்ற பழமொழி ஷேர் மார்க்கெட்டில் அடிக்கடி அறிவுறுத்தப்படும்.

முட்டைகள் என்பது நம் பணம். ஒரே கூடை என்பது ஒரே நிறுவனத்தின் ஷேர்கள் அல்லது, ஒரே தொழிலில் உள்ள ஷேர்கள். பேராசைப்பட்டு, கணிப்பில் கொஞ்சம் தவறினாலும் பிரச்னை நமக்குத்தானே? அதற்காகத் தான் இப்படிச் சொல்வார்கள்.

இந்த அரசாங்கம் வந்தால் இப்படி, அந்த அரசாங்கம் வந்தால் அப்படி. மழை பெய்தால் இப்படி, இல்லாவிட்டால் அப்படி. உலக வர்த்தக ஒப்பந்தம், வளைகுடாப் போர், அமெரிக்காவில் இரட்டைக் கோபுரங்களின் மீது தாக்குதல் என, எத்தனையோ விஷயங்களுடன் பலவிதத் தொழில்கள் தொடர்புடையன. அதனால் 'தென்னை மரத்தில் தேள் கொட்டினால், பனை மரத்தில் நெறி கட்டும்' என்பதுபோல, ஏதாவது நடக்கும்.

எதற்கு வம்பு, நாலைந்து நிறுவனப் பங்குகளிலும் கொஞ்சம் கொஞ்சம் போட்டு வையுங்களேன்.

என்.எஸ்.இ. - NSE

என்.எஸ்.இ. என்பது நேஷனல் ஸ்டாக் எக்சேஞ்ச். இது 3-11-1994 அன்று நிறுவப்பட்டது. தேசியப் பங்குச்சந்தை வந்தபிறகுதான், ஷேர்

மார்க்கெட்டில் வெளிச்சம் விழுந்தது எனலாம். என்ன விலைக்கு வாங்குகிறோம், என்ன விலைக்கு விற்கிறோம், உண்மையான விலைகள்தானா அவை என்பதையெல்லாம்கூட நாமே கண்டுபிடித்து விடலாம்.

பூடகமாகப் பேசுவது, ஊகம், கோல்மால், ஏமாற்றுதல், இவற்றுக் கெல்லாம் NSE-யில் இடமில்லை. எல்லாம் வெள்ளித் (சின்னத்) திரையில் பளீரெனத் தெரியும். எவரும் பார்க்கலாம்.

நம் கண் முன்பாகவே, நம்மூரில் அமர்ந்தபடியே வாங்கலாம், விற்கலாம். அன்றே வாங்கி அன்றே விற்கலாம். அதற்கு Trading (டிரேடிங்) என்று பெயர். பலர் செய்கிறார்கள். 2010-ல் சில தினங்களின் NSE-யின் தினசரி டர்ன்ஓவர் சுமார் 40 ஆயிரம் கோடி ரூபாய். (இதில் F & O சேர்த்து இல்லை).

இந்த NSE அமைப்பு முதலீட்டாளர்களின் பெரும் நம்பிக்கையைப் பெற்றுள்ளது. இந்தியாவில் தற்பொழுது 1486 நகரங்களில் 2,30,000 (ஆமாம்!) டெர்மினல்கள் மூலம் தினசரி பரிவர்த்தனை (Trading) ஜேஜே என்று நடைபெறுகிறது. பட்டியல் இங்குள்ள பங்குகளின் எண்ணிக்கை 3072 (அக்டோபர், 2011)

இவற்றில் உறுப்பினர் (Member) ஆகி வியாபாரம் செய்யும் Broker ஆவதற்கு சுமார் ஒரு கோடி ரூபாய் வரை பணம் வேண்டும். ரூபாய் ஒன்றரை கோடியைப் பணமாகக் கட்ட வேண்டும். இது டெப்பாசிட் போல, திருப்பித் தரப்படும். NSE பற்றி மேலும் விவரம் தெரிய http://www.nse-india.com/ என்ற இணையத்தளத்தைப் பார்க்கலாம்.

நிஃப்டி - Nifty

இது தேசியப் பங்குச்சந்தையில் உள்ள குறிப்பிட்ட 50 பங்கு விலைகளின் மொத்த அடையாள எண். (NSE50 என்பதன் சுருக்கம்.) இது NSE ஏறியுள்ளதா, இறங்கியுள்ளதா என்று காட்டும். இதிலே Nifty என்றும் Nifty ஜூனியர் (Jr.) என்றும் இரண்டு இண்டெக்ஸ்கள் உண்டு.

பிரைஸ் டைம் பிரையாரிட்டி - Price Time Priority

எவர் அதிகமான விலைக்கு வாங்கத் தயார் என்று கம்ப்யூட்டரில் (Trading Terminal) ஆர்டர் போட்டிருக்கிறாரோ அவருக்குத்தான் முதலில் விற்க வருபவரின் ஷேர் கிடைக்கும். உதாரணத்துக்கு ஒருவர் Whirlpool ஷேரை 'ரூ.220-க்கு வாங்குக' எனவும் மற்றொருவர் 'ரூ.219.50-க்கு வாங்குக' எனவும் போட்டிருக்கிறார்கள்.

வேறு ஒருவர் விற்க முன்வந்தால் - அதாவது 'ரூ.219-க்கு மேல் எந்த நல்ல விலை வந்தாலும் விற்க' என்று போட்டிருந்தால் - அவருடைய

ஷேர்கள் 220 கேட்டவருக்குப் போய் மீதமிருந்தால்தான் 219.50 கேட்ட வருக்குக் கிடைக்கும். இது பிரைஸ் பிரையாரிட்டி (விலை முன்னுரிமை).

அடுத்து இருவர் 219.25-க்கு வாங்கப் போட்டிருக்கிறார்கள். ஒருவர் காலை 10.20-க்கும், மற்றொருவர் 10.21-க்கும் ஆர்டர் போட்டனர், அதே ஒரே விலைக்கு. எஸ்... இருவரும் ஒரே விலையாகக் கேட்டிருக்கும் பட்சம், முதலில் கேட்டவருக்குத்தான் அந்த ஷேர் கிடைக்கும். இது டைம் பிரையாரிட்டி (நேர முன்னுரிமை).

இவை இரண்டுக்கும் சேர்த்து பிரைஸ் டைம் பிரையாரிட்டி என்று பெயர். இவையெல்லாம் NSE-யில் கம்ப்யூட்டரில் தன்னால் முறையாக நடக்கும்.

டி.எம். - T.M.

டி.எம். என்றால் டிரேடிங் மெம்பர். இவர் செபி (SEBI) எனப்படும் அரசின் கண்காணிக்கும் வாரியத்தால் பதிவு செய்யப்பட்ட, NSE-யால் அங்கீகரிக்கப்பட்ட பரிவர்த்தனை உறுப்பினர்.

இவர் NSE-க்கு (கோடிக் கணக்கில்) பணம் கட்டி வியாபாரம் செய்பவர். NSE-யின் விதிமுறைகளுக்குக் கட்டுப்பட்டவர். இவர் தவறு செய்தால் நம்மால் NSE இடம் முறையிட முடியும்.

மேலும் இவர் நமக்குப் பணம் தரவேண்டியிருந்து, இவரால் பணம் தரமுடியாது போய்விட்டால், IPF (Investor Protection Fund) என்பதிலிருந்து நமக்கு NSE பணம் கொடுக்கும். அதிகபட்சம் ஐந்து லட்சம் வரை கிடைக்கலாம்.

பி.எஸ்.இ. - BSE

BSE யின் விரிவாக்கம், பாம்பே ஸ்டாக் எக்ஸ்சேஞ்ச். மும்பையில் இருக்கும் பங்குச்சந்தை. தேசியப் பங்குச்சந்தை வருவதற்கு முன்பு இவர்தான் ராஜா. இவர் வைத்ததுதான் சட்டம். 1875-ல் தொடங் கப்பட்ட இதுதான், ஆசியாவின் தொன்மையான பங்குச் சந்தை.

நூறு ஆண்டுகளுக்கும் மேலாகச் செயல்பட்டு வரும் இந்தப் பங்குச் சந்தையின் ஆரம்பக்காலப் பெயர் 'த நேடிவ் ஷேர் அண்ட் ஸ்டாக் புரோக்கர்ஸ் அசோசியேஷன்'. இந்தியாவின் முதல் பங்குச்சந்தை மட்டுமல்ல, பலகாலம் முதன்மைப் பங்குச்சந்தையும் இதுவாகத்தான் இருந்தது. இந்தப் பங்குச்சந்தையில் வியாபாரம் செய்து கொடுக் கக்கூடிய புரோக்கராகச் சேர்பவர்கள் கட்ட வேண்டிய கட்டணம் எவ்வளவு தெரியுமா? ரூபாய் தொண்ணூறு லட்சம்!

மும்பைக்காரர்களும், முக்கியமாக குஜராத்திகளும் கோலோச்சும் இடம். இதில் சுவாரஸ்யமான விஷயம் என்னவென்றால் முன் பெல்லாம் மும்பை ஸ்டாக் எக்ஸ்சேஞ்சில் ஷேர்களின் கொட் டேஷன்கள் ஆங்கிலத்தில் இல்லை, ஹிந்தியிலும் இல்லை, குஜராத்தியில் வருமாம். இப்பொழுது எப்படியோ?

இன்றைக்கும் தேசிய பங்குச்சந்தைக்கு அடுத்தபடி இந்தியாவின் அதிகப்படியான வியாபாரம் மும்பை பங்குச்சந்தையில் நடக்கிறது. BSE-யில் செப்டெம்பர் 2011-ல் சில தினங்களில் டர்ன்ஓவர் சுமார் 53,625 கோடிகள் (ஈக்விட்டி மட்டும்).

BSE-யில் லிஸ்ட் செய்யப்பட்டாலேயே முன்பெல்லாம் ஒரு ஷேரின் விலை ஏறும். அங்கு ரிஸ்க் எடுக்கும் முதலீட்டாளர்கள் மற்றும் ஆபரேட்டர்ஸ் அதிகம் போலும்.

தேசியப் பங்குச்சந்தையும் (NSE), இத்தனை பரவலாக்கப்பட்ட பங்குப் பரிவர்த்தனையும் வருவதற்குமுன், நம் நாட்டு ஷேர் விலைகளுக்கு மும்பைதான் வழிகாட்டி.

இப்பொழுது வாங்குகிற விற்கிற விஷயங்கள் நொடிக்கு நொடி அப்படியே தெரிகிறது. Transparency வந்துவிட்டது. அதன் குறியீட்டு எண் (Sensex) முன்பு 2008 ஜனவரியில் 14,300 - ஐத் தாண்டியது. 21000-ஐ தாண்டியது. பின்பு சரிந்தது. இரண்டுமே சரித்திரம். (பின்னதை சிலர் தரித்திரம் என்பார்களோ!)

மும்பை பங்குச்சந்தையில் ஷேர்கள் பல பகுதிகளில் வர்த்தகம் செய்யப்படுகின்றன. அவையாவன.

A குரூப்

B1 குரூப்

B2 குரூப் மற்றும்

Z குரூப் (இசட் குரூப்!)

A குரூப் என்பது மிக அதிக எண்ணிக்கையில் பரிவர்த்தனை செய்யப் படுவது. வாங்குவதும் விற்பதும் சுலபம். தினமும் எப்பொழுதும், இரண்டுக்கும் ஆளிருப்பார்கள். நல்ல ஷேர்கள் மட்டுமே அந்தப் பகுதியில் இருக்கும். சில சமயம் அந்த நிறுவனங்கள் அப்படியிருந்து அதன் வாங்குதல்/விற்றல் குறைந்து போனால் அந்த ஷேர்கள் A குரூப் பிலிருந்து வெளியேற்றப்படும். வேறு Active ஆக உள்ள ஷேர்கள் அந்தப் பட்டியலில் சேர்க்கப்படும். இந்த அடிப்படையில்தான் B1, B2 ஆகியவையும். ஒன்றைவிட மற்றொன்று சுமார். ஆனால் மோசம் என்று அர்த்தமில்லை.

முதலீட்டாளர்கள் குறைகளை நிறுவனங்கள் தீர்க்க வேண்டும், குறைந்த பட்சம் பதிலளிக்க வேண்டும். இரண்டும் செய்யாத நிறுவனங்களை BSE பதில் கேட்கும். அதற்கும் பொறுப்பான பதில் இல்லையென்றால் BSE நிர்வாகம் அந்த ஷேர்களை Z குரூப்புக்கு மாற்றிவிடும்.

எந்த ஷேராவது Z குரூப்பில் சேர்க்கப்பட்டிருந்தால், அந்த நிறுவனம் அப்படி நடந்து கொண்டிருக்கிறது என்று தெரிந்து கொள்ளலாம். தெரிந்தும் போய் அதில் மாட்டுவானேன்? தெரிவிப்பதற்காகத்தான் அந்த குரூப்பில் இடம்.

டிலிஸ்ட்டிங் - Delisting

பங்குச்சந்தைகளில் பல பங்குகளின் வாங்கல், விற்றல் நடைபெறுகிறது. அதற்கு அந்தந்த நிறுவனங்கள், அந்தச் சந்தைக்கு (NSE-யோ, BSE-யோ வேறு எதுவோ) பணம் கட்டி அதன் சட்டதிட்டங்களுக்கு உட்பட வேண்டும். நிறுவனங்களில் மாறுதல்கள் செய்தால், அது பங்குதாரர் களுக்குத் தெரிய வேண்டிய விஷயமாக இருந்தால், அதனையும் சந்தை நிர்வாகத்துக்கு முன்பே முறையாகத் தெரிவிக்க வேண்டும். இதுபோன்ற விஷயங்கள் தவிர, பங்குதாரர்களின் குறைகளுக்கு (Grievences) பதில்தர வேண்டும், தீர்த்து வைக்க வேண்டும்.

இதையெல்லாம் செய்வதில் ஒரு நிறுவனம் தவறினால், அந்த நிறு வனத்தின் பங்கு, அந்தச் சந்தையில் Delist செய்யப்படும். அதாவது, நீக்கப்படுகிறது. அதற்குப் பிறகு அந்தச் சந்தையில் அந்தப் பங்கினை வாங்கவோ விற்கவோ முடியாது. ஒரு நிறுவனப் பங்குகள் 8%-க்கும் கீழ் பொதுமக்களிடம் இருந்தாலும் அந்த நிறுவனத்தின் புரோ மோட்டர்கள் அந்த நிறுவனத்தின் பங்குகளை Delist செய்ய சந்தை நிர்வாகத்திடம் கேட்டுக் கொள்ளலாம். அதற்கு முன் மைனாரிட்டி பங்குதாரர்களுக்கு (அந்த 8% வைத்திருப்பவர்களுக்கு) குறிப்பிட்ட நியாய விலையைக் கொடுத்து அந்தப் பங்குகளை வாங்கியபிறகுதான்!

இன்டெக்ஸ் - Index

மார்க்கெட் ஏறுகிறது என்றால் என்ன பொருள்? எல்லாப் பங்குகளும் ஏறுகின்றன என்றா பொருள்? இல்லை. மொத்தப் பங்குகளும் ஏறுவது இல்லை. அதேபோலத்தான் இறங்குவதிலும். தினம் தினம் பல பங்குகள் ஏறுகின்றன. அதேசமயம் பல பங்குகள் இறங்குகின்றன. மொத்தத்தில் என்ன என்று தெரிந்து கொள்வதற்காக ஏற்பாடுகள் செய்யப்பட்டதுதான் இந்த Index. ஒரு குறியீட்டு எண். ஓர் அடையாளம். விலைவாசிக் குறியீட்டு எண் (Consumer Price Index) போலத்தான் இதுவும்.

சில குறிப்பிட்ட பங்குகளின் பழைய விலையிலிருந்து இன்று எவ்வளவு ஏறியிருக்கிறது என்று கணக்கிட இதைச் சொல்கிறார்கள். தினம் தினம்

அதிகம் வியாபாரம் ஆகும் பங்குகள் இந்த 'இண்டெக்ஸில்' உண்டு. மற்றவை கிடையாது.

இப்பொழுது ஒவ்வொரு சந்தைக்குமே பல இன்டெக்ஸ்கள் வந்துவிட்டன. சென்செக்ஸ் என்பது மும்பை பங்குச்சந்தையின் A குரூப் பங்குகள் 30-க்கான குறியீடு. அது தவிர சாஃப்ட்வேர் பங்குகளுக்குத் தனி இண்டெக்ஸ். பொதுத்துறை நிறுவனப் பங்குகளுக்குத் தனி இண்டெக்ஸ், வங்கிகளின் பங்குகளுக்குத் தனி இண்டெக்ஸ் என இன்னும் பல உள்ளன.

Sensex என்பது மும்பை பங்குச்சந்தையின் குறியீட்டு எண்

Nifty என்பது தேசியப் பங்குச்சந்தையின் குறியீட்டு எண்

இதுதவிர BSE IT, BSE Capgoods, BSE PSU எனப் பலப்பல உள்ளன. ஒவ்வொரு தேசத்திலும் இதுபோல உள்ளன.

அமெரிக்காவில் - Nasdaq Composite, Nasdaq 100, NYSE Composite, NYSE U.S. 100, Dow Jones Industrials, Dow Jones Composite

ஜப்பானில் - Nikkei 225

ஹாங் காங்கில் - Hang Seng

பிரான்சில் - CAC 40

பிரிட்டனில் - FTSE 100 என்று உள்ளன.

சென்செக்ஸ் - Sensex

சென்சிட்டிவ் இண்டெக்ஸ் என்பதன் சுருக்கம்தான் சென்செக்ஸ். இது மும்பை பங்குச்சந்தையின் அடையாளக் குறியீட்டு எண். இது ஏற ஏற, சந்தை நன்றாக உள்ளதாகவும், நிறையப் பங்குகள் விலைகள் ஏறுவதாகவும் பொருள். அதேபோலத்தான் இதன் இறக்கமும்.

கடந்த சில ஆண்டுகளில் சென்செக்ஸ் எப்படி ஒவ்வொரு வருடமும் ஏறி, இறங்கியுள்ளது என்பதை அடுத்தப் பக்கத்தில் உள்ள படத்தின் மூலம் தெரிந்து கொள்ளலாம்.

ஃப்.ஐ.ஐ.க்கள் - FIIs

எஃப்.ஐ.ஐ. என்றால், ஃபாரின் இன்ஸ்டிடியூஷனல் இன்வெஸ்ட்டர்ஸ். இன்வெஸ்டர் என்றால் முதலீட்டாளர். இன்ஸ்டிடியூஷனல் இன் வெஸ்டர் என்றால், தனி நபர் அல்லாத நிறுவனம். வெளிநாடு களிலிருக்கும், ஆனால் இந்தியப் பங்குச்சந்தைகளில் முதலீடு செய்யும் நிறுவனங்களே எஃப்.ஐ.ஐ.க்கள் ஆவர்.

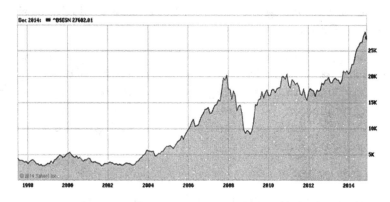

சென்செக்ஸ் 1998 - 2004

1994-க்குப் பிறகுதான், இவர்கள் இந்தியாவில் முதலீடு செய்ய அனுமதிக்கப்பட்டார்கள். இவர்கள் வந்தது நம் நாட்டின் பங்குச் சந்தைக்கு நல்லதானது. அதுவரை சில பெரிய புரோக்கர்கள் வசமிருந்த பங்குச்சந்தையின் லகான் கைமாறியது. இவர்கள் வந்ததால், பங்குச்சந்தைகளில் லிக்விடிட்டி அதிகமானது. அது தவிர, பங்குகளின் வேல்யுவேஷன் (Valuation) எனப்படும் மதிப்பீடுகள் மாறின. நல்ல நிறுவனப் பங்குகளை, நல்ல விலைகளுக்குத் தாராளமாக வாங்கினார்கள். தங்கள் நாடுகளில் உள்ள மதிப்பீடுகளை நம் தேசத்திலும் நடைமுறைப்படுத்தினார்கள்.

இவர்கள் எல்லாம் சேர்ந்து லட்சக்கணக்கான கோடி ரூபாய்களை உலகத்தின் வெவ்வேறு பங்குச்சந்தைகளில் போட்டிருக்கிறார்கள். இப்பொழுதைக்கு இந்தியாவில் இருக்கும் மிகப்பெரிய, அதாவது அதிகமாக முதலீடு செய்யும் FII நிறுவனங்களின் பெயர்கள் வருமாறு: பிடலிட்டி மேனேஜ்மெண்ட், ஜேனஸ் இன்வெஸ்ட்மெண்ட்ஸ், மார்கன் ஸ்டான்லி, சிங்கப்பூர் அரசாங்கம், எச்.எஸ்.பி.சி குளோபல், கிரெடிட் லயோன்னாய்ஸ், யு.பி.எஸ் செக்யூரிட்டீஸ்.

இவர்கள் தனிநபர்கள் போல, நினைத்ததும் வாங்கிவிடமாட்டார்கள். தங்கள் நிறுவனத்துக்கு என்று பல ஆராய்ச்சியாளர்களை வைத்திருப்பார்கள். எந்த நிறுவனத்தின் பங்குகளை வாங்குகிறார்களோ, அந்த நிறுவனத்தைப் பற்றிய சகல விஷயங்களையும் அறிந்துகொள்வார்கள். அதுதவிர, அந்த நாட்டின் நிலை என்ன? பொருளாதாரம் எப்படியுள்ளது. எல்லாம் தெரிந்துகொண்டு வாங்கத் தொடங்குவார்கள். அவர்கள் வாங்கினால் சரியாகத்தான் இருக்கும் என்பது இங்கு பொதுவான நம்பிக்கையாகிவிட்டது.

வாங்குவதும் ஒரு லட்சம், பத்து லட்சத்துக்கு வாங்கமாட்டார்கள். கோடிக்கணக்கான ரூபாய்க்கு, ஆயிரக்கணக்கான, லட்சக்கணக்கான

அளவுகளில் பங்குகளை வாங்குவார்கள். இதனால் அவர்கள் வாங்கும் பங்குகளை வைத்திருப்பவர்கள், தாங்கள் விற்காமல் வைத்துக் கொள் கிறார்கள். மேலும் பலரும் இவர்கள் வாங்கும் நிறுவனத்தின் பங்குகளைத் தாங்களும் வாங்கத் தொடங்குவர்.

ஒரு வாரத்தில் மட்டும் சில சமயங்களில் அனைத்து FII-களும் சேர்ந்து ஏகப்பட்ட ஆயிரம் கோடி ரூபாய்களுக்குப் பங்குகள் வாங்குகிறார்கள். (உதாரணத்துக்கு 12.10.2011 ஒரு நாள் மட்டும் ரூ.1,267 கோடிக்கு வாங்கியுள்ளார்கள்) இதெல்லாம் அயல்நாட்டிலிருந்து இந்தியாவுக்கு வரும் பணம் என்பது நமது தேசத்துக்குக் கூடுதல் லாபம்.

இந்த FII-க்கள் எவ்வளவு ஷேர்கள் சில துறைகளில், சில நிறுவனங் களில் வாங்கலாம் என்பதை மைய அரசு தீர்மானிக்கிறது. ஒவ்வொரு செக்டரிலும் FII-க்கள் அதிகபட்சமாக எந்த அளவைத் தாண்டக் கூடாது என்பதை மைய அரசு தீர்மானிக்கிறது. இந்த அளவுக்குள் முதலீடு இருக்கின்றதா என்பதை இந்திய ரிசர்வ் வங்கி கண்காணிக்கிறது.

ஒவ்வொரு செக்டரிலும், ஒவ்வொரு நிறுவனத்தில் எந்த அளவுக்கு FII-க்கள் வாங்கலாம் என்பதை அந்த நிறுவனங்கள் முடிவு செய்து, அரசிட மிருந்த அதற்குத் தேவையான அனுமதிகளை வாங்க வேண்டும். உதா ரணத்துக்கு, நாட்டுடமையாக்கப்பட்ட வங்கிகள், பாரத ஸ்டேட் வங்கி ஆகியவற்றில் FII-க்கள் அனைவரும் சேர்ந்து மொத்தமாக 20% பங்கு களைத்தான் வாங்க முடியும். HDFC-யில் FII-க்களால் 74% அளவுக்கு வாங்க முடியும்.

இன்ஃபோசிஸ் நிறுவனத்தில் FII-க்களால் 100% கூட முதலீடு செய்ய முடியும்! அதாவது FII-க்கள் விரும்பினால் இன்ஃபோசிஸ் நிறுவனத் தையே முழுவதுமாக வாங்கிவிட முடியும்!

வெளிநாட்டில் (தங்கள் நாடு மற்றும் பிற தேசங்கள்) உள்ள பொருளா தாரச் சூழ்நிலைகளைப் பொறுத்தும் FII-க்களின் முதலீடு அல்லது 'விற்றல்' அமையும்.

இவர்களின் வாங்கும் சக்தி மிகமிக அதிகம் என்பதாலும், இவர்கள் ஆராய்ந்து முதலீடுகள் செய்வார்கள் என்பதாலும், வாங்கினால் சிறு லாபத்திற்காக உடனடியாக விற்கமாட்டார்கள் என்பதாலும், நமது பங்குச் சந்தைகளில் FII-க்களுக்குத் தனி மதிப்பு.

இவர்கள் வாங்குவதாகவும்... அல்லது விற்பதாகவும் அடிக்கடி புரளிகள் வரும். அதில் குளிர்காயும் 'மேனிபுலேட்டர்'களும் உண்டு. FIIக்கள் 2010-ல் வருடம் நிகர முதலீடு செய்தது ரூபாய் 1 கோடியே 33 லட்சத்து 266 கோடி ரூபாய்களுக்கு, அதாவது, 26 பில்லியன் அமெரிக்க டாலர்களுக்கு மேலாக. 2011-ல் இதற்குச் சற்று குறைவு.

இன்ஸ்டிடியூஷன்ஸ் - Institutions

தனி நபர்கள் இல்லாத முதலீட்டு நிறுவனங்களுக்கு இன்ஸ்டிடியூஷன்ஸ் என்று பெயர். இவற்றில் உள்நாட்டு, வெளிநாட்டு நிறுவனங்கள் எல்லாம் உண்டு. இவர்களுடைய பணபலம் அதிகம். இவர்களும் நிபுணர்களை வைத்து ஆராய்ந்துதான் முதலீடு செய்வார்கள். வெளி நாட்டு நிறுவனங்கள் (FIIs) பற்றி சற்றுமுன் பார்த்தோம். உள்நாட்டிலும் அதுபோன்ற சில நிதிநிறுவனங்கள் உள்ளன. LIC, இப்பொழுது புதிதாக வந்திருக்கும் பல தனியார் இன்ஷூரன்ஸ் நிறுவனங்கள், UTI, தனியார் மியூச்சுவல் ஃபண்ட் நிறுவனங்கள், வங்கிகள் ஆகிய அனைவரும் இன்ஸ்டிடியூஷன்ஸ் என்று அழைக்கப்படுவர்.

ஹெட்ஜ் ஃபண்ட்ஸ் - Hedge Funds

இதுவும் கிட்டத்தட்ட மியூச்சுவல் ஃபண்டைப் போன்றதே. பலர் சேர்ந்து நிதி சேர்த்து நிபுணர்களைக் கொண்டு பங்குச்சந்தையில் உள்ள பல ஷேர்களில் முதலீடு செய்வதே இவர்களது நோக்கம். ஆனால் நோக்கத்தில் மியூச்சுவல் ஃபண்டுக்கு நேர் எதிர் இவர்கள். நீண்டகாலம் என்பது, இவர்கள் நோக்கமல்ல. துரிதப்பணம் என்பதே இவர்களது அணுகுமுறை. இவர்களால் கொஞ்ச நேரத்தில் சந்தையில் பெரும் பதற்றத்தை உண்டாக்க முடியும்.

மியூச்சுவல் ஃபண்டைப் பொறுத்தவரையில் பங்குச்சந்தை இண் டெக்ஸ் நகர்வதைவிட, அதிகமாக நகர்ந்து அதிகப் பணம் செய்வதுதான், அவர்களது நோக்கம். இண்டெக்ஸ் 8% முன்னேறியிருந்தால், இவர்கள் 12% எதிர்பார்ப்பார்கள். சில ஈக்விட்டி மியூச்சுவல் ஃபண்ட் அதற்கு மேலும் செய்யும். ஆனால், ஈக்விட்டி மியூச்சுவல் ஃபண்ட் எல்லாமே பூம் நேரத்தில்தான் மிக நன்றாக முன்னேறும்.

ஆனால் ஹெட்ஜ் ஃபண்டுகள் அப்படியல்ல. இவை மிகவும் ஆக்ரோஷமாக 'கரடிகள்', மார்க்கெட்டில் புகுந்து விளையாடும். இஷ்டத்துக்கு ஷார்ட் செல்லிங் செய்வார்கள். டெரிவேட்டிவ் மார்க்கெட் (ஆப்ஷன்கள்) புகுந்து விளையாடுவார்கள்.

செய்தார்கள். மே 14, 2005 அன்று. மத்தியில் ஆட்சிமாற்றம் வர கம்யூனிஸ்டுகள் டிஸ்இன்வெஸ்ட்மெண்ட்டைக் குறை சொல்ல, மார்க்கெட் கீழே சரிய ஆரம்பித்தது. கரடிகளுக்குக் கொண்டாட்டம். ஹெட்ஜ் ஃபண்டுகளுக்கோ ஒரே கொண்டாட்டம். கன்னாபின்னா வென்று ஷார்ட் செல்லிங் செய்ய, சில்லறை முதலீட்டாளர்கள் பேனிக் செல்லிங் செய்ய, மலையிலிருந்து உருளும் சிறு கற்கள்போல, பங்குகள் விலை சரிந்தன. ஆனால் அதன்மூலம் ஹெட்ஜ் ஃபண்டுகள் நிறைய லாபம் பார்த்தன.

நம் நாட்டில் என்றில்லை. இவர்கள் உலகம் முழுவதும் இருக்கி றார்கள். மதில்மேல் பூனை போல, எந்தப் பக்கமும் பாயத் தயார். சீக்கிரம் சம்பாதிக்க வேண்டிய கட்டாயம், கையில் பெரிய முதல். நீண்ட காலம் காத்திருக்கும் ஐடியா இல்லை.

ஹை நெட்வொர்த் இண்டிவிஜுவல்ஸ் (எச்.என்.ஐ) -

High Networth Individuals (HNI)

பங்குச்சந்தையில் முதலீடு செய்பவர்களைப் பலவாரியாகப் பிரிக் கிறாகள். அதில் எச்.என்.ஐ ஒரு பிரிவு. FII-க்கள் ஒரு பிரிவு. நம்மைப் போன்ற சில்லறை முதலீட்டாளர்கள் ஒரு பிரிவு.

சில்லறை முதலீட்டாளர்கள் என்றால், சில ஆயிரங்கள் முதலீடு செய்பவர், அல்லது அதிகபட்சமாக சில லட்சங்கள். எச்.என்.ஐ என்றால், அவரும் தனிப்பட்டவர்தான். ஆனால் அவரது ஆரம்பமே பல லட்சங்களாகவும் கோடிகளாகவும் இருக்கும்.

IPO சமயங்களில் சில்லறை முதலீட்டாளர்கள் (Retail Investors) என்றால் ரூ. 50,000 வரை முதலீடு செய்பவர் என்று இருந்தது. இதற்கு மேலாக விண்ணப்பிப்பவர்கள், எச்.என்.ஐ என்று கருதப்பட்டார்கள். ஆனால் இப்பொழுது இந்த விதியைத் தளர்த்தி ரூ. ஒரு லட்சம் என்று ஆக்கியுள்ளனர். அதாவது, ரூ. ஒரு லட்சம் வரை முதலீடு செய்தால் அவர் சில்லறை முதலீட்டாளர், அதற்கு மேல் என்றால் எச்.என்.ஐ.

மார்ஜின் மணி - Margin Money

ஒருவர் ஒரு நிறுவனப் பங்கினை வாங்குகிறார். பலரும் வாங்குகிறார்கள். விலை ஏறுகிறது. சமயத்தில் திட்டமிட்டு ஏற்றுகிறார்கள் (ஏமாற்று கிறார்கள்!). செபி (SEBI) என்ற அரசு கண்காணிப்பு வாரியம் நினைத்தால், அவற்றைக் கட்டுப்படுத்த எடுக்கும் ஒரு நடவடிக்கை தான் இது.

கையில் காசிருந்தால்தானே வாங்க வேண்டும். இல்லாமலே நிறைய உருட்டுகிறார்களே! விடக்கூடாது. இதில் ஏதோ உள்நோக்கம் (Manipulation) இருக்கிறது. என்ன செய்யலாம்? இந்தக் குறிப்பிட்ட பங்கினை வாங்கினால், உடனடியாக அதன் விலையில் 'இவ்வளவு' சதவி கிதத்தை அந்த புரோக்கர் (TM) பங்குச்சந்தையில் கட்டிவிட வேண்டும் என்று சொல்லலாம். சொல்கிறார்கள். இதுதான் மார்ஜின் மணி.

நாஸ்டாக் - Nasdaq

இந்தியாவில் NSE, BSE போல அமெரிக்காவில் Nasdaq (நாஸ்டாக்). இது 8-2-1971 முதல் அமெரிக்காவில் நடைபெற்று வருகிறது. தொடக்கத்தில்

வெறும் டெக்னாலஜி நிறுவனங்களின் பங்குகளுக்கான சந்தையாக இருந்தது. இப்பொழுது பலவகை நிறுவனங்களும் இங்கு லிஸ்ட் செய்யப்பட்டுள்ளன. இதன் குறியீட்டு எண் தொடங்கிய 24 வருடங்களில், மொத்தம் நூறில் இருந்து அறுநூறைத்தான் தொட்டது. ஆனால் பின்பு சில வருடங்களிலேயே டெக்னாலஜி 'பூமி'னால் அதன் குறியீட்டு எண் ஐந்தாயிரம் என்ற அளவைத் தொட்டது. நமது சாஃப்ட்வேர் ஷேர்களின் விலையோடு அதிகத் தொடர்புடையது இது. நமது நிஃப்டியில் 50 பங்குகள் இருப்பதுபோல, இங்கு நாஸ்டாக் 100 என்று ஒரு குறியீட்டு எண். அவற்றில் ஒரு பங்காக இன்ஃபோசிஸ் இருக்கிறது.

நைஸ் - NYSE - New York Stock Exchange

நாஸ்டாக் போல, ஆனால் அதற்கு முந்தைய அமெரிக்கப் பங்குச்சந்தை இதுதான். இதில் பல இந்திய நிறுவனங்களும் தங்களது அமெரிக்கன் டெப்பாசிட்டரி ரிசீப்ட்டை லிஸ்ட் செய்துள்ளன.

இந்திய நிறுவனங்களைப் போட்டி போட்டுக்கொண்டு வரவேற்கின்றன நைஸ், நாஸ்டாக் இருவருமே! இரண்டு பங்குச் சந்தைகளுமே!

உலகின் பல பாகங்களிலும் உள்ள முக்கியமான நிறுவனங்கள் - சீனா, ஜப்பான், இந்தியா போன்ற நாடுகளில் உள்ளவை, நைஸ் அல்லது நாஸ்டாக்கில் தங்களது ADR-களை லிஸ்ட் செய்கின்றன.

ஆடிட்டர் - Auditor

ஒரு நிறுவனத்தின் பங்குதாரர்கள் அனைவரும் சேர்ந்து எந்தச் சார்பும் இல்லாத நடுநிலை கணக்காளர்களை (Auditor) நியமனம் செய்வார்கள். இந்த ஆடிட்டர்தான் நிர்வாகம் கொடுக்கும் கணக்குகளை ஆராய்ந்து எல்லாம் சரியாக இருக்கிறதா என்று சான்றிதழ் வழங்குவார்கள். ஒரு நிர்வாகம் தன் கம்பெனி 50 கோடி ரூபாய் நிகர லாபம் சம்பாதித்துள்ளது என்று சொல்கிறது. பங்குதாரர்களான நமக்கு அது உண்மையா என்று எப்படித் தெரியும்? ஆடிட்டர் சான்றிதழ் கொடுத்தால் நம்பலாம்.

ஆனால் சில இடங்களில் ஆடிட்டர்களும் நிர்வாகமும் சேர்ந்து பொய்யாகப் பங்குதாரர்களை நம்ப வைத்து ஏமாற்றலாம். அமெரிக்காவின் என்ரான் என்ற மின் நிறுவனத்தில் அப்படித்தான் நடந்தது. நல்ல ஆடிட்டர்களை நியமிப்பதன் மூலமே ஒரு நிர்வாகம் அளிக்கும் கணக்குகள் நம்பத் தகுந்தவையா என்பதை நாம் முடிவு செய்ய முடியும்.

ஆடிட்டர்களை ஒவ்வொரு வருடமும் ஆண்டுப் பொதுக்கூட்டத்தில் மறு நியமனம் செய்ய வேண்டும், அல்லது மாற்றி வேறொரு ஆடிட்டரை நியமிக்க வேண்டும்.

டைரக்டர்ஸ் - Directors

சினிமா டைரக்டர் இல்லை. நிறுவன டைரக்டர்கள் என்பவர்கள் அந்த கம்பெனியின் போர்டில் (Board) அமர்ந்திருப்பவர்கள். இவர்கள்தான் நிறுவனத்தை வழிநடத்துபவர்கள். அதனால் இவர்களை இயக்குனர்கள் என்று அழைப்போம். ஒவ்வொரு நிறுவனத்துக்கும் ஒரு போர்டு ஆஃப் டைரக்டர் குழு இருக்கும். பங்குச்சந்தையில் லிஸ்ட் செய்யப்பட்டிருக்கும் நிறுவனங்கள் எல்லாவற்றுக்கும் 7-லிருந்து 15 (அதற்கும் மேலே கூட இருக்கலாம்) டைரக்டர்கள் இருப்பார்கள். எல்லாருமே அந்த நிறுவனத்தில் தினசரி வேலை பார்ப்பவர்கள் கிடையாது. அவ்வப்போது போர்டு மீட்டிங் நடக்கும்போது வந்து கலந்து பேசி முடிவுகளை எடுத்துவிட்டுப் போவார்கள்.

முக்கியமான அத்தனை முடிவுகளும் இந்த போர்டு மீட்டிங்கில்தான், டைரக்டர்களால்தான் எடுக்கப்படும். போர்டுக்குத் தலைவராக ஒரு சேர்மன் இருப்பார். நிறுவனத்தின் தலைமை நிர்வாகியாக இருப்பவரும் போர்டில் அமர்ந்திருப்பார். இவர் மேனேஜிங் டைரக்டர் என்று அழைக்கப்படுவார். பல நேரங்களில் மேனேஜிங் டைரக்டரும், சேர்மனும் ஒருவரே. இவரே பல நேரங்களில் அந்த நிறுவனத்தில் அதிகப் பங்குகளையும் வைத்திருப்பார். (ஆனால் அப்படி இருக்க வேண்டும் என்ற அவசியமும் இல்லை.)

பகுதி நேர டைரக்டர்கள் வெறும் கூட்டத்துக்கு மட்டும் வருபவர்கள், நான்எக்சிகியூடிவ் டைரக்டர்கள் (Non-Executive Directors) என்று அழைக்கப்படுவர்.

பங்குதாரர்கள் (Shareholders) அனைவரும் ஒன்றுசேர்ந்து வாக்கெடுப்பின் மூலம் இயக்குனர்களைத் தேர்ந்தெடுப்பார்கள். சில நிறுவனங்களில் தேர்ந்தெடுக்கப்பட்ட இயக்குனர்கள் அனைவரும் ஒன்றுசேர்ந்து மேற்கொண்டு பிற இயக்குனர்களை நியமிக்கலாம் என்ற வழக்கமும் உண்டு.

ஒரு நிறுவனத்தில் நேரடியாகப் பங்குகள் ஏதும் வைத்திருக்காத, அந்த நிறுவனத்தில், புரோமோட்டர்களுடன் உறவினர்கள் அல்லாத இயக்குநர்களை சார்பில்லாத இயக்குநர்கள் (Independent Directors) என்றும் சொல்வதுண்டு. புரோமோட்டர் டைரக்டர்களுக்கும், நிர்வாகத்தின் முக்கிய அதிகாரிகளுக்கும் எத்தனை சம்பளம் கொடுக்கலாம் என்பதைப் பொதுவாக இந்த Independent Directors அடங்கிய குழு (Compensation Committee) ஒன்றுதான் தீர்மானிக்கும். அதன்பின் பங்குதாரர்கள் அனைவரும் இந்தக்குழு கொடுத்துள்ள சிபாரிசுகளை வாக்கெடுப்பின் மூலம் ஒப்புக்கொள்ளவோ, எதிர்க்கவோ செய்யலாம்.

ஏ.ஜி.எம். - Annual General Body Meeting (AGM)

பங்குகள் வெளியிட்டு நடத்தப்படும் ஒவ்வொரு கம்பெனியும் தங்களின் வரவு செலவுக் கணக்குகளைச் சமர்ப்பிக்கவும், ஒப்புதல் வாங்குவதற்காகவும், பங்குதாரர்களின் கூட்டம் ஒன்றைக் கூட்ட வேண்டும். இது பங்குச்சந்தையில் லிஸ்ட் ஆன கம்பெனியாக இருந் தாலும் சரி, லிஸ்ட் செய்யப்படாத கம்பெனியாக இருந்தாலும் சரி, எல்லாவற்றுக்கும் பொருந்தும். இந்த மீட்டிங் பற்றிய செய்தியை அத்தனை பங்குதாரர்களுக்கும் அறிவிக்க வேண்டும் (Notice). உள்ளூர், வெளியூர் எங்கிருந்தாலும் தபாலில் இந்த அறிவிப்பு வரும்.

இத்தகைய கூட்டத்தில்தான் அந்த 'கணக்கு ஆண்டின்' வரவு செலவுக் கணக்குகள் வாசிக்கப்படும். அந்த நிறுவனத்தின் பங்குகள் வைத்திருக்கும் நம்மைப் போன்ற பங்குதாரர்கள் விருப்பமிருந்தால் அதில் கலந்து கொள்ளலாம். ஆம்... கட்டாயமில்லை. எவராலும் பணம் செலவழித்துக் கொண்டு எல்லா நிறுவனக் கூட்டங்களுக்கும் போக முடியாது. ஒன்று டெல்லி, மற்றொன்று ஐதராபாத், இன்னொன்று மும்பை என்றிருக்கும்.

அறிவிப்பு அனுப்பும்பொழுதே அந்தக் கணக்கு ஆண்டுக்கான முழு வரவு செலவு, லாப நஷ்டம் மற்றும் சில குறிப்பிட்ட விவரங் களையும் அச்சிட்டு அனுப்பி விடுவார்கள். அதற்கு சுருக்கமான (Abridged) 'பாலன்ஸ் ஷீட்' என்று பெயர். அதனைப் பிரித்துப் பார்த்து விட்டு, நமக்கு நிறையப் பங்குகள் இருந்தால், அந்த நிர்வாகம் முக்கியத் தீர்மானங்கள் எடுப்பதாகக் குறிப்பிட்டிருந்தால், நாம் இந்தக் கூட்டத்துக்கு நேரில் போகலாம்.

அந்தக் கூட்டங்களுக்கு, நமக்குப் பதிலாக வேறு எவரையும்கூட நம் பிரதிநிதியாக அனுப்பி வைக்கலாம். அதற்கு Proxy என்று பெயர்.

யாரை அனுப்புகிறோம் என்ற விவரத்தை அதற்குரிய படிவத்தில் (அதுவும் அறிவிப்புடன் வரும்) குறிப்பிட்டு, ரெவின்யூ ஸ்டாம்ப் ஒட்டி, கையெழுத்திட்டு, அதனை அவர்கள் குறிப்பிட்டிருக்கும் தேதிக்கு முன்பாகத் தபாலில் அனுப்பிவிட வேண்டும்.

நாமோ, நமது பிரதிநிதியோ அந்தக் கூட்டத்தில் கலந்து கொள்ளலாம். விவாதிக்கலாம். தீர்மானங்களின் ஓட்டெடுப்பில் கலந்து கொள்ளலாம். பெரும்பாலும் அங்கு குரல் வாக்கெடுப்புதான் நடக்கும்.

நிர்வாகத்தினர் கொண்டுவரும் தீர்மானங்களுக்கு இங்குதான் பங்கு தாரர்கள் ஒப்புதல் அளிக்க வேண்டும். பங்குதாரர்களின் ஒப்புதல் என்பது அவசியம், கட்டாயம். அது இல்லாமல் நிதி சம்பந்தமான பெரிய முடிவுகளை நிறுவனம் எடுக்க முடியாது.

இந்தக் கூட்டத்துக்கு வருபவர்களுக்கு நிறுவனம் காபி, டிபன் கொடுக்கும். சில நிறுவனங்கள் தங்கள் நிறுவனத்தின் தயாரிப்புகளைக் கொஞ்சம் கொடுக்கும். வேறு சில நிறுவனங்கள் கவர்ச்சிகரமான பரிசுகளையும் தரும்.

கூட்டத்துக்கு வருபவர்களெல்லாம் இந்தப் பரிசுப்பொருள்களைப் பெற அலைமோதிக்கொண்டிருக்க, மறுபுறம், நிறுவனம் சம்பந்தமான முக்கிய முடிவுகள் பெரிய கூட்டமோ, கேள்விகளோ, விவாதமோ இன்றி அமைதியாக நிறைவேறிக் கொண்டிருக்கும்.. இதுதான் நம் தேசத்தில் பெரும்பாலான நிறுவனங்களில் AGM நடக்கும் முறை!

ஈ.ஜி.எம். – Extraordinary General Body Meeting (EGM)

ஜெனரல் பாடி கூட்டங்கள் ஆண்டுக்கு ஒருமுறைதான். அதனால்தான் வருடாந்திரப் பொதுக்குழுக் கூட்டம் (AGM) என்று பெயர். சமயத்தில் வருடத்தின் இடையிலும்கூட நிறுவனம் சில முக்கிய முடிவுகளை எடுக்க வேண்டிவரும். அப்பொழுதும் பொதுக் குழுவைக் கூட்டத்தான் வேண்டும். அது அசாதாரணமான கூட்டம். அதனால் Extraordinary GM, அவ்வளவுதான்.

அதேபோல நோட்டீஸ், நேரடி அல்லது பிராக்ஸி ஓட்டெடுப்பு எல்லாம் அதற்கும் உண்டு.

பிராக்ஸி – Proxy

ஆண்டுப் பொதுக்குழுக் கூட்டங்களில் (AGM) மற்றும் சிறப்புப் பொதுக்குழுக் கூட்டங்களில் (AGM) பங்குதாரருக்குப் பதிலாகப் பங்குதாரரால் அனுமதிக்கப்பட்ட நபருக்குப் பெயர் பிராக்ஸி.

கிரீவன்சஸ் – Grievences

முதலீட்டாளர்களுக்கு நிறுவனங்கள் மீது குறைகள் இருந்தால், அவற்றைத் தீர்த்துக்கொள்ள, எந்தப் பங்குச்சந்தையில் அந்தப் பங்குகள் லிஸ்ட் செய்யப்பட்டுள்ளனவோ, அங்கு புகார் கொடுக்கலாம்.

அந்தப் புகாரினை, பங்குச்சந்தை, அந்த நிறுவனத்துக்கு அனுப்பும். 45 நாள்களுக்குள் பதில் வராவிட்டால், நினைவூட்டல் (Reminder) அனுப்பும். பின்பும் பதில் வராவிட்டால், அதுபோல உள்ள மொத்தப் புகார்களையும் சேர்த்து மீண்டும் அனுப்பும். இதற்கும், பதில் 30 தினங்களுக்குள் வரவில்லையென்றால், அந்த, பதில்தராத, குறைகள் தீர்க்காத நிறுவனத்தின் அதிகாரிகள், இன்வெஸ்ட்டர்ஸ் கிரீவன்சஸ் ரிட்ரெசல் கமிட்டி (IGR) முன்பு ஆஜராக வேண்டும்.

இதில் உள்ள உறுப்பினர்களில், மும்பை உயர்நீதிமன்ற நீதிபதியும் ஒருவர். இதிலும் முடிவு வரவில்லையென்றால், அந்தப் பங்கு 'Z' குழுவுக்கு மாற்றப்படும். இவையெல்லாம் மும்பை பங்குச் சந்தையில்... புரோக்கர்களுக்கு எதிராகப் புகார்கள் கொடுக்க விரும் பினாலும் கொடுக்கலாம். ஏழு நாள்களுக்குள் குறைதீர்க்குமாறு பரிந் துரைக்கப்படும். தீர்க்கப்படாவிட்டால், நினைவூட்டல். அதிலும் தவறினால் அபராதம்.

பின்பு IGR குழு முன்பு போக வேண்டும். குழுவின் முடிவு இறுதி யானது. இரு தரப்பும் ஒப்புக் கொள்ளத்தான் வேண்டும். இதில் புரோக்கர் ஒப்புக்கொள்ளாவிட்டால், விவகாரம் BSEயின் நிர்வாக இயக்குநரிடம் போகும். அவர் ஒழுங்கு நடவடிக்கைக் குழுவுக்கு அனுப்பி வைப்பார்.

இன்னும் 'ஆர்பிட்டரேஷன்' போன்ற முறைகளும் உண்டு. இதனை http://www.bseindia.com/ என்ற இணையத்தளத்தில் பார்க்கலாம்.

செபியில் முறையீடு செய்வது, NSE பற்றிய விவரங்கள் பின்னால் தரப்பட்டுள்ளன.

மெர்ஜர் - Merger

ரிலையன்ஸ் இண்டஸ்ட்ரீஸ் என்றொரு நிறுவனம், மிகப் பெரிய நிறுவனம். அதே நிறுவனம் பின்னாளில் ரிலையன்ஸ் பெட்ரோலியம் என்ற மற்றொரு மாபெரும் நிறுவனத்தையும் நிறுவியது. இதிலும் பங்குகள், பங்குதாரர்கள். அதிலும் பங்குகள், பங்குதாரர்கள்.

ரிலையன்ஸ் இண்டஸ்டிரீஸ் தாய் நிறுவனம். சில காரணங்களுக்காக அந்த இரு நிறுவனங்களின் நிர்வாகங்களும் ப்ரோமோட்டர்களும், இரண்டு நிறுவனங்களையும் இணைப்பதாக முடிவு செய்தார்கள். பங்கு தாரர்களின் ஒப்புதலையும் பெற்றார்கள். அதன்பிறகு எந்த இடத்தில் இந்த நிறுவனங்கள் ரிஜிஸ்டர் செய்துள்ளனவோ அந்த மாநிலத்தின் உயர் நீதிமன்றத்தில் இந்த மெர்ஜருக்கான ஒப்புதலைப் பெறவேண்டும். இந்த மெர்ஜரை எதிர்க்கும் சிறுபான்மை பங்குதாரர்கள் தங்கள் எதிர்ப்பை நீதிமன்றத்தில் தெரிவிக்கலாம். ஆனால் நீதிமன்றம் ஒப்புதல் அளித்துவிட்டால் அவ்வளவுதான்.

பதினொரு ரிலையன்ஸ் பெட்ரோலியம் பங்கு வைத்திருப்பவர்களுக்கு ஒரு ரிலையன்ஸ் பங்கு என்று முடிவு செய்து கொடுத்தார்கள் (11:1). நிறுவனங்கள் இணைந்தன. குட்டி தன் தாயுடன் ஐக்கியமாகி விட்டது. ரிலையன்ஸ் பெட்ரோலியம் ஷேர்கள் இனி கிடையாது. எல்லாம் ரிலையன்ஸ் மயம். இதேபோலத்தான் நாம் முன் பார்த்த Tomco

நிறுவனம் HLL உடன் இணைந்து விட்டது. இந்த இணைதலுக்குப் பெயர்தான் மெர்ஜர்.

இதுமாதிரி மெர்ஜர்கள் நிறைய நடந்துள்ளன. இதுமாதிரி மெர்ஜர் செய்திகள் வந்தால், முதலீட்டாளர்கள் ஜாக்கிரதையாக இருக்க வேண்டும். இந்தச் செய்தியை அனுசரித்து ஒரு நிறுவனத்தின் பங்கு விலை ஏறும், மற்றொரு நிறுவனத்தின் பங்கு விலை குறையும். பல செய்திகள், யூகங்கள் வரும், குழப்பமாக இருக்கும். இதேபோல, முன்பு பாண்ட்ஸ் நிறுவனத்தை HLL உடன் இணைத்தார்கள். அதன்பிறகு இப்பொழுது பாண்ட்ஸ் ஷேர்கள் கிடையாது. பாண்ட்ஸின் சிறு பங்கு தாரர்கள் எவ்வளவோ எதிர்த்துப் பார்த்தார்கள். ம்ஹூம் முடியவில்லை.

டிமெர்ஜர் - Demerger

மெர்ஜர் என்றால் டிமெர்ஜரும் இருக்க வேண்டுமல்லவா? ஒரு நிறுவனம் தன் இருவேறு டிவிஷன்களை உடைத்து இரண்டு தனி நிறுவனங்களாகப் பிரிவதுதான் டிமெர்ஜர். ரிலையன்ஸ் பெட்ரோலியம், ரிலையன்ஸ் இண்டஸ்டிரீஸ் இரண்டும் மெர்ஜ் ஆனது என்றோமல்லவா? இந்த நிறுவனங்களைத் தோற்றுவித்த திருபாய் அம்பானி மறைவுக்குப் பின்னர் அவரது இரு மகன்களுக்கு இடையே பிளவு ஏற்பட்டது. இதன் முடிவாக ரிலையன்ஸ் இண்டஸ்டிரீஸ் நிறுவனத்தை டிமெர்ஜ் செய்வது என்று முடிவானது. மெர்ஜர் போலவே இதற்கும் பங்குதாரர்களின் ஒப்புதலும் மும்பை உயர் நீதிமன்றத்தின் ஒப்புதலும் தேவை. கிடைத்தது.

இதன்படி ரிலையன்ஸ் இண்டஸ்டிரீஸ் பங்கு ஒன்றை வைத்திருப் பவருக்கு ரிலையன்ஸ் கம்யூனிகேஷன் வென்ச்சர்ஸ், ரிலையன்ஸ் எனெர்ஜி வென்ச்சர், ரிலையன்ஸ் கேப்பிடல் வென்ச்சர்ஸ், குளோபல் ஃப்யூயல் மேனேஜ்மெண்ட் சர்வீசஸ் ஆகிய நான்கு கம்பெனிகளிலும் ஒவ்வொரு பங்கு கொடுக்கப்பட்டது. அதற்குப் பிறகு, ரிலையன்ஸ் இண்டஸ்டிரீஸ் நிறுவனம் பெட்ரோகெமிக்கல், பெட்ரோலியம் தோண்டுதல் மற்றும் டெக்ஸ்டைல் பிரிவுகளில் மட்டும் ஈடுபடுகிறது. பிரிக்கப்பட்ட நான்கு கம்பெனிகளும் முறையே தத்தம் தொழில்களில் ஈடுபடுகிறார்கள். இந்தப் புதிய நான்கு நிறுவனங்களின் பங்குகளும் கூட லிஸ்ட் செய்யப்பட்டு, தனித்தனியாக டிரேடிங் நடக்கிறது. இப்படித்தான் ஜி.இ.ஷிப்பிங், ஜி.டெலி.எல்லாம் கூட டிமெர்ஜர் செய்துள்ளன. இதனால் முதலீட்டாளர்களுக்கு இலாபம்தான் என்கிறார்கள்.

Q1, Q2, Q3, Q4

ஓர் ஆண்டு என்பது 12 மாதங்கள். அது ஒரு கணக்காண்டு. ஆனால் அதன் கணக்கு முடித்து லாப நஷ்டம் பார்க்கும் பொறுமை போய்விட்டது.

ஒரு காலாண்டு என்பது Quarter (குவார்ட்டர்). ஒரு நிதியாண்டில் (அதாவது ஏப்ரல் தொடங்கி அடுத்த வருடம் மார்ச் வரை செல்லும் ஆண்டு) முதல் காலாண்டுக்கு (ஏப்ரல் மே, ஜூன்) Q1 என்று பெயர். அடுத்தது (ஜூலை, ஆகஸ்டு, செப்டம்பர்) Q2. அக்டோபர், நவம்பர், டிசம்பர் என்பது Q3. ஜனவரி, பிப்ரவரி, மார்ச் என்பது Q4. இது இந்தியாவில்.

அமெரிக்காவில் நிதியாண்டு என்பது ஜனவரியில் தொடங்கி டிசம்பரில் முடிவது. அதனால் அங்கு Q1 என்பது ஜனவரி, பிப்ரவரி, மார்ச் மாதங்களைக் குறிக்கும். அதுபோலவே Q2, Q3, Q4 எல்லாமும் அடுத்தடுத்த காலாண்டுகள்.

டேக் ஓவர் - Take Over

பொதுவாக, ஒரு நிறுவனத்தில் பெரும்பான்மைப் பங்குகள் வைத்திருப் பவர்களை அந்த நிறுவனத்தைத் தங்கள் கட்டுப்பாட்டுக்குள் வைத்திருப் பவர்கள் என்று கருதுகிறோம் (Controlling Share holders). அவர்கள்தான் அந்த நிறுவனத்துக்குத் தலைமை நிர்வாகி, இயக்குநர்கள் ஆகியோரை நியமிப்பார்கள். தலைமை நிர்வாகியும், இயக்குநர்களும் சேர்ந்து நிறுவனத்தை வழிநடத்துவார்கள், அதற்குத் தேவையான முடிவுகளை எடுப்பார்கள்.

இந்தப் பெரும்பான்மை ஷேர்களின் சதவிகிதம் நிறுவனத்துக்கு நிறு வனம் மாறுபடும். ஒரு நிறுவனத்தில் நிச்சயப் பெரும்பான்மை என்பது, 51 சதவிகிதம்தான். மற்ற அனைவர் பங்குகளையும் ஒன்றுசேர்த்தாலும் 49 சதவிகிதம்தான் வரும்.

பல நிறுவனங்களை வெறும் 10 முதல் 20 சதவிகிதம் வரை பங்குகள் வைத்துக் கொண்ட சிலர்கூட தங்கள் கட்டுப்பாட்டுக்குள் வைத்திருக் கிறார்கள் (இன்ஃபோசிஸ், எல் & டி). சமயத்தில் இதை, இந்தப் பங்குகளை அப்படியே வேறு ஒருவர் இவர்களிடமிருந்து வாங்கி விட்டால், நிர்வாகம் கைமாறி விடுகிறது.

சமயத்தில் வெளிச் சந்தையிலேயே கூடச் சிலர் குறிப்பிட்ட நிறுவனத்தின் அதிக எண்ணிக்கையிலான பங்குகளைச் சிறுகச் சிறுக வாங்கி விடு கிறார்கள். குறைந்த அளவும், அதிலும் குறைந்த சதவிகிதப் பங்குகளும் வைத்திருக்கும் நிர்வாகத்தினர் ஜாக்கிரதையாக இருக்க வேண்டும். இல்லாவிட்டால் Hostile take over-தான்.

ஆனால் இது அவ்வளவு எளிதல்ல. ஒரு தனிப்பட்டவர் பங்குச்சந்தை வழியாக ஒரு நிறுவனத்தின் பங்குகளை வாங்குகிறார் என்றால், அந்தப் பங்குகள் 5%ஐத் தொட்டுவிட்டது என்றால், பங்குச்

சந்தைக்குத் தகவல் கொடுக்க வேண்டும். உடனே அனைவருக்கும் தெரிந்துவிடும் இவர் அதிகமாக அந்த நிறுவனத்தின் பங்குகளை வாங்கிச் சேர்க்கிறார் என்று. கம்பெனி நிர்வாகம் உடனே விழித்துக் கொண்டுவிடும். கம்பெனியின் புரோமோட்டர்கள் தங்கள் வியூகங் களை வகுக்கத் தொடங்கிவிடுவார்கள்.

இந்த டேக்ஓவர் நடைபெறும் நேரங்களில் பங்குகளின் விலைகள் தடுமாறும். பெரிய ஏற்ற இறக்கங்கள் காணப்படும். விஷயம் தெரிந்து செயல்பட வேண்டும்.

வரி - Tax

தற்பொழுது உள்ள சட்டங்களின்படி, டிவிடெண்ட்-ஆன டிவி டெண்டுக்கு வருமான வரி கிடையாது. அதேபோல, ஷேர்களை வாங்கி ஒரு வருடத்துக்குப் பிறகு விற்று, லாபம் இருந்தால் (Capital Gains) அதற்கும் வரி கிடையாது. இது மார்ச் 12, 2003-க்குப் பிறகு வாங்கிய ஷேர்களுக்கு மட்டும் பொருந்தும். அடுத்த மூன்றாண்டுகளுக்கு இந்தச் சலுகை என்ற அறிவிப்பு வந்தது. இது இனி தொடரும் என்றார்கள். பட்ஜெட் உரைகளில் வரும் அறிவிப்புகளை கவனிக்க வேண்டும். மாறுதல்கள் தெரியும்.

வாங்கி விற்றது ஒரு வருடத்துக்குள் என்றால், Short Term Capital Gains உண்டு. ஆடிட்டர்கள் மூலம் ஆலோசனை கேட்டுக் கொள்வது, அவ்வப் போது உள்ள விதிமுறைகளைப் புரிந்துகொள்ள உதவும். (தற்போது 15 சதவிகிதம்).

கேப்பிட்டல் கெயின்ஸ் டாக்ஸ் - Capital Gains Tax

ஒரு பங்கினையோ, ஏதேனும் மியூச்சுவல் ஃபண்ட் யூனிட்டையோ வாங்கி விற்றதில் லாபம் கிடைத்தால் அது 'முதலி'ல் (அதாவது நாம் கொண்டுவந்த Capital) கிடைத்த லாபம். இதற்குத்தான் கேப்பிடல் கெயின்ஸ் என்று பெயர். இந்த கேப்பிடல் கெயின்ஸ் வருமானத்துக்கு விதிக்கப்படும் வரி, கேப்பிடல் கெயின்ஸ் டாக்ஸ்.

இதனை Short Term என்றும் Long Term என்றும் இரண்டு பிரிவுகளாக பிரிக்கிறார்கள். இரண்டுக்கும் வரிவிதிப்பில் வித்தியாசங்கள் உண்டு.

கம்பெனி செக்ரட்டரி - Company Secretary

இந்தியப் பங்குச்சந்தையில் லிஸ்ட் செய்யப்பட, ஒரு நிறுவனம் The Companies Act, 1956 படி நிறுவப்பட்டதாக இருக்க வேண்டும். இந்தியப் பங்குச்சந்தைகளில் வெளிநாட்டில் நிறுவப்பட்ட நிறுவனங்கள் லிஸ்ட் செய்ய முடியாது. (ஆனால் அமெரிக்காவின் பங்குச்சந்தைகளில்,

231

இந்தியாவில் நிறுவப்பட்ட நிறுவனத்தின் பங்குகளின் டெப்பாசிட்டரி ரிசீப்ட்ஸை லிஸ்ட் செய்யலாம்.)

கம்பெனி செக்ரட்டரி என்பவர் ஒவ்வொரு கம்பெனியும் The Companies Act, 1956 படி நடந்துகொள்வதற்கான வேலைகளைச் செய்வார். அவரது முக்கியமான வேலை, தேவையான படிவங்களைச் சரியான நேரத்தில் பூர்த்தி செய்து கம்பெனி பதிவாளர் (Registrar of Companies) அலுவலகத்தில் கொடுப்பது, போர்டு மீட்டிங் எப்பொழுது நடக்கிறது என்பதை அறிவிப்பது, போர்டு மீட்டிங்கின் முடிவுகள், AGM, EGM எப்பொழுது நடக்கிறது என்னும் நோட்டீஸ், இந்த மீட்டிங்கின் முடிவுகள் ஆகிய வற்றை கம்பெனி பதிவாளர் அலுவலகத்துக்கு அனுப்புவது, கம்பெனி யின் ஆண்டறிக்கையைப் பதிவாளருக்கு அனுப்புவது போன்ற வையாகும்.

மேலும் பங்குதாரர்கள் அனுப்பும் அத்தனை புகார்களையும் கம்பெனி செக்ரட்டரிதான் கவனித்துக் கொள்ள வேண்டும்.

9

முடிவாகச் சில வார்த்தைகள்

○ இரவும் வரும் பகலும் வரும்

இதுதான் ஸ்டாக் மார்க்கெட். இங்கு ஒரு சமயம் 'ஆகா, எல்லாம் அற்புதம், ஒளிர்கிறது' என்பார்கள். விலைகள் தாறுமாறாக ஏறும். பாத்திரம் சூடாகிப் பால் பொங்குவதுபோல, விலைகள் எல்லாம் பொங்கும். எதனால் பால் பொங்குகிறது? அந்த ஒரு கண நேரம் எரிந்த நெருப்பாலா? இல்லை. அதுவரை தொடர்ந்து எரிந்த நெருப்பால்தான், ஆனால் அந்தக் கணம் வந்ததும் பொங்குகிறது.

பங்குச்சந்தையும் எல்லா நல்ல செய்திகளையும் உள்வாங்கிக் கொள்ளும். பாலைப் பார்த்தால் சாதாரணமாக இருக்கும். இந்தப் பாலும் பொங்குமா என்பதுபோல!

திடீரென பொங்கத் தொடங்கும். அதான் பூம் டைம் (Boom Time). சரி, பொங்கத் தொடங்கிவிட்டது, நிலைத்து நிற்குமோ? நின்றதே இல்லை.

எவ்வளவு நாள் அல்லது மாதங்கள் என்று தெரியாது, ஆனால், பால் பொங்கி நெருப்பை அணைப்பதுபோல, பலரும் ஒரேயடியாக ஷேர் மார்க்கெட்டில் புகுந்து விலையைக் கன்னாபின்னாவென்று ஏற்றி ரகளை செய்ய, அந்தக் குமிழ் உடையும்.

இதனால் டிப்ரெஷன் (Depression) வரும். இதுதான் இரவு. இங்கும் ஒரே கூச்சல்தான். ஆச்சு, போச்சு. இனி ஷேர் மார்க்கெட்டே கிடையாது என் பார்கள். நல்ல ஷேர்களைக் கூடக் கையால் தொட மாட்டார்கள். எல்லோரும் விற்று விட்டு ஓட, விலைகள் பாதாளம் நோக்கிப் பாயும். இந்த இரண்டுமே சில ஆண்டுகளுக்கு ஒரு முறை நடக்கத்தான் செய்கிறது. காரணங்கள் ஒவ்வொரு முறையும் வேறு வேறு சொல் வார்கள். எல்லாம் நம்பத் தகுந்ததாகவே இருக்கும்.

இரவு வந்தால் நிச்சயம் பகல் உண்டு.

பகல் வந்தால் நிச்சயம் இரவு உண்டு.

விலை தொடர்ந்து ஏறினால் இறங்கும்.

தொடர்ந்து இறங்கினால் ஏறும்.

இந்த விதி தனிப்பட்ட பங்குகளுக்குப் பொருந்தாது. இது மொத்தப் பங்குச்சந்தைக்கான விதி. கீழே உள்ள படத்தைப் பாருங்கள். 1998 முதல் டிசம்பர் 2014 வரை NSEன் Nifty எப்படி ஏறி இறங்கி ஏறி இறங்கி மாறுகிறது என்று புரியும்.

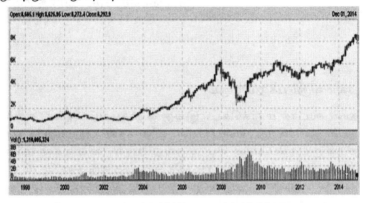

நிப்டி சார்ட்- 01.04.1997 முதல் 01.12.2014 வரை

○ Securities and Exchange Board of India - SEBI

செபி என்று சுருக்கமாக அழைக்கப்படும் செக்யூரிட்டீஸ் - எக்ஸ்சேஞ்ச் போர்டு ஆஃப் இந்தியா (Securities and Exchange Board of India - SEBI) என்பது ஒரு Statutory Body, அரசால் உருவாக்கப்பட்டது. இது முதலீட்டாளர் களின் பாதுகாப்புக்காக உருவாக்கப்பட்ட நிறுவனம்.

இந்த செபிதான், ஷேர் வெளியிடும் நிறுவனங்கள் மற்றும் பங்குச் சந்தைகளை முறைப்படுத்துவது. முழுமையான, உண்மையான மற்றும் தேவையான அளவு தகவல்களை சம்பந்தப்பட்ட அனை வரையும் தரச் செய்வதுதான் இதன் தலையாயப் பணி.

○ *கமாடிட்டி எக்ஸ்சேன்ஜ்* (Commodity Exchange)

இந்தப் புத்தகம் முழுவதும் பங்கு வர்த்தகம் பற்றியது அல்லவா? பங்குச்சந்தைகள் பற்றி இன்று பலருக்கும் ஓரளவாவது தெரியும். அதில் வியாபாரம் செய்கிறார்களோ இல்லையோ, அதைப் பற்றி பொதுமக்களுக்கும் தெரிய வந்துவிட்டது. பெரும்பாலும் எல்லாத் தொலைக்காட்சிச் செய்திகளிலும் பங்குச் சந்தை நிலவரம் தினம் தினம் தெரிவிக்கப்படும் அளவு அது பிரபலம்!

பங்குகள் சரி. இன்று அதோடு இந்த வசதி நின்றுவிடவில்லை.

பஞ்சாபில் கோதுமை அதிகம் விளைகிறது. அங்கு விலை எப்படி? அதே தினம் தஞ்சாவூரில் இருப்பவர் கோதுமை வாங்க நினைத்தால், பஞ்சாபில் கிடைக்கும் விலைக்கே அவரால் வாங்க முடியுமா? அதேபோல, இன்று மிளகு அதிகமான விளைச்சல் காரணமாக விலை இறங்கியிருக்கிறது. வாங்கி வைக்கலாம். விலை நிச்சயம் ஏறும். அப்பொழுது விற்கலாம் என்று தோன்றுகிறதா? சரி எப்படிச் செய்வது?

நாமென்ன கமிஷன் மண்டியா வைத்திருக்கிறோம்! இல்லை கேரளாவுக்கோ, ஈரோட்டுக்கோ போய் வாங்கி விடமுடியுமா?

செபியின் அலுவலக முகவரிகள்	
நிறுவனத்தின் பதிவு அலுவலகம் இந்த மாநிலங்களில் இருந்தால்	முறையிட வேண்டிய செபி அலுவலகம்
West Zone : Mumbai (Bombay) Head Office :	Plot No.C4-A,'G' Block, Bandra Kurla Complex, Bandra(East), Mumbai 400051 Tel : +91-22-26449000 / 40459000 E-mail : sebi@sebi.gov.in
North Zone : New Delhi Regional Office :	The Regional Manager, 5th Floor, Bank of Baroda Building, 16, Sansad Marg, New Delhi - 110 001. Tel. Board: +91-11-23724001-05 Fax : +91-11-23724006. E-mail : sebinro@sebi.gov.in
South Zone : Chennai (Madras) Regional Office :	The Regional Manager, D' Monte Building, 3rd Floor, 32 D' Monte Colony, TTK Road, Alwarpet, Chennai : 600018. Tel : +91-44-24674000/24674150 Fax: +91-44-24674001. E-mail : sebisro@sebi.gov.in
East Zone : Kolkata (Calcutta) Regional Office :	The Regional Manager, L&T Chambers, 3rd Floor, 16 Camac Street, Kolkata 700 017 Tel : +91-33-23023000. Fax: +91-33-22874307. E-mail : sebiero@sebi.gov.in
West Zone : Ahmedabad Regional Office :	Western Regional Office Unit No: 002, Ground Floor SAKAR I, Near Gandhigram Railway Station, Opp. Nehru Bridge Ashram Road Ahmedabad - 380 009 Tel : +91-79-26583633-35 E-mail : sebiwro@sebi.gov.in

பப்ளிக் இஷ்யூவில் கீழ்க்கண்டவை
கிடைக்கப் பெறாவிட்டால் யாரிடம் முறையிடுவது?

குறைகள்	முறையிட வேண்டிய இடம்
ரீஃபண்டு ஆர்டர்	செபி
தாமதமாக வந்த ரீஃபண்டு பணத்துக்கு வட்டி	டிபார்ட்மெண்ட் ஆஃப் கம்பெனி அபயர்ஸ்
அலாட்மெண்ட் அட்வைஸ்	டிபார்ட்மெண்ட் ஆஃப் கம்பெனி அபயர்ஸ்
ஷேர் சர்ட்டிபிகேட்டுகள்	பங்குச்சந்தை
மேற்கண்ட எல்லாவற்றுக்கும் நகல்கள்	ரிஜிஸ்தரார் டு தி இஷ்யூ

பிற முறையீடுகள்

குறைகள்	முறையிட வேண்டிய இடம்
மியூச்சுவல் ஃபண்டுகளின் யூனிட்டுகள்	செபி
வங்கிகள் மற்றும் நிதி நிறுவனங்களில் போடப்பட்ட பிக்சட் டெப்பாசிட்டுகள்(FD)	ரிசர்வ் வங்கி
உற்பத்தி நிறுவனங்களில் FD	டிப்பார்ட்மெண்ட் ஆஃப் கம்பெனி அபயர்ஸ்

வாங்கினாலும் எங்கே வைத்துப் பாதுகாப்பது? (முன்பு பார்த்தோமே புளி வியாபாரம்!) இந்தப் பிரச்னைகளையெல்லாம் தீர்த்து வைப்பது தான், கமாடிட்டி எக்ஸ்சேன்ஜ் (Commodity Exchange).

பணப்பயிர்கள், தானியங்கள், தோட்டப் பயிர்கள், வாசனைப் பொருள்கள், உலோகங்கள்... ஆம்.. தங்கம், வெள்ளி முதலியவற்றை எல்லாம் பெரிய அளவுகளில் வாங்கலாம் அல்லது கையில் இல்லாம லேயேகூட அவற்றை விற்று வைக்கலாம்.

இவற்றைச் செய்வதற்கு மும்பை பங்குச்சந்தை (BSE), தேசிய பங்குச் சந்தை (NSE) போல தனியாக சில பொருள் சந்தைகள் உள்ளன.

உதாரணத்துக்கு நேஷனல் மல்டி கமாடிட்டி எக்ஸ்சேன்ஜ் (NMCE) என்று ஒன்று. இதனைப் பல பொதுத்துறை நிறுவனங்கள் இணைந்து உருவாக்கியுள்ளன. சென்ட்ரல் வேர்ஹவுசிங் கார்ப்பரேஷன் (CWC), நேஷனல் அக்ரிகல்சுரல் கோஆப்பரேட்டிவ் மார்க்கெட்டிங் ஃபெடரேஷன் (NAFED) போன்ற சில பொதுத்துறை நிறுவனங்களும், பஞ்சாப் நேஷனல் வங்கியும் (PNB) இணைந்து ஏற்படுத்தியிருக்கும் தேசிய பல்பொருள் சந்தை இது. இந்தச் சந்தைதான் உலகிலேயே முதன் முதலாக ISO 9002 தரச் சான்றிதழ் வாங்கியுள்ளது என்கிறது இதன் இணையத்தளம். நவம்பர் 2002 முதல் இது இயங்கி வருகிறது.

இதேபோல, வேறு சில சந்தைகளும் உள்ளன. அவற்றில் ஒன்றின் பெயர் மல்டி கமாடிட்டி எக்ஸ்சேன்ஜ் ஆஃப் இந்தியா (MCX). மற்றொன்றின் பெயர் NCDEX.

MCX சமீப காலமாக, சுறுசுறுப்பாக இயங்கி வருகிறது. இந்தச் சந்தை களிலும் பங்குச்சந்தைகளில் உள்ள Price Time Priority, சந்தைக்குக் கட்ட வேண்டிய மார்ஜின் பணம், ஒவ்வொரு தினமும் இவ்வளவுதான் விலை ஏறலாம், இறங்கலாம் என்ற கட்டுப்பாடுகள், இழப்பீடு சரி செய்யும் நிதி (Trade Guarantee Fund) போன்றவையும் உண்டு.

இங்கும் Futures எனப்படும் வியாபாரம் உண்டு. உதாரணத்துக்கு ஜனவரி காண்ட்ராக்ட் என்பது ஜூலை 15, 2005 முதல் ஜனவரி 15, 2006 வரையிலான காலம். அதேபோல, பிப்ரவரி காண்ட்ராக்ட் என்பது ஆகஸ்ட் 15, 2005 முதல் பெப்ரவரி 15, 2006 வரை.

வாங்கியதையும், விற்றதையும் அந்த காண்ட்ராக்டுக்குள் முடித்துக் கொள்ள வேண்டும். இல்லாவிட்டால் வாங்கியிருக்கும் பட்சத்தில் டெலிவரி எடுக்க வேண்டும். விற்றிருந்தால் கொடுத்தாக வேண்டும். ஒவ்வொரு பொருளுக்கும் ஒவ்வொரு Trade Quantity (குறைந்தபட்ச வியாபார அளவு) உண்டு. உதாரணத்துக்கு மிளகுக்கு ஒரு மெட்ரிக் டன்! அதிகபட்ச ஆர்டர் அளவு 20 டன். இதேபோல தங்கம், வெள்ளி என்று அங்கு பரிவர்த்தனை செய்யப்படும் எல்லாப் பொருள்களுக்கும் ஒவ்வோர் அளவு உண்டு.

உதாரணத்துக்கு குறிப்பிட்ட ஒரு நாளில், NCDEX என்ற சந்தையில் தங்கம் மற்றும் வெள்ளியில் நடந்த பரிவர்த்தனை விவரங்களைப் பார்ப்போம்.

இந்தச் சந்தைகளில் இறக்குமதியாளர்கள், ஏற்றுமதியாளர்கள், விளை விப்பவர்கள், வியாபாரிகள் என்று பலரும் கலந்து கொள்வதால்,

சரியான, நியாயமான விலைகள் வெளிப்படையாக அனைவருக்கும் கிடைக்கின்றன.

❍ *பங்குகள் பரிவர்த்தனைகள் பற்றிய மேலும் கூடுதல்*

விவரங்களுக்கு இணையத்தளங்கள்

- http://www.nse-india.com/
- http://www.bseindia.com/
- http://www.amfiindia.com/
- http://www.sebi.gov.in/

பிற

- SEBI-யின் வெளியீடுகள்
- NSE-யின் வெளியீடுகள்
- தனிப்பட்ட நிறுவனங்களின் ஆண்டறிக்கைகள், profit & loss a/c, full-year, half-year, quarterly results, corporate governance reports, shareholding pattern, நிறுவனங்கள் மீது எடுக்கப்பட்ட நடவடிக்கைகள் பற்றித் தெரிந்துகொள்ள http://sebiedifar.nic.in/

❍ *இன்னும் ஒரு சில வார்த்தைகள்...*

படித்து முடித்து விட்டீர்களா? நல்லது. ஷேர் செய்வது சுலபம் என்று புரிந்திருக்கும். செய்வது சுலபம்தான். அதற்கு இந்தப் புத்தகம் உதவியிருந்தால் மகிழ்ச்சி. உடனே எனக்கு ஒரு மின்னஞ்சல் baluvalliappan1@yahoo.co.in என்ற முகவரிக்கு அனுப்புங்கள். சந்தோஷப் படுவேன்.

புரிவது என்பது வேறு. செய்திறன் என்பது வேறு. வெற்றிக்கு இரண்டும் அவசியம். புதிதாகச் செய்ய விரும்புபவர்கள் இனி மெல்ல மெல்ல முயற்சி செய்யலாம். வெற்றி நிச்சயம். வாழ்த்துக்கள்.

கொஞ்சம் கொஞ்சமாகப் பணத்தினை இதில் இறக்கலாம். எப்

பொருள்	தொடக்க விலை	அதிகபட்ச விலை	குறைந்தபட்ச விலை	முடிவு விலை	வியாபாரம் ஆன அளவு	எத்தனை வியாபாரங்கள்
தங்கம் (10 கிராம்களாக)	6128	6174	6126	6166	441.3கிலோ	1328
வெள்ளி (கிலோக்களில்)	10090	10220	10087	10212	56.33 டன்	4552

பொழுதும் ஷேர் மார்க்கெட்டில் புதிய விதிமுறைகள், வழிமுறைகள், எதிர்பாராத விஷயங்கள் இருக்கும். வந்து கொண்டேயிருக்கும்.

இன்றைக்கு இருக்கும் விதிமுறைகள் என்றைக்கும் இருக்கும் என்று சொல்லிவிட முடியாது. மாறிக் கொண்டேயிருக்கும். அவ்வப்போது விசாரித்துத் தெரிந்து கொள்ள வேண்டும். இது மிக மிக அவசியம். புத்தகத்தில் T+2 என்று NSE செட்டில்மெண்ட் பற்றிக் குறிப்பிடப் பட்டுள்ளது. இதுவே நாளை T+1 என்று மாறலாம். இதுபோல இன்னும் பலவும். ஆகவே, இவற்றில் கண்டுள்ளவை எழுதும்பொழுது நடப்பில் இருப்பவை. நீங்கள் படிக்கும்போது மாறியிருக்கலாம்.

தொடக்கத்திலேயே சொன்னதுபோல, ஷேர் மார்க்கெட் ஒரு மிகப் பெரிய கடல். அதனை இதுதான், இவ்வளவுதான் என்று விண்டுவிட முடியாது.

இந்தப் புத்தகத்தில் தரப்பட்டுள்ள ஆலோசனைகள் சிலதான். இவை பலனளிக்கும். சரியான நேரத்தில், சரியான அளவில், சரியாகக் கையாண்டால்.

இதில் தரப்பட்டுள்ள ஆலோசனைகள் தவிர, பல்வேறு வழிமுறைகள் உள்ளன. பலரும் பலவிதமாக ஷேர் மார்க்கெட்டை அணுகுவார்கள். பலன்களை அனுபவிப்பார்கள். அனுபவப்பட அனுபவப்பட, புதிய உத்திகள் தோன்றும். ஆகவே இது ஓர் Exhaustive list அல்ல. இதற்கு மேலும் உண்டு.

வழிமுறைகள், பெயர்கள், வழக்குச் சொற்கள் என இந்தத் துறையைச் சார்ந்தவற்றைப் புரிய வைப்பதுவே இந்தப் புத்தகத்தின் நோக்கம்.

வரும் லாபம் மொத்தத்துக்கும் அதை ஈட்டியவரே பொறுப்பு. அதேபோல, வரக்கூடிய இழப்புகளுக்கும். அவரவரர் தங்கள் சக்திக்கு ஏற்ப ஷேர் செய்து நன்றாகச் சம்பாதிக்க மனமார்ந்த வாழ்த்துகள்!

ஷேர்மொழி
(Index)

242

INVESTOR GRIEVANCE SUBMISSION FORMAT
(Use separate forms for each entity / complaint)
(Please tick the appropriate item and complete all columns in Capital Letters)

To,
SECURITIES & EXCHANGE BOARD OF INDIA
Office of Investor Assistance and Education
P.B. No. 19972, Nariman Point P.O.
Mumbai - 400 021

Dear Sirs,
Kindly take up the matter with the Company for immediate redressal of my complaint, particulars of which are as under:

1. Name, Address and e-mail address of the Investor	2. Name and address of the entity

3. Name of the Registrar & Transfer Agent (if any)	
4. SEBI Acknowledgement Reference No. (in case of reminder)	

5. Nature of Complaint Type / Category

(I) Issue / Offers - non-receipt of

[a] Refund Order / Allotment Advice	[b] Cancelled Stock Invest	[c] Allotment advice against encashed stock-invest
[d] Revalidation of Refund Order (RO)	[e] RO after details furnished	[f] Duplicate RO after correction
[g] Duplicate RO for correct amount	[h] Copy of encashed RO	[i] Short Refund
[j] Duplicate RO after Indemnity	[k] Duplicate RO for correct bank details	

(II) Dividend - non receipt of:

[ ] Dividend

(III) Shares – non receipt of certificates in/after:

[a] Exchange of allotment letter	[b] Transfer	[c] Transmission
[d] Conversion	[e] Endorsement	[f] Consolidation
[g] Splitting	[h] Bonus	[i] Duplicate on submission of

		indemnity

(IV) Bond - Debentures/ bond non receipt of certificates in/after

[a] Interest	[b] Redemption Amount	[c] Exchange of Allotment Letter
[d] Transfer	[e] Transmission	[f] Endorsement
[g] Consolidation	[h] Splitting	[i] Duplicate on submission of indemnity
[j] Interest on delayed interest payment	[k] Interest on delayed redemption amount	[l]

(V) Miscellaneous

[b] Offer for Rights	[d] Interest on delayed refund payment

(VI) Collective Investment Schemes

[ ] Non Receipt of investment & returns thereon

VII) Investment Management Related

[a] Mutual Funds	[b] Venture Capital Funds	[c] Foreign Venture Capital Investors
[d] Foreign Institutional Investors	[e] Portfolio Managers	[f] Custodians

VIII) Market Intermediaries Related

[a] Brokers	[b] Sub-brokers	[c] Securities lending intermediaries
[d] Merchant Bankers	[e] Registrars and Transfer Agents	[f] Debenture Trustees
[g] Bankers to Issue	[h] Underwriters	[i] Credit Rating Agencies
[j] Depository Participants		

IX) Market Regulation Related

[a] Securities Exchanges	[b] Clearing and settlement organizations	[c] Depositories

X) Derivatives and New Products Related

[ ] Derivative Exchanges and related organizations

XI) Corporation Finance Related		
[a] Corporate Governance	[b] Corporate restructuring	[c] Substantial Acquisition and Takeovers
[d] Buy back of securities	[e] Delisting of Securities	[f] Compliance with listing conditions

7. Particulars of the application/securities held (for securities related grievances)

(a) Full name of first applicant / security holder				
(b) Application form No. / Folio No. (Seller's in case of Transfer)				
(c) No. of Securities applied / held				
(d) Kind of Security	[ ] Shares	[ ] Debentures		[ ]Others
(e) Mode of payment: details	[ ] Cash	[ ] Cheque/ D.D.		[ ] Stock Invest
	No.		Dated	
	Drawn on			
(f) Application deposited at:				
(g) Bank serial No.				
(h) Photocopy of Bank certificate enclosed	[ ] Yes		[ ] No	
(i) Photocopy of acknowledgement slip enclosed	[ ] Yes		[ ] No	
(h) Original refund order No. (in case of revalidation/ duplicate)				
(i) Period on for / which interest / dividend / maturity amount / amount due redemption				
(j) Date on which securities were: forwarded to Company / Registrars				
(k) Indemnity Bond sent for issue of duplicate	[ ] Yes [ ] No If Yes, Date :			

Name of the Mutual Fund and folio no.	
Name of the Venture Capital Fund	
Name & SEBI Registration no. of Portfolio Manager	
Name & SEBI Registration no. of Custodian	
Name & SEBI Registration no. of Broker	
Name & SEBI Registration no. of Sub-broker	
Name & SEBI Registration no. of Merchant Banker	

Name & SEBI Registration no. of Registrars and Transfer Agent	
Name & SEBI Registration no. of the Debenture Trustees	
Name & SEBI Registration no. of the Banker to Issue	
Name & SEBI Registration no. of Underwriters	
Name of Credit Rating Agency	
Name & SEBI Registration no. of Depository Participants	
Name of Securities Exchanges	
Name of Clearing and settlement organizations	
Name of the Depository	

8. Details related to other grievances, in brief

Dates of earlier correspondence with the Company / intermediary:

Enclosure, if any

Place	Date	Signature of the First Applicant/ Security holder

NOTE: It would be advisable to address the complaints to SEBI only if the concerned entity has not responded inspite of having sent two reminders over a period of at least one month.

Investors' Consent (optional)

I hereby give my consent to sharing of information on my complaint with recognised Investors' Associations to facilitate filing of CLASS ACTION SUITS in consumer courts against defaulting companies.

Place	Date	Signature of the First Applicant/ Security holder